एका हरवलेल्या जगाची माहिती देणं इतकंच न करता वेन्डी लॉ-योन यांचे शब्द वाचकाला थेट त्या जगात घेऊन जातात. लेखन सुस्पष्ट, ओघवतं आणि काव्यात्म आहे. त्यांचे शब्द आपल्याला हरवणं, शिकणं आणि मुक्तीबाबत खूप काही सांगून जातात. 'द रोड टु वॉटिंग' हे एक झपाटून टाकणारं सुंदर पुस्तक आहे.

– अल्बर्टो मॅंग्युअल

बर्मातील अल्पसंख्यांकांच्या जीवनातील अत्याचाराच्या गडद सावल्यांवर प्रकाशाचा झोत टाकणारं लेखन.

– इन्डिपेंडन्ट

काव्यात्म लिखाण... निरीक्षणातले बारकावे, संभाषण आणि व्यक्तिचित्रण खिळवून ठेवणारं....

– बुकमंच

पुस्तक वाचून झाल्यावर पुन्हा-पुन्हा ते हातात घ्यावसं वाटतं आणि एवढ्याशा पानांमध्ये किती घडून गेलं असं वाटायला लावतं. याआधी असं खिळवून ठेवणारं पुस्तक हातात आलं होतं, ते म्हणजे Tess of the D'Urbervilles फार ताकदीचं लिखाण. आता खूप दिवस ना गा माझी सोबत करणार आहे.

– www.bookbag.co.uk

आपल्या स्नेहीजनांना पुस्तके भेट द्या

'The Road To Wanting' या पुस्तकाचा अनुवाद

काहूर

सुखाच्या शोधात वणवण करणाऱ्या 'वाईल्ड लू' आदिवासी जमातीतल्या मुलीची थक्क करणारी कहाणी..

लेखक
वेन्डी लॉ-योन

अनुवाद
चित्रा वाळिंबे

मेहता पब्लिशिंग हाऊस

Please contact us at **Mehta Publishing House,** Pune 411030.
✆ +91 020-24476924 / 24460313 / Mob. No. 9545000513
Email : production@mehtapublishinghouse.com
Website : www.mehtapublishinghouse.com

THE ROAD TO WANTING by WENDY LAW-YONE

Translated into Marathi Language by Chitra Valimbe

काहूर / अनुवादित सत्यकथा

अनुवाद : चित्रा वाळिंबे

Email : author@mehtapublishinghouse.com

मराठी अनुवादाचे व प्रकाशनाचे हक्क : मेहता पब्लिशिंग हाऊस, पुणे

प्रकाशक : सुनील अनिल मेहता, मेहता पब्लिशिंग हाऊस
१९४१, सदाशिव पेठ, माडीवाले कॉलनी, पुणे ४११०३०.

मुद्रक : ट्रिनिटी ॲकॅडमी फॉर कॉर्पोरेट ट्रेनिंग लिमिटेड

मुखपृष्ठ : सतिश भावसार

प्रथमावृत्ती : मे, २०१७

किंमत : ₹ २५०

P Book ISBN 9789386454881
E Book ISBN 9789386745583
E Books available on : amazonkindle Apple Books Google Play Books

---

एक

शेवटी एकदाची तयार झाले आहे. मला भीती वाटत नाहीये. हात थरथरत नाहीयेत. श्वासही स्थिर आहे. सलूनमध्ये धुतल्यामुळे केस स्वच्छ झाले आहेत. केसांना छान वास येतोय. सगळं काही ठीक आहे. काहीच चुकलेलं नाही. काहीच नाही. फक्त....

मी जितकी तयार असायला हवे तितकी नाहीये. उदाहरणार्थ, माझ्यापाशी दोर नाही. याचा सारा दोष जियांगचाच. शेणावर घोंघावणाऱ्या माशीसारखा जर तो माझ्याभोवती नसता, तर मी कधीच दोर आणला असता. एखादा छानसा, नायलॉन किंवा सुती दोर. जाऊ दे, काहीतरी व्यवस्था करायलाच हवी मला.

या वैराण जागी येऊन आठवडा झाला, तरी बाथरूमच्या फरशीवर उघडलेली बॅग तशीच पडलीय. त्यातच एक सुती लुंगी दिसली. ती इतकी मऊ होती की, झटक्यात फाटली असती. स्वस्त थाई सुताची बनवली होती.

'लुंगी' हा एक भारी प्रकार आहे. साधं कापड, ते कमरेला गुंडाळलं की झालं. ते स्कर्टसारखं वापरता येतं किंवा छातीभोवती लपेटता येतं. गरज पडली तर पंचासारखा वापर करता येतो. इतकंच काय, पण ती लपेटून अंघोळ करता येते, पोहता येतं आणि तिचाच अडसर करून कपडेही बदलता येतात. अगदी एखाद्या प्रसाधनाच्या खोलीत बदलावे इतक्या निवांतपणे. याशिवाय आणखीही एक फायदा आहे लुंगीचा. हनुवटीखाली लुंगी पकडायची आणि दोन्ही हात पसरून हातात धरायची, थेट पंचेचाळीस इंच जाडीचं, सहा फूट लांबीचं कापड तुमच्या सेवेला हजर. उंचीकडून फाडत राहिलात तर तिचे डझनावारी तुकडे होतात. या तुकड्यांच्या गाठी मारत राहिलात तर....

मी पण असाच एक दोर केला आहे. दणकट झालाय चांगला आणि रंगीतही.

खिडकीच्या वरच्या गजापर्यंत पोहोचण्याचा किती प्रयत्न केला. पण छे, फारच उंच आहे ही खिडकी. हे काम काही सोपं नाहीये. खिडकी आहे, सात फुटांवर आणि मी आहे, पाच फूट चार इंच.

इतकी विचित्र खिडकी आत्तापर्यंत पाहिली नव्हती. अर्थात, मी आत्तापर्यंत चिनी हॉटेलमध्ये तरी कुठे आले होते? ते पण सीमेवरच्या शहरातल्या चिनी हॉटेलमध्ये. पुढे तुरुंगापर्यंत जातानाचा हा थांबा आहे. तिथे सरळधोप भिंती, बुटकं छत, जाडे गज असलेल्या उंच खिडक्या.

माझ्या साऱ्या आशा या खिडकीच्या गजांवर लटकल्या आहेत.

या खिडकीमुळेच तर मला ही प्रेरणा मिळाली. खिडकीतून दिसणाऱ्या इवल्याशा आभाळाच्या तुकड्यात सूर्यास्त पाहताना. जर रोखून पाहिलं तर हे लाल-सोनेरी आभाळ पुसून टाकू शकते. तिथे लाल-सोनेरी रंगांच्या छटा उधळणारा समुद्र येऊ शकतो. या नव्या समुद्रावर ढग दाटताहेत. छोटी बेटं, समुद्रकिनारे तयार होताहेत... समुद्रात तरंगणारं, सोनेरी रंगानं न्हायलेलं एक बेट मला दिसतं.

अप्रतिम! निव्वळ सुंदर! मी जर क्लृप्ती लढवत राहिले, तरच हे मला दिसत राहणार! पण लवकरच सगळं पुसट होऊ लागतं – आभाळ, समुद्र, खिडकीतून दिसणारी ती जादू, सारंच... आणि मी जोरात प्राप्त परिस्थितीत येऊन धडकते. हं म्हणजे गजांमागे.

पण खरं सांगू? त्या सूर्यास्ताकडे बघताना मला ही खिडकीही निराळी दिसू लागली आहे. आता मला ते गज म्हणजे सुटकेचा एकमेव मार्ग वाटू लागले आहेत. अर्थात, ते थोडेसे अगदी एखादा फूट जरी खाली असते, तर फार बरं झालं असतं... हातातला दोर गजात अडकवायचा प्रयत्न करताना मला दम लागतो आहे. अधेमधे थांबणं भाग आहे. दोर हातात उंच धरल्यानं हाताला रग लागली आहे. डोकंही भणभणतं आहे. पुन्हा-पुन्हा मी डोकं भिंतीला टेकवून स्थिर व्हायचा प्रयत्न करते आहे. भिंतीच्या गारीगार प्लॅस्टरमुळे डोकं थंड होतंय.

डोकं भिंतीला टेकवून खाली बघत मी पुन्हा एकदा खिडकीच्या गजात दोर अडकवायचा प्रयत्न करते, अंदाजानं! उभं राहायला काही असतं तर काम किती सोपं झालं असतं. खुर्ची, खोकं, काहीही. पण इथे मी चढू शकेन, अशी गोष्ट म्हणजे एक सोफा, पलंग होता, पण तो हलवणं शक्यच नव्हतं. गालिचावरून हा जाडजूड सोफा ढकलत आणणंही अशक्य. पलंगाजवळचं बांबूचं टेबल काही उपयोगाचं नव्हतं. पिवळट दिव्याचा प्रकाश फेकणारा एक काचेचा टेबलस्टँड, त्यावर प्लॅस्टिकचा कानोसा, इतक्या वजनानंही ते वाकलं होतं.

हुश्श! मला हवी तिथे बरोब्बर गाठ बसली एकदाची! आता मला गळ्यात लटकणाऱ्या फासाचा मेळ जमवला पाहिजे. हे कामदेखील जिकिरीचं आहे. माझ्या गळ्याला गाठ बसेपर्यंत दोराची लांबी पुरली पाहिजे आणि गुडघे वाकवल्यावर लटकेल इतका तो आखूड झाला पाहिजे.

झालं, मला वाटतं सगळं नीट जुळलं आहे. मी एकदम बरोब्बर जागी दोराची गाठ आवळली. आता मला कसंबसं चौड्यावर उभं राहता येतंय, पण ज्या क्षणी माझा गळा आवळला गेला, तेव्हा काहीतरी भयानक घडलं. माझं शरीर एका झटक्यात ताठर झालं. पोटऱ्यांचे स्नायू कोणीतरी तोडून टाकतंय असं वाटलं. सगळे याला चार्ली होर्स की काय म्हणतात वाटतं. या चार्ली होर्सनं माझ्या शरीराचा ताबाच घेतलाय. मला हलता येत नाही, डोळ्याला काही दिसत नाही. अंधाऱ्या, खोल खोल खड्ड्यात पडते आहे.

अच्छा! असं वाटतं तर असा आहे हा शेवट – हवासा आणि नकोसा शेवट. अंत. पण मला हे नको होतं. मी हे असं ठरवलं नव्हतं. मला थांबायचंय. मला त्या खड्ड्यात पडायचं नाहीये. मला तिथून निघून जायचंय, पण स्नायूंना कसलीच जाणीव नसेल तर कसं हलायचं? कसं चालायचं? कमरेखाली काहीतरी होतंय, कसंतरी होतंय, काहीतरी तिथवर वाहतंय. माझ्या स्त्रीत्वाचं अस्तित्वही बंड करतंय.

या कोंडीतून बाहेर पडायचा एकच मार्ग मला दिसतो आहे. जोरात ओरडणं. मी ओरड, ओरड ओरडते. पाय जमिनीवरून सुटण्यासाठी तर वाकले पाहिजेत. ते माझं ऐकतच नाहीत. मी वेदनांनी कळवळत खेकसते. ऐका माझं, अंगातली आहे-नाही ती सगळी शक्ती एकवटून गुढ माझं ऐकायला भाग पाडते.

आत्ता कोण दार वाजवतंय?

प्रतिक्षिप्त क्रियेसारखे पाय जमीन गाठतात. दोर अजून गळ्याभोवती लटकलेला आहे. कोणाला मी अगदी आत्ताच्या आत्ता हवी आहे? दारावरच्या थापा थांबतच नाहीत. दार उघडल्याशिवाय थांबायचं नाव घेतील, असं वाटत नाही. आता तर आक्रोशही. "मिस्टर जियांग... मिस्टर जियांग...."

ही स्वागतकक्षातली मुलगी, तिचा आवाज असा येतोय जणू अस्थमाची धाप लागलीय.

गळ्यात पडलेली मृत्यूची गाठ सुटता सुटत नाही. एकीकडे मी ओरडते, "मिस्टर जियांग नाहीत. इथे नाहीत ते...."

"दार उघडा. तुम्हाला सांगायलाच हवं. मिस्टर जियांग...."

"काय झालं?" मी ओरडून विचारते.

"मिस्टर जियांग... त्यांनी आत्महत्या केली."

दोन

मी खूप वाट पाहिली होती. सीमेपार जाणं शक्य होणार नाही, हे अगदी सुरुवातीपासूनच ठाऊक होतं. तसा कधी प्रयत्नही केला नव्हता. तरीही वाट पाहणं सोडलं नव्हतं. बँकॉकला असताना विलनं सागितलं की, सारं संपलं आहे. अगदी तेव्हाही मला माहीत होतं की, सीमेपार जाणं अशक्य आहे.

नव्या चामड्याच्या ब्रीफकेसच्या कप्प्यात हात घालून त्यानं एक डायरी बाहेर काढली. आम्ही गेले दहा वर्ष बरोबर होतो पण खिशात तीन बाय पाचची दोन-चार कार्ड सरकवल्याशिवाय तो बाहेर गेल्याचं मी तरी पाहिलं नव्हतं. रात्री तो आल्यानंतर मी त्याचे खिसे रिकामे करायचे तेव्हा त्या कार्डांवर कसल्याशा नोंदी, याद्या, फोन नंबर, आकृत्यांची गर्दी झालेली असायची. पण वही... हे काहीतरी नवंच होतं. त्याची लेदरची ब्रीफकेसही नवीनच आणि तो माझी नजर चुकवत होता, तेही तसं नवंच!

"तर असं सारंकाही ठरलं आहे." त्यानं पुढे झुकून वहीचं पान उघडत मला सांगितलं. कॉफी टेबलवर वही ठेवली. मला वाटलं की, हा काहीतरी नवा खेळ असणार पण वहीवर जे उमटत होतं ते बघून माझा श्वास अर्धा झाला. त्यानं एकहाती काढलेली उत्तर बर्माची सीमा अडखळती नव्हती आणि माझ्या माहितीप्रमाणे अचूकही होती. ती दातेरी सीमा – जणू आगीच्या ज्वाळा – ईशान्येकडे ही सीमा भारताकडे झेपावत होती, तर वायव्येकडे चीनमध्ये. चीनच्या दिशेला उजवीकडच्या कोपऱ्यात त्यानं एक छोटा गोल काढला. "तुला इथे जायचंय, कुनमिंग...."

"कुनमिंग?"

"हो, कुनमिंग. ती युनानची राजधानी आहे."

हा मला असं सांगत होता, जसं काही मला माहीतच नाही कुनमिंग कुठंय ते! गेलं वर्षभर तो हेच तर बोलत होता, अखंड. कुनमिंग – पुरातन चिनी शहर. नव्या आर्थिक विस्तारात या शहरानं आधुनिकतेकडे झेपावत जणू कात टाकली होती. युनान – दुर्गम आणि खडकाळ आग्नेयेचा भाग. आता प्रवास आणि व्यापारासाठी

खुला झालेला प्रांत. युनान यंव अन युनान त्यंव. सारं कितीदा ऐकलं आहे मी!

"कुनमिंगमध्ये तुला कोणीतरी भेटेल आणि बसमध्ये बसवेल. तू जुन्या रस्त्यानं जाशील." तो सांगत होता.

जुना रस्ता, याबद्दलही मी अगदी कान किटेपर्यंत ऐकलं होतं. जुना बर्मा रस्ता गेली पन्नास वर्षं बंदच होता. आता मात्र एका बाजूनं अवैध चिनी शस्त्रास्त्र आणि बेकायदेशीर लोकांची ने-आण आणि दुसऱ्या बाजूनं बर्मी साग आणि हेरॉइन घेऊन जाणारे घोंघावणारे ट्रक असं चित्र होतं. विल या रस्त्याला 'स्मगलर्स हायवे' म्हणायचा. हा मार्ग कुनमिंगहून निघत पार युनानच्या पर्वतराजी पार करत असे. थेट बर्मी सीमेपर्यंत जाई. युनानचा केंद्रशासित प्रदेश म्हणजे माणसाचा हातही न लागलेली चीनची आग्नेय सीमा होती. नैसर्गिक स्त्रोतांनी समृद्ध आणि विकासाची फळं चाखायला तयार. या जुन्या रस्त्यामुळे बऱ्याच गोष्टी साध्य होत होत्या.

पूर्वी जेव्हा विल या बर्मा रस्त्याबद्दल बोलत असे, तेव्हा याला अशा कोणाचीच पावलं न लागलेल्या रस्त्यांबद्दल आकर्षण आहे, असं म्हणून मी सोडून देत असे. त्याच्याकडच्या जुन्या सैनिकी खासगी नकाशांसारखं. त्यावर लिहिलेलं असे, 'रिलिफ टेरिटरी इनकम्प्लिट' किंवा 'बाउन्ड्री ओन्ली अप्रॉक्झिमेट.' ज्या प्रदेशांचे नकाशेही आखले गेलेले नाहीत, त्या भागांचं याला इतकं आकर्षण का, हे काही मला कधी कळलं नव्हतं. आता तिथे कोणी गेलेलं नाही, त्याचा कोणी नकाशाही आखला नाही, याचा अर्थ स्पष्ट आहे ना, तो भाग जाण्यासारखा नाही. त्यानं मला पूर्वी एक पुरातन नकाशा दाखवला होता, त्यातल्या काही भागांवर ड्रॅगनची चिन्हं होती. त्यानं सांगितलं की, पूर्वी नकाशे बनवणारे, माहीत नसलेल्या भागांना अशी चिन्हं द्यायचे. बर्मा रस्ता हा अशाच भागांपैकी एक होता. त्यावरही असंच ड्रॅगनचं चिन्हं होतं, अशी माझी समजूत होती. पण आता माझ्या असं लक्षात येऊ लागलं होतं की, त्याचं हे आकर्षण काही वेगळंच वळण घेऊ लागलं होतं. त्या वळणावर तो मलाच उभं करत होता.

"जुन्या रस्त्यानं गेलीस तर तीन दिवस लागतील." तो बोलायचा थांबेनाच. "चीनच्या दिशेला 'वॉंटिंग' नावाचं शहर आहे. या रेषेच्या शेवटाला..." त्यानं रेषेच्या शेवटी एक ठिपका काढला आणि त्यावर त्याच्या उभट अक्षरात, ठळक लिहिलं "वॉंटिंग. माझ्याकडे ते दुसरं पेन असतं तर बरं झालं असतं." तो म्हणाला, "थांब! मोलकडे असेल, मी आत्ता घेऊन येतो."

मोल म्हणजे विलचा मित्र. तो मला तिथे राहू द्यायला तयार झाला होता. चांगला माणूस होता. ब्रिटिश होता. अगदी खोटं वाटेल इतका दयाळू होता. विल माझं काय करणार आहे, याचा बहुधा त्याला अंदाज होता. त्या दिवशी सकाळी जाताना, तो आता सुटी संपेपर्यंत येणार नाही म्हणाला. (कोणाच्या अध्यात-मध्यात

नको म्हणून असेल.) त्याच्या चेहऱ्याकडे बघून तो कधीही रडेल असं वाटायचं.

विल पेन आणायला आत निघून गेला. काचेची दारं-खिडक्या असलेल्या त्या खोलीत मी एकटीच उरले. मोल त्या खोलीला 'कॉन्झर्व्हेटरी' म्हणायचा. त्या भागात अशी काचेची खोली वगैरे असणारं तेवढं एकच घर होतं. ते फक्त मुत्सद्दी आणि श्रीमंत परदेशी मंडळींकरता राखून ठेवलेलं असे. 'पण ही कॉन्झर्व्हेटरी नाहीये.' मोलशी विनाकारण वाद घालताना विल म्हणे. 'ही वेडी खोली आहे. सगळीकडून काचा म्हणजे चोर आणि लुटारूंना आमंत्रणच.' बाकीची सारी घरं चांगली भक्कम विटांची होती. भिंतीवर उंच वातानुकूलित यंत्र लावलेलं... बाहेर भक्कम दारं. बाहेरच्या जगापासून संरक्षण करण्याची सारी व्यवस्था केलेली घरं. पण मोलनं त्याच्या ब्रिटिश शिक्षण घेतलेल्या थाई घरमालकिणीचं मन वळवलं होतं. तिला ही काचेची खोली बांधायला भाग पाडलं होतं. या खोलीतलं फर्निचरही अत्याधुनिक फॅशनचं होतं. बुटक्या, नाजूकशा खुर्च्यांना उंच पाठी होत्या, मोराच्या पिसाऱ्यासारख्या. त्यावर मोराच्या पिसाऱ्याच्याच डिझाइनचे कॉटनचे अभ्रे होते.

ही कॉन्झर्व्हेटरी म्हणजे मोलची आवडती खोली झाली होती. त्याच्याकडच्या खास क्युबन सिगारेटी फुंकायलाही तो हीच खोली निवडायचा. अर्थातच, त्यामुळे या काचेच्या खोलीचं धुरांड व्हायचं. खिडक्या उघडण्याशिवाय पर्यायच नसायचा. मग करकरत त्या खिडक्या उघडा. उंच छतावर गरगरणारा पंखा सगळ्यात जास्त वेगात चालू करा. पुन्हा पाऊस सुरू झाला की, त्या खिडक्या बंद करण्याचा उपद्व्याप. घरघर आवाज करणारा एसी पुन्हा चालू करा. हा एसी तर अक्षरशः एखाद्या ट्रकसारखा आवाज करतोय.

शेवटी ते घडतच होतं. विल मला दूर लोटत होता.

कदाचित, तो पेन आणायला म्हणून आत गेला ते नुसतं कारण असावं. त्याला एखादा पेग घ्यायचा असेल. विलच्या हातात दारूचा प्याला असेल तर मग काहीही होऊ शकतं. त्याचा मूड बदलू शकतो. माझं नशीब बदलू शकतं.

पण तो परत आला, तेव्हा त्याच्या हातात पेला नव्हता. फक्त पेन होतं. त्यानं परत नकाशा हातात घेतला आणि कुनमिंग ते बर्मा सीमेपर्यंत – पश्चिमेकडून दक्षिणेकडे रेघा आखत बसला. "हा तुझा रस्ता आहे. अगदी हाच." तो त्या नकाशात बाकीच्या शंभरशे साठ अनावश्यक गोष्टी काढत बसला. रेघा गडद केल्या, वेगवेगळ्या जागा ठळक करत बसला. मग त्यानं बर्मा लिहिलं होतं तिथे म्यानमार असं लिहिलं – जसं काही मला माझ्या देशाचं नवं नाव माहीतच नव्हतं. मग त्यानं पूर्वेकडच्या सांस्कृतिक जागांची नावं लिहायला सुरुवात केली – "चीन, काचीन, शान." मग त्यानं लिहिलं, "लू... तुझं घर..." तो त्या ठिपक्यावर अगदी कागदाला भोक पडेपर्यंत पेन आपटत बसला. "तुला तिथे काय सापडेल याची

कल्पना करायचा प्रयत्न करतोय मी.''

आवाजांच्या गदारोळात मला काही विचारच करता येत नव्हता. पाऊस छतावर अक्षरश: आदळत होता. एसी घरघरत होता. माझ्या बाजूला ठेवलेल्या बादलीत गळणाऱ्या छताचं पाणी टिपटिपत होतं. सगळा नकाशा अक्षरांनी बरबटला होता, नुसत्या रेघोट्या साऱ्या. विलचे शब्द कानी आले तशी मी तंद्रीतून जागी झाले. ''चिंता करू नकोस ना गा. माझा मित्र यान डिंग सारी व्यवस्था चोख करतो आहे.''

माझा कानांवर विश्वासच बसेना. बँकॉक, हाँगकाँग, न्यू यॉर्क आणि कुनमिंगमध्ये घरं असलेला युनानी कोट्यधीश यान डिंग. नशेच्या व्यापारामध्ये रस असलेला कोणीही, विद्यार्थी, पत्रकार, सरकारी अधिकारी, अगदी आघाडीचे नशेचे व्यापारीदेखील मदत लागली की, त्याच्याकडे सल्ल्यासाठी धाव घेत असत. विलनं मला इथून पोहोचवण्याची व्यवस्था करण्यासाठी थेट यान डिंगशी संपर्क साधला होता.

''तो युनानचा राजकुमार आहे.'' आता विल गालातल्या गालांत हसत होता. त्याच्या आठवणी जाग्या झाल्या होत्या. ''साम्यवाद्यांनी सत्ता हातात घेईपर्यंत त्याचं घराणं युनानच्या सत्तेवर होतं. पण काहीही म्हण, सरकारपासून विरोधी पक्षापर्यंत सर्वत्र त्याचे संबंध आहेत. तुला काहीही न होता घरी जर कोणी पोहोचवू शकणार असेल, तर तो फक्त हाच माणूस. तो कोणाला तरी तुला कुनमिंगहून घ्यायला पाठवेल. वाँटिंगमध्ये जियांग म्हणून एक आहे, तो यानचा उजवा हात आहे, तो तुला भेटेल. तो आवश्यक ती सारी कागदपत्रं तयार ठेवेल. तुला सुरक्षित नेण्याची सारी जबाबदारी त्याची.'' विल खुर्चीत रेलून बसला आणि एकदाचं त्यानं माझ्या नजरेला नजर दिली – तो नेहमी डोकं मागं झुकवून नाकाकडे नजर नेत बघायचा. ''काही प्रश्न, शंका?''

तुला माझी भीती वाटतेय आणि मलाही तुझी भीती वाटतेय. माझे दात थंडीनं वाजत होते.

''तुला थंडी वाजतेय?'' तो चपळाईनं एसी बंद करायला उठला. नकाशा रंगवणं झाल्यावर त्याला करायला अचानक काही काम आलं होतं. ''मला माहीतेय काय विचार करते आहेस तू.'' तो उभ्यानंच म्हणाला, ''तू विचार करते आहेस की विमानानं का नाही जायचं?'' खरंतर माझ्या मनात अगदी हाच विचार येऊन गेला आहे. इतक्या खाच-खळग्यांच्या – धोकादायक रस्त्यानं जाण्यापेक्षा –

हं... माझ्याकडे पासपोर्ट आहे – अधिकृत थाई पासपोर्ट, विलची कृपा.

''गोष्टी इतक्या सोप्या नाहीत!'' एसीचा आवाज नसल्यानं विलचा आवाज एकदम मोठा आणि घाबरवणारा वाटला. ''तुला रंगूनला विमानानं जावं लागेल, पण परदेशी पासपोर्ट हातात आहे म्हटल्यावर तुला देशाच्या त्या भागात, स्पेशल बी झोनमध्ये प्रवेश मिळणं अशक्य आहे.''

तो एकीकडे त्याचं सामान भरत होता. तो निघाला होता. त्यानं वहीतून नकाशा फाडून कॉफीटेबलवर ठेवला. वही पुन्हा बॅगेत गेली. हे सारं करताना त्याला अजिबात घाई नसल्याचं सोंग आणत होता. माझ्या नजरेला त्याच्या पट्ट्याचं बक्कल दिसत होतं. अगदी एक-दोन आठवड्यापूर्वी मी त्याच्यासाठी हा पट्टा आणला होता. जातूजाक आठवडी बाजारातून. मस्त चामडं, एका बाजूला काळा आणि एका बाजूला किरमिजी. फक्त बक्कल बदललं की पट्टा हव्या त्या दिशेनं घालता यायचा. त्यानं पट्टा घातला होता याचा अर्थ कदाचित मी दिलेलं सगळं काही तो फेकून देणार नव्हता. जवळ ठेवाव्या अशा किमान काही गोष्टी तरी त्याला सापडलेल्या असाव्या.

'नू,' खेळकर आवाजाचं ढोंग करत तो म्हणाला, "तुला चीनमार्गे जायचं आहे. वाँटिंगमार्गे. लू राज्यात प्रवेशासाठी तीच जवळची सीमा आहे. तिथे फारकाही कडक तपासनाकेही नाहीत. एक दिवस चालायचा रस्ता आणि मग एकदा सीमा पार केलीस की, तू घरी सुरक्षित पोहोचशील."

विलचा हात दारावर होता. त्याच्याकडे धावत जावं आणि मनं मोकळी होईपर्यंत तो हात सोडूच नये असं किती मनात आलं. अजूनही आशा होती, तो म्हणेल, "बू! कसं उल्लू बनवलं! मी तुला असं जाऊ देईन असं वाटलं नव्हतं ना तुला? तुला वाटतं काय? मूर्ख आहे मी?" हा माणूस, यानं मला वाचवलं होतं – मला जगवलं होतं – याच्याबरोबर मी दहा वर्षं राहत होते, एकाच पलंगावर झोपत होते. तो माझ्याकडे अशी पाठ फिरवून चालला होता. नाही, तो मूर्ख नव्हता. तो फक्त अपरिचित होता – एका अपरिचिताबरोबर मी आयुष्य बांधलं होतं.

बाहेर पडून खोल श्वास घेताना मी त्याला पाहिलं. एखादा कैदी सुटल्यावर जसा स्वातंत्र्याची हवा श्वासात भरून घेतो तसा. हा मेला पाऊस कोसळतच होता, पण विल आता प्रकाशाची वाट चालत होता.

मी दारावर डोकं आपटलं, पण विल गेल्यावर. त्याच्या टोयोटा कॅम्रीच्या काचा झटक्यात लावून वेगानं गेल्याचं कानांना कळल्यावर मी बंद दारावर डोकं आपटलं. त्यानं मला डांबून ठेवल्यासारखी दाराशी झटत राहिले. मनगटं दुखेपर्यंत, सुजेपर्यंत.

अंगातली शक्ती गेल्यासारखी जमिनीवर कोसळले. तुला चीनमार्गे जायचं आहे. त्याच दिशेनं जायचं आहे. त्याच दिशेनं जायचं आहे. मी हुंदके देत, दात आवळून, तोंड वेंगाडून त्याची नक्कल करत राहिले,

पण शेवटी त्याच वाटेनं गेले.

तीन

"थांब." ती स्वागतिका तिच्या कामाकडे वळण्यापूर्वी म्हणाली, "प्लीज, थांब!"

हॉटेलच्या बिलाची काळजी करायची गरज नाही, असं तर हिला म्हणायचं नव्हतं? पण हा आठवडा संपेपर्यंत पैसे तर भरलेच होते. जियांगनं इतर शंभर गोष्टींसारखीच याही गोष्टीची सोय केली होतीच. बिचारा कर्तव्यदक्ष नोकर होता ना तो... आता माझ्या ह्या तारणहारानं स्वत:ला गोळी मारून संपवल्यानं मी अजून जास्त दिवस इथे राहावं, असं ती म्हणत होती की काय?

गळफासामुळे गळ्यावर चांगलाच वळ पडला होता. तिथे हातानं चोळत मी दार उघडायला गेले – तर ती तिथे व्हरांड्यातल्या अंधूकशा प्रकाशात उभी होती – कसलीशी पॅचवर्कची केप्री घातल्यानं ती अजूनच बुटकी दिसत होती.

"जियांग?" हे सारं एकाच वेळी पचवणं मला खरंच जड जात होतं. "स्वत:ला गोळी घातली? पण कशी?" मला खरंतर कशी असं नव्हतंच विचारायचं. का असं विचारायचं होतं.

त्या मुलीनं कपाळावर बोट टेकवून खुणेनंच मला सांगितलं. तिनं डोळे आणि ओठ गच्च मिटून घेतले होते. खूप वेळ तिनं बोट तसंच कपाळावर ठेवलं. मग अदृश्य ट्रिगर ओढलं. त्या अदृश्य धक्क्यानं ती चांगलीच हलली. "रक्त!" भिंतीकडे, छताकडे आणि जमिनीकडे बोट दाखवत ती विव्हळत होती. "रक्त – आणि आणि काय... काय...!"

हातानं तोंड लपवून ती हुंदक्यावर हुंदके देत होती. तिच्याबरोबर काम करणारा तिला ओरडून काहीतरी गोंधळात टाकणारा प्रश्न विचारू लागला. तो ओरडायला लागेपर्यंत ती हुंदके देत होती. मग तिनं एक दीर्घ श्वास घेतला आणि हात तोंडावरून काढले. विचारलेल्या प्रश्नाला तिनं अजून एका प्रश्नानंच ओरडून उत्तर दिलं. ते इतका घसा खरवडून काय ओरडत आहेत, याचा मला गंधही नव्हता. पण नंतर नंतर तो माणूस तिला काहीतरी धमक्या देतोय असं वाटू लागलं होतं. काय माहीत?

तो तिला मीठ कुठे ठेवलंय किंवा पुढच्या दाराच्या किल्ल्या कुठे आहेत असंही विचारत असेल. चिनी लोकं एकमेकांशी तारस्वरात बोलत असतील तेव्हा ते जीव खाऊन भांडताहेत की निव्वळ हवा-पाण्याच्या गप्पा मारताहेत, हे सांगणं अवघडच असतं.

त्या मुलीचे डोळे रडल्यामुळे सुजले होते. तिचं नाकही अजून वाहत होतं. नायलॉनच्या बाहीनं नाक टिपत ती माझ्याकडे पाहून कसनुशी हसली. ''नो नीड टू वरशीप.'' ती तुटक तुटक बर्मी बोलायची. तिनं चुकीचा शब्द वापरला होता,'काळजी करू नकोस' असं म्हणायच्या ऐवजी शब्दाचा हेल लांबवल्यानं वरी'चं वरशीप झालं होतं.

'लगेच जायची घाई करण्याची गरज नाही.' असं सांगण्याचा ती प्रयत्न करत होती. 'राहा, प्लीज राहा इथे.' जशी काही मी जोरात गाडी चालवत होते आणि ही ट्रॅफिक पोलीस होती, असा माझ्याकडे बघून हात करत होती. मला ताण येऊ नये, मी घाईघाईनं काही करू नये असं सांगण्याचा ती प्रयत्न करत होती. ''राहा! नीट राहा!''

''थँक यू! थँक यू!'' ही कधी एकदा खाली जाऊन तिच्या कामाला लागते असं मला झालं होतं. जरा एकटीनं, शांतपणे, डोकं ठिकाणावर ठेवून विचार करण्याची आवश्यकता होती. मी तिला अक्षरश: दाराबाहेर ढकलत नेलं. तिच्या पावलांचा दूर जातानाचा आवाज ऐकून पलंगावर अंग टाकलं.

जियांग! जियांग! सगळे सोडून तूच – आम्ही दोघे एकाच वेळी, एकाच गोष्टीचा विचार करत होतो, हे कसं शक्य आहे? काय झालं असतं? कसं शक्य आहे? पण त्या नालायकानंच माझ्यावर तशी वेळ आणली होती. अर्थात, मी गळफास लावून घेण्याचं नाटक करत होते. नाटक नाहीतर काय? मला जर खरंच तसं करायचं असतं, तर कधीच फास आवळला असता. किती भयंकर! किती मूर्खपणा! किती पळपुटेपणा!

मुळं दुखतील इतक्या जोरात मी माझे केस ओढले. घसा खरवडून ओरडायचं होतं. रडायचं होतं. या सगळ्याला काही अर्थच नव्हता. काही काळापूर्वी माझ्या गळ्याभोवती असलेला दोर अजून खिडकीला लटकत होता. एक बरं झालं की, ती मुलगी स्वत:च इतकी गोंधळली होती, तिचं खिडकीला लटकणाऱ्या फासाकडे लक्षच गेलं नाही.

पण आता काय? मला काहीतरी हालचाल केलीच पाहिजे. आधी या पलंगावरून उठलं पाहिजे. इथे अशी जीवनाच्या अंतापर्यंत पडून राहू शकत नाही. मी काही भूकंपाच्या धक्क्यामुळे कोसळलेल्या इमारतीच्या ढिगाऱ्याखाली सापडलेली मुलगी

नाही की तिथेच अडकून संपून जाईन. सूर्य आता चांगलाच तापला होता. खिडकीच्या गजांतून चटके देत होता. गज मोठे वाटत होते तुरुंगासारखे, पण मी अजून तुरुंगात अडकले नव्हते. म्हणजे खऱ्याखुऱ्या तुरुंगात म्हणते आहे. मी एका चिनी हॉटेलमध्ये आहे. इथून कधीही उठून कुठेही जाऊ शकते. मुक्तपणे.

पण आता जियांग गेल्यामुळे मला पुढे जे करायचं त्याचा फेरविचार केला पाहिजे. इथे राहावं? म्हणजे तसाही इथे राहण्याशिवाय पर्याय काय आहे?

तरी बरं पैशांचा काही प्रश्न नाही. म्हणजे आजच्या घडीपर्यंत तरी नाही. माझ्याकडच्या नायलॉनच्या पट्ट्यात मी पैसे ठेवले आहेत – उठल्यावर मी पहिली कोणती गोष्ट करत असेन तर तो पट्टा चढवणं. पलंगावर रात्री पाठ टेकल्याशिवाय तो पट्टा मी काढत नसे. त्यात शंभर डॉलरच्या पाच करकरीत नोटा आहेत. या छुप्या कप्प्यात बसाव्या म्हणून आता गुंडाळून ठेवल्या आहेत. जेव्हा मी त्या नोटा काढून टेबलवर ठेवते तेव्हा त्याचा एक सुबकसा तंबू बनतो.

पाच हा सुदैवी आकडा आहे. आवश्यक असा आकडा. हाताचा पंजा पूर्ण होण्यासाठी पाच बोटं लागतात. पायाला पाच बोटं आणि पाच हा आकडा दहाच्या निम्मा आहे. म्हणजेच काहीही मोजदाद करायची असली की किती महत्त्वाचा. या नोटा सुदैवी म्हणून मी किती जपल्या होत्या. एक गोष्ट चांगली झाली की, आता मी एकटी आहे तेव्हा मला या पाचांची गरज भासेल.

केवळ या पाच नोटा आहेत म्हणून हा पाच आकडा, ही अंधश्रद्धा वगैरे जाऊ दे. पण आणखीही एका कारणासाठी या पाच नोटा माझ्यासाठी फार फार महत्त्वाच्या आहेत. विलनं मला दिलेली ही शेवटची भेट आहे. भेट कसली, शेवटचा ठोसा मारला म्हणू या. मी निघताना त्यानं माझ्या जीन्सच्या मागच्या खिशात नोटांची गुंडाळी ठेवली, केस कापल्यानंतर टीप ठेवतो तशी. मी तेव्हा गाडीत बसण्याच्या तयारीत होते. गाडी सुरू झाली होती. ही गाडी मला विमानतळावर घेऊन जाणार होती. (मी एकटीच चालले होते. हे निराळं सांगायला नकोच म्हणा. विल सोबत येणार नव्हता, त्याला विमानतळावरचे निरोपाचे अश्रू आवडत नाहीत.) त्यानं खिशात काहीतरी ठेवलं हे कळल्यावर मी आश्चर्यानं मागे वळले. पैशाला तो 'मॅड मनी' असं म्हणायचा. खिशातून नोटा बाहेर काढून त्या मोजत असताना मध्येच मी त्याच्या चेहऱ्याकडे पाहिलं. जास्तीची टीप दिल्यावर पश्चात्ताप केल्यासारखे भाव होते त्याच्या चेहऱ्यावर.

पाचशे डॉलर्स म्हणजे खरंच 'मॅड मनी.' विशेषत: जेव्हा प्रत्येक तिकीट, फी, लाच, टीपचा हिशेब ठेवण्याची वेळ आलेली असते. सीमेपर्यंत आणि सीमापार... तसं अजून माझं बचतखातं आहे. विलनंच उघडलं होतं. मी 'घरी' पोहोचले की, मला त्यातून पैसे काढणं शक्य होणार होतं. विलचा हात खुला आहे आणि याची

मी साक्षीदारही आहे. त्या हाताची मूठ माझ्यासाठीच कितीदा तरी उघडली आहे, पण तरी आत्ता मला राग आला आहे. त्यानं टीप दिल्यासारखे पैसे दिले याचा की पैशाला 'मॅड मनी' म्हटलं याचा कुणास ठाऊक. जशी काही मी वाट्टेल ते खरेदी करत पैसे उधळायलाच निघाले होते.

हं, गाडीच्या मागच्या सीटवर बसताक्षणी मी बॅगची चेन उघडली आणि सगळ्यात आतल्या कप्प्यात नोटा ठेवल्या. आत्तातरी हे पैसे जपून ठेवलेले बरे. कदाचित त्यातली पैनपै वापरायची वेळ येऊ शकते, एखाद दिवस. हं! विलकडे बघून मी निरोपाचा हातही हलवला नाही. विलचा ड्रायव्हर नीद नेहमीप्रमाणे फर्राटेदार वळण घेऊन घाईगर्दी टाळण्यासाठी वेगानं गाडी हाकत दृष्टिआड झालासुद्धा!

एक दिवस तो नाश्ता करत बसला असेल – टोस्ट आणि संत्र्याचा रस समोर असेल – आलेली पत्रं बघताना कॉफीचे घुटके घेत असेल – हातातल्या खोट्या चांदीच्या सुरीनं (त्यावर मेक्सिकन सरड्याची मूठ आहे.) – दुसरं कोण देणार – त्याच्या प्रेयसीनं दिलेली भेट आहे ही. पाकीट उघडल्यावर आत दिसतात त्या शंभर डॉलरच्या पाच करकरीत नोटा.

या पाठवल्या कोणी हे कळायला तसा थोडा वेळ जातो – त्याची बायको उत्सुकतेनं बघत असताना तो मान हलवतो – आतापर्यंत ती त्याची बायको झालेली असेल – ती त्याच्या समोरच्या खुर्चीवर बसलेली असेल. तिथे कधीकाळी मी बसत असे. नोटा पाकिटात ठेवताना तो नोटांमधला कागदाचा कपटा बघेल. लिहिलेलं वाचून त्याच्या चेहऱ्यावरचे भाव झरझर बदलतील.

'तुझेच आहेत.' मी पाठवलेल्या कपट्यावर लिहिलेलं असेल.

आत्तातरी या नोटा पट्ट्यामध्ये नीट ठेवल्या पाहिजेत. चला, आता तयार झालं पाहिजे आणि समोरचा दिवस पार पाडला पाहिजे. पहिलं म्हणजे नाश्ता, वाँटिंग बाजारपेठेत. पोटात भुकेनं गुरगुरलं. माझ्या घशाखाली सर्व प्रकारचे पदार्थ उतरावे म्हणून जियांग प्रयत्नांची पराकाष्ठा करायचा. तसा नाश्ता नको.

व्हरांड्यात कोणीच नव्हतं. ते एक बरं झालं. सर्वांची नजर चुकवून मला हॉटेलबाहेर पडता आलं. ती रडकी मुलगी आणि तिचा तो वसवस करणारा सहकारी, दोघं समोर नाही आली म्हणजे मिळवली. पहाटेची थंड हवा अंगावर घेऊ लागले. तसे मी उबदार कपडे घातले होते, पण अर्ध्या तासात सूर्य वर येईल. मी मस्त गरमागरम चहा तोंडाला लावला असेल. हवा इतकी प्रसन्न होती की, मी कोणत्या परिस्थितीत आहे, ते क्षणभर विसरूनच गेले. नाताळ! अरे हा तर नाताळचा दुसरा दिवस. खरंतर आज इथून निघणं अपेक्षित होतं. आणि मी अजून इथेच आहे, वाँटिंगमध्ये.

आता उजाडलंय तरी रस्त्यावर वर्दळ म्हणावी तशी नव्हती. दुकानं अजून बंदच होती. कड्या-कुलपं लागलेलीच होती आणि वरच्या मजल्यावरच्या खोल्यातही सामसूम दिसत होती. तसाही हा सीमेवरचाच भाग होता म्हणा. इथे रात्रीचे दिवस होतात. रात्रीच चमकदार असतात. रस्त्याच्या कडेला काही जण लवकर उठलेली दिसत होती. एक लहान मुलगा पाटीवर काहीतरी मन लावून लिहिण्याच्या प्रयत्नात होता. त्याचे गाल लालबुंद होते. विडीचा झुरका घेत चांभार हातातल्या जुनाट चपलेकडे मन लावून पाहत होता. एक बाई आणि तिची मुलगी रस्त्याकडेला नूडल्स आणि सॉस, लोणच्यांचं टेबल मांडण्यात गर्क होती.

बाजारपेठेतल्या चहाच्या दुकानापर्यंत पोहोचले तोवर तोंडाला पाणी सुटलं होतं. वडाच्या भल्याथोरल्या झाडाखाली हे बर्मी चहाचं दुकान होतं. तिथेच एक रिकामं टेबल बघून मी स्टूल ओढलं आणि बसले. दुकानदाराचा मुलगा हातात माशा हाकलायची छडी घेऊन माझी ऑर्डर घ्यायला आला. इथे येऊन खाण्यासाठी मी कधीपासून वाट बघत होते. अगदी आतुर झाले होते. माझ्या रंगूनच्या दिवसांचा हाच नाश्ता असायचा. त्या मुलानं नाश्त्याची ताटली समोर ठेवली. मी पहिला घास घेतला. कडू-गोड-दुधाळ चहाचा पहिला घोट घेतला, हातातल्या पावाचा तुकडा मोडला. नुकताच भट्टीतून काढल्यामुळे पाव अजून गरमागरम होता. मस्त भाजला होता, वर जरासा भाजलेला आणि खालचा भाग चांगलाच खरपूस. तीळ घातलेली वाटाण्याची उसळ चमचा भरून तोंडात घातली. वाटाणे छान शिजले होते, पहिला घास घेतानाच कळली त्याची चव, तो पहिला घास, ती पहिली चव. अचानक मी देवाची प्रार्थना करू लागले. मोठ्यानं नाही, शब्दही बाहेर पडले नाहीत. पण मनाच्या गाभ्यातून प्रार्थना करू लागले. देवा, तुझी कृपा अशीच राहू दे, अशीच राहू दे.

बघता-बघता माझ्या नाका-डोळ्यांतून पाणी गळू लागलं. डोकं खाली घालून मी खात राहिले. कोणी माझे अश्रू बघू नये म्हणून मान वर केली नाही. डोळ्यांतले अश्रू ओठांच्या कडेनं ओघळत होते. ते तोंडात गेल्यानं घासही खारट लागत होता. तरी मी खात राहिले, खात राहिले.

मी एकदा भारतीय सिनेमा पाहिला होता. एक तरुण शिक्षक आणि त्याची बायको दुष्काळी भागात अन्नासाठी वणवण करत असतात. शिक्षकाची बायको एक दिवस इतर बायकांबरोबर कंदमुळं शोधायला बाहेर पडते. त्या सगळ्या पांगतात आणि माती खणत कंदमुळं शोधू लागतात. शोधता-शोधता ही बाई बॉम्बनं उडवलेल्या एका इमारतीजवळ येते. तिथे कुष्ठरोग झालेल्या एका माणसानं आसरा शोधलेला असतो. ती बाई खूप वेळ खणत राहते. तो माणूस तिला बघत असतो. तिला एक बटाटा मिळतो. डोक्यावरून विमानांची घरघर वाढते आणि त्या आवाजात

तो कुष्ठरोगी तिच्यावर बलात्कार करतो. विमानाचा आवाज हळूहळू विरतो. कुष्ठरोगी गायब होतो. इतर बायकांना काय घडलं ते कळतं. बायका तिला उठवण्यासाठी आधार देऊ लागतात. तिचे पाय थरथरत असतात. ती कशीबशी उभी राहते. तेवढ्यात तिला काहीतरी आठवतं. ती वळते. "मला तो बटाटा दे." ती ओरडते.

नाही, बटाटा विसरता कामा नये. पोट भरत असताना कोणी आसवांचा बांध घालता कामा नये.

चार

"तुला आवडेल ही सीमेपासची बाजारपेठ," विलनं अगदी उत्साहानं सांगितलं होतं. "भारी आहे एकदम, वाइल्ड वेस्ट!" वाइल्ड वेस्ट म्हटल्यावर माझ्या मनात काउबॉय आणि इंडियन आले, पण तो अर्थातच निराळ्या पश्चिमेबद्दल बोलत होता – चीनच्या पश्चिमेबद्दल!

या पश्चिमेकडे 'वाइल्ड' असं काय असणार? मी स्वत:लाच प्रश्न केला. या सीमेपासच्या बाजारपेठेत तरी असं काय असणार महान? अशा छप्पन्न बाजारपेठा पालथ्या घातल्या आहेत. तांदूळ आणि मसाल्यांचे व्यापारीही रग्गड पाहिले आहेत. चहा आणि कपड्यांचे व्यापारीही ढिगानं पाहिलेत. पायातले उंच टाचांचे बूट शस्त्रासारखे वापरणाऱ्या अन् अगदी अंतर्वस्त्र म्हणाव्या इतक्या आखूड शॉर्ट्स घातलेल्या वेश्या आणि त्यांच्याशी बोलणारे भडवेही काही कमी पाहिले नाहीत मी. मांस आणि मासे विकणाऱ्यांच्या भाऊगर्दीत, त्या चिखल-रक्तानं भरलेल्या रस्त्यावर माझीही पावलं उमटली आहेत. त्या साऱ्या वातावरणाचा वास माझ्या नाकात भरून राहिला आहे. सडलेली फळं, कुजलेलं मांस, हळद आणि मीठ लावलेले मासे... गुलाबी प्लॅस्टिकच्या पिशव्या मांडून पथाऱ्या पसरलेले घरगुती औषधं विकणारेही माहीत आहेत मला... त्या बिया, चूर्ण, वाळलेल्या फांद्या, पानं, काटक्या, वाळक्या मुंग्या, मुळं, स्फटिकं, प्राण्यांचे अवयव, बरणीत भरलेले छोटे प्राणी.

भरतकाम केलेले स्कर्ट आणि चांदीची नाणी लावलेली जाकीट घातलेले हे भटके व्यापारी माझे दूरदूरचे नातेवाईक असणार. त्यांच्या टोप्या आणि फेटेही उठून दिसत होते. पण अडचण अशी की, मला त्यांची नावं माहीत नाहीत. अर्थात, नावानं असा काय उजेड पडणार आहे म्हणा! शेवटी आपण सारे एकाच कशाचे तरी बनलेले आहोत, या वडाच्या पारंब्यासारखे. मी या वडाच्या भल्यामोठ्या झाडाखाली बसलेय. किती-किती पारंब्या फुटल्या आहेत या झाडाला! एकातून एक निघालेल्या, एकातूनच सुरू झालेल्या.

मागच्याच शनिवारी मी त्या बातमी फलकापाशी जियांगची वाट बघत उभी होते. हा माणूस काळा का गोरा माहीत नव्हता. तोच मला शोधेल, असं गृहीत धरून तिथे थांबले.

बोर्डवर डकवलेल्या कागदावर चिनी आणि बर्मी भाषेत नुकत्याच केलेल्या एका फाशीची बातमी झळकत होती. 'आधी आणि नंतर' अशा छापाचे फोटो होते. तब्बल बावीस बायका आणि पुरुषांचे! प्रत्येकाच्या छातीशी अशा खुणेचा तक्ता होता. त्यानंतरच्या फोटोमध्ये मातीत पडलेले मृतदेह होते.

"ना गा? फार वाट पाहावी लागली का?" मागून आवाज आला. केसांमध्ये रुपेरी छटा असलेला माणूस विचारत होता. तो हेल काढून इंग्लिश बोलत होता. हाँगकाँगमध्ये कसं हेल काढून चिनी बोलतात ना, तसं. पण तो चिनी दिसत तरी नव्हता. त्याची त्वचा गव्हाळी होती – बर्मी किंवा थाई माणसांसारखी. चिनी लोकांसारखी खचितच नव्हती.

"श्रीयुत जियांग?"

"जियांग" तो म्हणाला, "नुसतं जियांग म्हण!" माझ्यासमोर येण्यासाठी तो माहितीफलकाकडे पाठ करून उभा राहिला. त्याची नजर घसरत-घसरत माझ्या ओटीपोटाखाली वळली.

मागच्या फोटोंकडे त्याचं लक्ष वेधण्याचा मी प्रयत्न केला. "हे कधी घडलं?" मी विचारलं.

"मागच्या महिन्यात." त्यानं फोटो बघण्यासाठी वळण्याचे कष्टही घेतले नाहीत. "त्यांनी मागच्या महिन्यात हा 'शो' केला."

"शो?"

"नाटक." तो बर्मी भाषेत म्हणाला.

हं. म्हणजे याला बर्मी येतं तर. तो बर्मी आहे का असं मी त्याला विचारलं खरं, पण उत्तर द्यायचं टाळत तो नुसताच हसला. माझ्यासमोर सिगरेट धरली.

"नाही? सिगारेट ओढत नाही? छान." त्याने मान हलवली. "चांगली गोष्ट आहे... वाईट सवय." नंतर इंग्लिशमध्ये बोलला, "कॉफिन नेल्स."

"कॉफिन नेल्स," सिगरेट शिलगावत पुन्हा म्हणाला. त्यानं एक खोल झुरका घेतला. डोकं हलवत धूर बाहेर सोडला. त्याच्या मानेवर एक मोठा घाव दिसला.

वा! हे छानच. म्हणजे मी एका चोराच्या हातात आले आहे तर! मान कापली जाईपर्यंत काहीतरी करणारा आहे हा. उत्तम! आणि हा मला सुरक्षित पोहोचवणार! मग झालंच!!

"ओळखता नाही येत?" तो बर्मी आहे की चिनी या माझ्या प्रश्नावर त्याला आत्ता उत्तर द्यायचं सुचत होतं. चेहरा वर करून, मान उंचावून तो मला ओळखायला

सांगत होता. तो घाव आता स्पष्टच दिसत होता. हा आपलाच भाऊबंद आहे, हे मी पाहताक्षणीच ओळखलं नाही, असं वाटतं आहे की काय याला?

"नाही, मला नाही ओळखता आलं." मी म्हटलं, "बर्मामध्ये राहत होते त्याला आता युगं लोटली होती आणि तसंही तिथे किती तऱ्हेचे चेहरे दिसतात. चिनी, भारतीय, अँग्लो, मलाय...."

"हो, हो, ते आणि अजूनही कितीतरी," तो आठवत म्हणाला, "शान, कॅरन, काचिन चेहरे..." खरंतर त्याला म्हणायचं होतं की, ते विशिष्ट भाव असलेले चेहरे. म्हणजे थाई, कंबोडिअन किंवा व्हिएतनामी लोकांपासून निराळे उठून दिसणारे बर्मी लोकांच्या चेहऱ्यावरचे भाव. आता मला तेवढंही कळणार नाही का?

"नाही, मला नाही आलं ओळखता." हा मनुष्य मला कशाततरी अडकवत होता, नसती नाती चिकटवण्याचा प्रयत्न करत होता असं वाटून मी म्हटलं. त्याचं लक्ष दुसरीकडे वेधावं म्हणून पुन्हा त्या माहितीफलकाबद्दल बोलायला लागले.

"म्हणजे हे खरं नव्हतं? ही फाशी खरी नव्हती?"

"हं, फाशी खरीच होती." हे सांगताना याच्या चेहऱ्यावर पुन्हा तेच हसू. "फक्त लटकलेले हे सर्वकाही अमली पदार्थाचे व्यापारी नव्हते. या बातमीमध्ये म्हटलंय तसे."

"मग कोण होते ते?" खरंतर मला काडीचा फरक पडत नव्हता.

"प्रेतंच तर आहेत आता नुसती," तो पुटपुटला. त्यालाही या देहांच्या नावा-गावाशी काही घेणं नव्हतं, हे स्पष्टच होतं. "ही बेवारशी प्रेतं आहेत. चोर, भुरटे आणि तुरुंगात खितपत पडलेले गुन्हेगार."

"हं, फाशी म्हणजे आता जणू रोजचीच झाली आहे." तो अचानक खालच्या आवाजात बोलू लागला. "चिनी अधिकारी आता अमली पदार्थ विकणाऱ्यांवर कसे कडक कारवाई करताहेत ते दाखवायला."

"तू याबद्दल ऐकलं आहेस ना?" अचानक संभाषणाची गाडी इंग्लिशकडे वळवत त्यानं विचारलं. मी काही ऐकलं नव्हतं. मला काही माहीत नव्हतं. विलच्या आज्ञेनुसार यान डिंगचा माणूस भेटेपर्यंत त्याची वाट पाहणे, हे माझं काम होतं. ते मी केलं होतं आणि आता हा मनुष्य समोर आला होता. वाँटिंगमधला माझा तारणहार. बर्मी भाऊबंद. हे सारं झालंच, पण आता पुढे काय?

पटपट सांगून मोकळं व्हावं असा काही जियांगचा बेत दिसला नाही. "नीट बघ!" असं म्हणत थोटकातलाही प्राण संपेपर्यंत सिगरेट ओढत तो फलकापासून दूर झाला. याला काय म्हणायचं होतं? काही घाई नाही, सावकाश चालू दे की, या भयप्रद बातमीतून मी काही अर्थ काढणं अभिप्रेत होतं? या माणसाचा अंदाज येणं कर्मकठीण होतं. एका क्षणी हा मानेवरचा घाव मिरवतो आहे, दुसरीकडे जाहीर

फाशीबद्दल मुक्ताफळं उधळतो आहे. तसा याचा चेहरा काही भयानक माणसाचा वाटत नाही. निरुपद्रवी वाटतो असं म्हणता येईल. याची नजर तर दयाळू वगैरे दिसते आहे आणि काहीही विचारलं तरी हसून उत्तर देतो आहे, छे, काहीच कळत नाही.

बातमीवर शेवटची नजर टाकण्यासाठी मी जराशी पुढे जाऊन उभी राहिले. समोरच्या काचेमध्ये माझं प्रतिबिंब पडलं होतं. त्यावर बरोबरची खूण आली होती. हे अजून एक सूचक चिन्ह. असे अपशकुन सारखे अंगावर येत होते. सारे त्या काळोख्या रस्त्याकडेच घेऊन जात होते.

पाच

माझं तरी असं निरीक्षण आहे की, हे अमेरिकन लोक मातृभूमी हा विषय समोर आला, तर जरा जास्तच वेड्यासारखं वागतात – विशेषत: इतरांच्या मातृभूमीविषयी जास्तच. चिनी माणूस जसा ऊठसूट समोरच्याची किंमत करत असतो, तसं हे लोक सारखं समोरच्याचा जन्म कुठे झाला, याबद्दल चर्चा करत बसतात. स्वत:ची जन्मभूमी सोडून अमेरिकेत राहिलेल्या विलसारख्या मंडळींना तर हा खमंग चर्चेचा विषय चघळायला फार आवडतो. विलची आई अमेरिकन होती, वडील स्विस, पण विलनं जणू अशिया हे आपलं घर मानलं होतं. तो अशियातल्या जवळ-जवळ प्रत्येक भागात गेला होता. त्याला बहुतांश सगळ्या आशियाई प्रथा-जमातींबद्दल माहीत होतं. अर्थात, त्याला या विषयात रुची होती, हे माझ्या पथ्यावरच पडलं होतं. तसं नसतं, तर आज मी त्याच्याबरोबर नसते. त्यानं कधी मला धड पाहिलंही नसतं. माझ्यात असं काहीतरी विशेष आहे, जे इतरांपेक्षा निराळं आहे. मी नैर्ऋत्य आशियाई भागातल्या अल्पसंख्याक जमातीतली आहे.

एकदा एक ऑस्ट्रेलियन पत्रकार माझ्याबद्दल काहीतरी बोलताना कानावर आलं होतं. बँकॉक विदेशी वार्ताहर कक्षामध्ये भाषण ऐकायला आम्ही जमलो होतो. चहापानाच्या वेळी विल नक्की मी कुठून आले आहे, वगैरे सांगत असणार. कारण तो ऑस्ट्रेलियन पत्रकार म्हणाला, 'म्हणजे ती मूळ रहिवासी आहे वाटतं.'

मी विलला नंतर विचारलं तो काय म्हणत होता म्हणून, तर विलनं सांगितलं की, आमची जमात ही अगदी मॉन आणि खमेरआधीची आहे. म्हणजे अमेरिकन लोकांना जसे अमेरिकन इंडियन वाटतात किंवा ऑस्ट्रेलिन लोकांना अबॉरिगिनस, तसं. तो म्हणाला की, तो ऑस्ट्रेलियन पत्रकार तुझ्याबद्दल कौतुकानंच बोलत होता.

मी मूळ रहिवाशांची वंशज आहे याचा माझ्यापेक्षा विललाच अभिमान वाटत होता. मला तसं काही वाटत नाही, लहानपणाच्या आठवणी धूसर आहेत याबद्दल त्यालाच वाईट वाटत होतं. त्या दिवसांच्या आठवणी काढणं म्हणजे एखाद्या स्वप्नाचे तुकडे जुळवण्यासारखं होतं. एक तुकडा हाताशी लागला की दुसरा

निसटत होता. मला काही आठवत नाहीतर सोडून द्यावं, तर तेही विलला जमत नव्हतं. माझ्या स्मरणशक्तीला ताण बसावा म्हणून त्यानं हजार प्रयत्न केले. त्यातली एक पद्धत म्हणजे माझ्या हातात एखादं मासिक ठेवून म्हणायचा की वाच, सांग मला हे खरं आहे का?

"सामान्यत:" मी मोठ्यानं वाचायला सुरुवात करायचे, "जंगली लू शेती करून घाम काढण्याऐवजी आराम करतात."

"खोटं!" आमचं आयुष्य म्हणजे आरामात लोळणं, असं मी म्हणणं चूक होतं. आमचं जगणं शब्दांत कसं मांडावं हे कळलं असतं तर फार सोपं झालं असतं.

विल हसला. "जरा सावरून घेते आहेस काय? पण ठीक आहे, वाचत राहा."

"जंगली लू केळी विकत असतील तर पंधरा विकणार नाहीत कारण विषम क्रमांक. उरली तर खातील किंवा घरी घेऊन जातील."

"हे काय लिहिलंय मला काही कळलं नाही, त्यामुळे खरं की खोटं ते सांगू शकत नाही."

"खरं आहे."

"आरोग्यपूर्ण असणं म्हणजे काय याचा गंध नाही, कोणी काही धुवत नाही. मला वाटतं की, हे खरं असावं."

आरोग्य, गरिबी – तेच जेव्हा माझं जग होतं, तेव्हा या शब्दांचा अर्थ तरी माहीत होता का? नाक आणि ओठांच्या जखमांवर माशा घोंघवायच्या. लसणाच्या गाठींवर झोपायचो त्यावर उंदीर पळायचे. जुन्या पांघरुणाला ओकारीचा वास मारायचा. तेव्हा या सगळ्याला अनारोग्य किंवा गरिबी असं काही म्हणतात, हे कुठे माहीत होतं?

"बळी." मी पुढे वाचत गेले, "अनेकदा कैदीच, बकरीला कापायला नेतात तसे आणलेले. विल, मला पुढे काहीच वाचायचं नाही."

"रेड इंडियन बाकदार नाक," माझ्या खांद्यावरून डोकवत त्यानं वाचलं. मग माझ्या हातून पुस्तक काढून घेतलं. माझं डोकं एकीकडे वळवून म्हणाला, "सपाट डोकं."

"सपाट नाहीये माझं डोकं!"

"बरं, बरं, सपाट नाहीये. कठीण लागतंय पण."

त्यानंतर, विल नसताना मी त्या पुस्तकं आणि मसिकांचं पानन्पान वाचून काढलं. कितीही प्रयत्न केला तरी त्यातले फोटो (काही चकचकीत होते, काही खूप जुने होते.) मला काही केल्या धड बघता आले नाहीत. त्या फोटोंखालच्या धडाकेबाज ओळी तर अगम्यच होत्या. माझ्या आठवणींचे तुकडे आणि हे समोरचे शब्द काही केल्या जुळत नव्हते. माझ्या लहानपणच्या आठवणी धूसर. तुटक होत्या. पेटलेली झाडं, सगळीकडे पसरलेली राख, वाऱ्यानं उडणारी तट्ट्याची छतं, इतकंच डोळ्यांसमोरनं सरकायचं. छताला पडलेली भोकं आठवायची. त्यातनं सतत

पाणी गळायचं. पावसात तर त्या भोकातनं पाऊसच पडायचा. घरातच तळं साचायचं. घराच्या मुख्य खोलीची ही कथा होती. बाकी काही सांगायलाच नको. आणि धूर आठवायचा. हो, चुलीजवळचा, शेकोटीचा, जळणाऱ्या शेतांचा त्या धुरानं, जळितानं घर-दार, छत, भिंतीच काय, पण पलंगावरही काजळी जमायची. माझ्या बालपणावर जमलेलं हे मळभ कधीकधी अचानक दाटून यायचं. एखादा चेहरा, एखादा गंध, एखादी घटना मागचे सारे तुटके तुकडे एकत्र करायची. मला आठवायचा-वादळात दारू पिऊन तर्र झालेला मांत्रिक. त्याच्या चेहऱ्यावर ओढले जाणारे पावसाचे सपकारे. कधी माझ्या अंगावर काटा यायचा आणि शब्दही शिकण्याआधीचं काहीतरी आठवायचं, मी माझा हात बांबूंच्या कुंपणापलीकडे नेला आहे. तिथे आमच्या गाई-म्हशी असायच्या. मोठी, उबदार जीभ माझा हात चाटायची किंवा एखादा वास आला की, मला आईच्या मांडीवर डोकं ठेवल्यावर बांबूचा वास यायचा, त्याची आठवण व्हायची. अशा वेळी कधी तिचा चेहराही यायचा डोळ्यांसमोर, पण मग कुठूनतरी टोकदार दगड पाण्यात पडावा तशी माझी तंद्री – साऱ्या आठवणी विरून जायच्या.

या आठवणींवर माझा काही जोर चालत नसे. त्यांना हव्या तशा त्या यायच्या. त्यांना हव्या तेव्हा, हवा तितका वेळ, त्या किती खऱ्या होत्या कोणास ठाऊक की माझ्या मनाचा खेळ होता सारा. आमच्या गावाचं कुंपण मला आठवतं, तसं काटेरी आणि उंचच उंच होतं की नाही. मला जे आठवतंय ते खरं आहे की नाही कोणास ठाऊक. मला आठवणारा तो बोगदा, त्यात साठवलेल्या फांद्या, हे जे मला आठवतंय ते खरं घडलंय की मला आता माहीत झालेल्या त्या ब्रायर रोजसारखी तर नाही माझी गोष्ट. किल्ल्यात झोपलेली राजकन्या, आजूबाजूच्या वाढत चाललेल्या वेली, या वेलींना काटे होते. ते जणू किल्ल्याला घट्ट धरून ठेवत होते. जो कोणी किल्ल्यात जायचा प्रयत्न करायचा तो काट्यांच्या जंजाळात अडकून पडायचा.

तो बोगदा आणि त्या वेली खऱ्या होत्या याबद्दल मला काही शंका नव्हती. विल मला जी पुस्तकं सारखी वाचायला द्यायचा त्यात म्हटलं होतं तसं. 'लू खेड्यात प्रवेश करण्यासाठी एकतर तुम्ही आमंत्रित असायला हवं किंवा लढायला हवं.'

खरं असो की खोटं, केवळ विलच्या इच्छेखातर मी त्या आठवणींना शब्दरूप द्यायला तयार नव्हते. मला माझ्या भूतकाळाची लाज वाटायची. विल सारखं खोदून-खोदून विचारायचा, त्याचा संशय यायचा. ते लहानपणचं घर मी आठवणीत तरी जागं ठेवते आहे की नाही याची त्याला काय उठाठेव पडली आहे, मला कळत नव्हतं – तसंही ते घर आता कितीतरी दूर गेलं होतं. आठवणीत होतं. खरंतर आता ते तिथं होतं की नाही कोण जाणे.

सहा

निर्वासितांच्या छावणीमध्ये मला एक मुलगी भेटली होती. (बर्माहून पळालेली अजून एक मुलगी. माझ्यासारखीच चीनच्या सीमारेषेजवळ लहानाची मोठी झालेली.) तिनं मला एकदा सांगितलं होतं की, लहान असताना एक भलीमोठ्ठी आळी दरीतून तिच्या गावाकडे वळवळत येताना दिसली की, ती शक्य तितक्या अंधारात लपायची. ती वळवळणारी आळी म्हणजे मैलभर पसरलेले, हिरव्या रंगाचा पोशाख घातलेले, मशिनगन आणि बिनतारी यंत्रांनी सज्ज असलेले चिनी सैनिक असत.

मोडकळीला आलेल्या झोपडीत अंधारा कोपरा शोधून ती जिवाच्या आकांतानं त्या अंधाराला कवटाळून ठेवत असे. आळी आपलं काम आटपून नाहिशी होईपर्यंत ती दडून राहायची. आळी दिसेनाशी होईपर्यंत श्वास घ्यायचाही धीर होत नसे तिला. ते सारे अमली पदार्थांच्या वनस्पती गोळा करायला आलेले असत. चिकट, काळे गठ्ठे असत ते अफूचे, हत्तीच्या आकाराचे गठ्ठे. गावकऱ्यांनी जिवाच्या आकांतानं तयार करून ठेवलेले असत. आपलं काम उरकून, पिकं गाढवांवर लादून, त्यांना पाणी पाजून आळी पुढे वळवळत जाई. मग ती अंधारातून बाहेर येत असे. जीव खाऊन आईला मिठी मारत असे. तिची आई चिडली की, चिनी सैनिकांना विकेन अशी भीती घालायची म्हणे तिला!

मला अशा चिनी सैनिकांच्या घुसखोरीची आठवण नाही, पण मनातल्या भीतीनं लहानपणी निराळं रूप घेतलं होतं खरं. रंगूनच्या शाळेत बर्माचा चुकीचा नकाशा काढल्यामुळे मी एकदा भूगोलात नापास झाले होते. खरंतर नकाशा काही इतका चुकला नव्हता. केवळ एक चूक महागात पडली होती. चीनच्या दिशेला असलेल्या बर्माच्या सीमेवर मी बुद्धिबळातली प्यादी दिसतात तशा काही आकृत्या काढल्या होत्या. मला काहीच चुकीचं म्हणायचं नव्हतं. एकदा चहाच्या दुकानात पाहिलेली घटना मी रेषांत काढायचा प्रयत्न केला इतकंच काय ते.

एका चिडलेल्या चिनी मनुष्याला त्याचा मित्र ओढत आणत होता. त्याच्या चेहऱ्यावर भीती होती. तो चिडलेला माणूस कोणालातरी मूठ वळवून रागानं

काहीतरी सांगत होता. सांगत कसला ओरडतच होता. 'आम्हाला सैन्याची गरज नाही! आम्हाला बंदुकांची गरज नाही! तुम्हाला जिंकायचं असेल तर इथे, या सीमेवर उभं राहून आम्ही लघवी केली तरी पुरेसं आहे. त्यानंच तुम्ही गारद व्हाल, एकजात सगळे.'

कुनमिंग विमानतळावर पाऊल ठेवताक्षणी मला त्या चिनी माणसाच्या धमकीची आठवण झाली. अंगावर शहारा आला. त्या जुन्या भीतीनं डोकं वर काढलं. चीन! मी आता चीनमध्ये होते – रंगून किंवा बँकॉकच्या चायना टाउनमध्ये नाही... खऱ्याखुऱ्या चीनमध्ये होते – खऱ्याखुऱ्या चिनी शहरामध्ये. लाखो चिनी राहायचे इथे. एका लघवीत शेजारचा देश बुडवून टाकणारे चिनी. त्यांच्या देशात आले होते मी.

पण मग इमिग्रेशनच्या इथे मला काहीतरी विचित्रच दिसलं. एक सैनिकी अधिकारी रांगेत उभ्या असलेल्या साऱ्या प्रवाशांना झटपट सोडत होता. नुसता आपला वरवर तपासणी करत होता. कुणाचाही पासपोर्ट बघत होता, कोणालाही थांबवत, सोडत होता. रांगेतल्या प्रवाशांना मोजताना इनी, मायनी, मिनी मो असा खेळ करत होता बहुधा. कोणाचा पासपोर्ट पहिला खेचावा, हे निवडणं म्हणजे त्याच्यासाठी बहुधा मजाच होती. तो या गालापासून त्या गालापर्यंत हसत होता. वा! फारच मजेत होता. हसल्यावर त्याच्या साऱ्या चेहऱ्याला सुरकुत्या पडत होत्या. जुन्यापुराण्या साम्यवादी पोस्टर्सवर कामकऱ्यांच्या चेहऱ्यावर जसं हसू असायचं, अगदी तसंच होतं त्याच्याही चेहऱ्यावर!

नंतर गुळगुळीत, संगमरवरी कुनमिंग हॉटेलमध्ये मी एका माणसाला पाहिलं. त्यानं निळ्या रंगाचा कोट घातला होता. जाडसरच होता तो. जाकिटाच्या बिल्ल्यावर 'सहव्यवस्थापक' असं कोरलेलं होतं. तो बिनतारी फोनवर बोलत होता. बोलताना गोल-गोल फिरत होता, त्याची नजर जमिनीवर होती, तो सतत कोणाची तरी माफी मागत होता – इंग्लिशमध्ये. खजील झाला होता. हो, ते वीज यावी म्हणून प्रयत्न करत होते. नाही, अजून एकही खोली उपलब्ध नव्हती. त्याचं माफीचं दळण काही संपत नव्हतं. तब्बल पाच मिनिटांनंतर दिलगिरीचा कार्यक्रम पार पाडला.

या वर्तनावर माझा विश्वास नव्हता. अजिबात नव्हता. गणवेशामधल्या माणसावर तर नाहीच आणि शिवाय गणवेशातल्या चिनी माणसावर, अं हं. शक्यच नाही.

विमानतळातून बाहेर आल्यावर समोर पसरलेल्या माणसांच्या समुद्रात, हातात धरलेल्या नावांच्या पाट्यांमध्ये माझं नाव दिसलं. नावाची पाटी झळकवणाऱ्या माणसाजवळ जाऊन मी ओळख करून घेतली. श्रीयुत वेई. गर्दीतून वेगानं मार्ग काढत, डावी-उजवी वळणं घेत, मिस्टर वेई मला गर्द निळ्या मर्सिडीजपाशी घेऊन गेले. त्यांच्याकडे मोबाइल होता, गाडीत फोन होता, पेजर होता. ते गाडी चालवत असताना सारी आयुधं एकाच वेळी शंख करत होती. त्यांनी सराईतपणानं एकावर बोलून, दुसऱ्यावरून कोणालातरी सूचना देत, तिसऱ्याकडे लक्ष वळवलं आणि हे

सारं गाडी चालवत असतानाच!

हॉटेलवर पोहोचल्यानंतर दारात स्वागताला उभ्या असलेल्या माणसांचा पोशाख विशेष विनोदी होता. कोणत्यातरी जमातीच्या म्होरक्याचा असतो तसा. असे कपडे करणारी कोणती जमात असेल, ही कल्पनाही अशक्य वाटत होती. असली जमात, त्यांचे कपडे सारंकाही काल्पनिकच असावं. मिस्टर वेई यांनी मला लॉबीमध्ये थांबायला सांगितलं. त्यांना काही काम होतं. मग मी तिथेच वाट बघत बसले. तेव्हाच तो सहव्यवस्थापक विजेच्या समस्येबद्दल कोणाचीतरी माफी मागत होता.

खूप वेळानं मिस्टर वेई परत आले. ते पहिल्यांदाच माझ्याकडे निरखून बघत होते. मला माहीत होतं ते काय विचार करत होते. विलची मैत्रीण, हं! आणि मैत्रीण तरी काय आहे, अगदीच ठाकठीक. दिसायलाही अशीतशीच आहे, सुमारच म्हणता येईल. रस्त्यानं जात असेल तर कोणी मान वळवून बघणारही नाही. ते माझ्या कपड्यांकडे निरखून बघत होते. विटलेला निळ्या रंगाचा टी शर्ट, जुनाट काळी जीन्स, दोन जाडे पट्टे असलेले दणकट सँडल्स, कानाभोवती कापलेले केस. नक्की ते विचार करत असणार, ही तर कामकरी दिसतेय. ते माझी 'किंमत' करत माझ्याकडे बघत होते, तेव्हा मीदेखील त्यांच्याकडे बघून घेतलं. मिस्टर वेई यांनी राखाडी रंगाचा भारी सूट चढवला होता, कफलिंक्सदेखील पाचूचे असावेत. काळी पँट महागाची वाटत होती. ते चिनी असावेत. मी अंदाज बांधला.

फोनच्या जंजाळात, त्यांनी मला बस स्टेशनपर्यंत सोडलं. तिकीट काढलं. मला बस चालकाकडे सोपवताना त्यांनी चालकासमोर एक पेन नाचवलं. चालकाशी काहीतरी बोलले. चालक खूश झाला. मिस्टर वेई म्हणाले, "थोडी लाच दिली त्याला. चीनमध्ये अशी पेनं मिळत नाहीत आणि प्रत्येकाला असंच पेन हवं असतं."

पेन हिरव्यागर्द रंगाचं होतं. अर्थातच महाग असणार. ते म्हणाले, "मी त्याला सांगितलं आहे की या मुलीची काळजी घे, ही मुलगी वाँटिंगला पोहोचेपर्यंत जिवंत राहिली तर ती तुला हे पेन देईल, तू जर वेडीवाकडी गाडी चालवल्यानं ती मेली, तर मात्र हे पेन तुला नाही मिळणार."

चालकानं घमेंडीनं मान डोलावली. आरशावरला अडकवलेल्या एका फोटोकडे मोठ्या अभिमानानं बोट दाखवलं. त्याचा हेल्मेट घातलेला फोटो होता तो, टोकियोमधल्या एका मोटारसायकल रेसमधला. हं, म्हणजे हे साहेब मोटारसायकल रेसर होते तर! माझ्याकडे बघून त्यानं बत्तिशी दाखवली, मग डोळ्यांवर चकचकीत गॉगल चढवला. छान! हा नक्कीच पोहोचवेल मला सीमापार. स्वत:च्या गाडी चालवण्याबद्दल बढाया मारताना एकीकडे त्यानं विडी शिलगावली.

मिस्टर वेई यांनी हातातल्या सोन्याच्या रोलेक्सकडे पाहिलं. कधी एकदा इथून काढता पाय घेतोय, असं त्यांना झालं होतं. चालक काय-काय बढाया मारतोय, हे

सांगितल्यावर ते मला म्हणाले, "चल तर मग, जपून जा!" त्यांनी माझ्या हातात पेन ठेवलं. माझी पिशवी उचलली आणि ती इतकी हलकी लागली की, त्यांना फारच आश्चर्य वाटलं. "कोणता माणूस घरी परत जाताना इतकं कमी सामान घेऊन जातो? सांग बरं मला!"

बसमध्ये मी अगदी शेवटची, खिडकीजवळची जागा पकडली. खिडकीबाहेर पाहिलं तर मिस्टर वेई उभे दिसले. कानाला फोन होताच. इतका वेळ आम्ही एकत्र होतो, पण त्यांनी मला माझ्याबद्दल एका शब्दानं विचारलं नव्हतं. अर्थात, मीदेखील त्यांना काहीच नव्हतं विचारलं. विलच्या ओळखीच्या मंडळींना काही विचारण्याची ती जागाच नव्हती. त्याच्या ओळखींवर प्रश्नचिन्ह उपस्थित करण्याचंही काही कारण नव्हतं. खरंतर मला आता काही पडलं नव्हतं, या साऱ्या गोष्टींचं. विलचे ते कोणी का असेना.

कुनमिंग स्थानकामधून बस बाहेर पडली आणि पादचारी, सायकलींच्या गर्दीत सामील झाली. रस्ते माणसांनी, वाहनांनी अक्षरश: वाहत होते. बाप रे! इथे सगळं किती उंच होतं. सगळं शहर जणू आकाशाला कवेत घेत होतं. जाहिरातींचे फलक, चकमकीत पाट्या साऱ्या उंचावर होत्या. जवळ-जवळ वीस मजले उंच. तिथेच एका इमारतीवर बोटीच्या आकाराएवढा बूट चमकत होता. बँका आणि पेट्रोल पंपांवर ड्रॅगनचे फुगे डुलत होते. वाऱ्यामुळे ते सापासारखे हलताना दिसत होते. पुढे काहीतरी वाईट होण्याची खबर मिळावी असा संकेत दिसत होता.

कोळशाच्या खाणी, मनोरे आणि सिमेंटच्या कारखान्यांचे फलक आजूबाजूला लटकत होते. सगळीकडे धूर आणि कोळशाचे कण भरून राहिले होते. उकाड्यानं अन् धूर-धुळीनं श्वास घेणं कठीण होत होतं. प्रत्येक पूल आणि बांधकामाच्या जागी लाल-पांढऱ्या रंगातले फलक दिसत होते, 'मानव आणि निसर्ग एकविसाव्या शतकात हातात हात घालून प्रवेश करत आहेत!'

माझ्या पुढे एक विदेशी माणूस बसला होता. खाकी शॉर्ट्स आणि सँडल्स घातलेला तो माणूस त्याच्या शेजारच्या चिनी माणसाशी काहीतरी बोलत होता. सोनेरी केसाच्या त्या विदेशी माणसाकडे नकाशांनी भरून वाहत असलेली पिशवी होती. हा फिरंगी डेन्मार्कचा अभियंता होता. त्यानंच ओळख करून दिली स्वत:ची – डोक्यातले प्रश्न थेट शब्दांत मांडायला त्याला आवडायचं बहुधा. त्याला चिनी कॉम्प्युटर की-बोर्डपासून ते फाइव्ह स्ट्रोक मेथडपर्यंत सारंकाही आत्ताच्या आत्ता जाणून घ्यायचं होतं. शेजारी बसलेला चिनी तरुण पोट भरायला काय करतो, हे जाणून घेण्याची त्याला उत्सुकता होती. (तो चिनी विद्यार्थी 'अल्पसंख्याक संस्कृती' हा विषय अभ्यासत होता. त्याच्या डोळ्यांवर सोनेरी काड्यांचा गोल चश्मा होता.) हा फिरंगी विशेष होता. त्याला रस्त्यांची बांधणी, पाटबंधारे व्यवस्था, शेतीच्यापद्धती

सगळ्यांबद्दल माहिती हवी होती. त्याच्या प्रश्नांना, उत्सुकतेला अंतच नव्हता.

बस ड्रायव्हर जोरात ओरडला आणि या प्रश्नोत्तरात खंड पडला. "लो लू! लो लू!"

"काय म्हणतोय तो?" अभियंत्यानं विचारलं.

"तो जुना रस्ता दाखवतोय," त्या विद्यार्थ्यानं सांगितलं, "जुना रस्ता... आम्ही या रस्त्याला युनान-बर्मा हायवे म्हणतो."

अभियंत्याच्या पोतडीतून नकाशा बाहेर आला. पेन उघडण्याच्या तयारीत, एखाद्यानं इंजेक्शन तयारीत धरावं तसं... तो आता पुढची माहिती घ्यायला तत्पर होता.

मुख्य रस्त्याला समांतर जाताना, उतारावर एक लहानसा रस्ता होता. रस्त्याकडेला एक ओढा होता. तिथे अगदी रांगेनं झाडं होती. उंचच्या उंच. माझ्या अंदाजानं सुरू किंवा देवदार असावीत. मला झाडांची नावं कधी लक्षात राहायची नाहीत. पण मी जरा कळ काढली असती, तर समोरच्या अभियंता महाशयांनी माझ्या ज्ञानात नक्कीच भर घातली असती. तो विचारणारच. प्रत्येक झाडाबद्दल, लहानसं झुडूपही विनाप्रश्नाचं जाऊ देईल, असं वाटत नव्हतं. वाटेतल्या प्रत्येक दगडाचीही माहिती त्याना हवी असेल. सध्या मार्को पोलो चीनला खरंच आला होता का, याचा खल करत महाशय त्या विद्यार्थ्याला पिळत होते. काहींच्या मते, पोलो चीनमध्ये कधीच आला नव्हता.

"ओह, मार्को?" तो विद्यार्थी आपल्या जुन्या वर्गमित्राविषयी बोलावं तसा सहजतेनं म्हणाला, "मार्को आला होता इथे. प्रश्नच नाही. तो इथे येऊन गेल्याचे कितीतरी पुरावे आहेत. उदाहरणादाखल सांगायचं तर त्यानं लिहून ठेवलं आहे की, इथले अल्पसंख्याक, या जमातीतले लोक लग्न करत नाहीत. आणि ते खरं आहे. त्याला हे कसं माहीत होतं? तो स्वत: इथे आला होता त्यामुळे माहीत झालं. प्रश्नच नाही. तुम्ही इतिहासाच्या पुस्तकाचा दाखला घेऊ शकता." अभियंता महोदयांना उत्तरं देताना हा विद्यार्थी खरंतर वैतागलेला वाटत होता. त्याचा आवाजच सांगत होता. या अभियंत्यानं दुसरीकडे नाक खुपसलं, नकाशांच्या भेंडोळ्यांमध्ये डोकं घातलं तर किती बरं होईल. मी तरी असाच विचार करत होते. तो विद्यार्थीही निराळा विचार करत नसावा.

हा जुना रस्ता जणू एखाद्या आभासासारखा होता. कधी लुप्त होत होता, एखाद्या वळणावर प्रकट होत होता. कधी डावीकडे दिसायचा तर पुढच्या वळणाला उजवीकडे.

आम्ही आणखी एक वळण घेतलं. समोर निराळंच चित्र होतं. धुळीचं वादळ उठलं होतं, त्यापुढे रणगाडे, ट्रक, क्रेन सारंकाही काडेपेटीएवढं दिसत होतं. खडी,

वाळू आणि सिमेंट पाइप घेऊन जाणारी ट्रकची रांग झाडांनी नटलेल्या डोंगरांमधून हळूहळू पुढे सरकत होती. मैलोन्‌मैल पसरलेल्या रस्त्याकडेला शेकडो कामगार प्लॅस्टिक अंथरलेल्या खोपट्यांबाहेर कपडे धुवत होते, अन्न शिजवत होते. नवा कोरा हमरस्ता बांधण्याचं काम सुरू होतं.

मला झोप येत नव्हती, खरंतर डोळाही लागला नव्हता, पण बहुधा झक्कपैकी तंद्री लागली असावी, डोळ्यांपुढचं दृश्य बदललेलं कितीतरी वेळानं ध्यानात आलं. गवतांनी आच्छादलेले डोंगर समोर होते. हिरवा, पोपटी रंग, निळा-काळा रंग, सारं चित्र काढल्यासारखं दिसत होतं. समोर छोटी-मोठी शेतं पसरली होती. पिकं डोलत होती. एका शेताच्या कडेला शेतकरी उभा दिसला. नांगरणी संपण्याची वाट पाहत होता. डोंगराकडेला बायका घोळक्यानं उभ्या होत्या. डोक्यावर खुरपं होतं. पाठीला पिशव्या बांधलेल्या होत्या.

कितीक दिवस मला ते चेहरे दिसले नव्हते, आठवले नव्हते. आता एकदम वीज चमकावी, तसे ते चेहरे माझ्यासमोर लखलखले. माझा म्हातारा मालक आणि त्याची मासे प्रिय असलेली बायको.

सात

दरू म्होरक्यानं मला वांब कसे पकडायचे, खरंतर कसे पकडायचे नाहीत ते शिकवलं होतं. तो मला भल्या पहाटे ओढ्यावर घेऊन जात असे. तो मासे पकडताना मी बघावे असा सारा कार्यक्रम असे. मासे पकडण्यासाठी तो गळाला जळू, झिंगा किंवा कधीकधी कोंबडीचं मांस लावत असे. गळाला मासा लागला तर तो न काढता गळ पुन्हा पाण्यात टाकत असे. त्याला वांब हवा असे. मासे पकडण्यात त्याला काही रस नव्हता. गळाला वांब लागेपर्यंत तो नगा-झोन नगा-झोन असं गुणगुणायचा. (दरूमध्ये वांबाला नगा-झोन म्हणतात.) मी जेव्हा त्याला म्हटलं की, मला वांब म्हणजे काय माहीत नाही तर त्याला विश्वासच बसला नव्हता. मी खोटं बोलतेय असं त्याला वाटलं होतं.

मी तेव्हा सात वर्षांची होते फक्त, पण मी लू या जंगली खेड्यातली होते. दरूंना नेमकं कधीच कळायचं नाही की, जंगली लू हे आळशी असतात की मूर्ख असल्याचं नाटक करतात. वांब का काय ते काही का असेना, माझ्या मालकिणीला हवा होता हे महत्त्वाचं. म्होरक्याची बायको गर्भपातामुळे जी फार अशक्त झाली होती. केवळ तिला मजा वाटावी म्हणून मला उड्या मारायला लावायची. तिला मजा यायची म्हणजे काही ती फार वेदनांमध्ये वगैरे नसणार असा माझा होरा.

तिच्या हातातल्या काठीची मूठ माझं लक्ष नसताना पायात अडकायची, मी तोंडावर पडले की म्हणायची, काही नाही, मजा केली. माझा श्वास तोवर अर्धा झालेला असायचा. डोक्यावर तोडलेल्या लाकडांची मोळी घेऊन मी कशीबशी पाय चालवायची, तेव्हा ही बरोब्बर मध्ये पाय घालायची. मला लाकडाच्या ढिगाऱ्यात पडताना बघून तिला काय आनंद व्हायचा देव जाणे! वर ओरडायची, 'जरा बघून चाल.' स्वत:च्याच शब्दांनी मजा वाटून म्हणायची, 'गंमत केली तुझी.' कधी तिचं डोकं फिरलं असेल तर एक हात मागे ठेवून म्हणायची, 'तोंड उघड तुझं.' तोंड उघडण्याची ही वेळ नव्हे हे मला उमजायचं पण पर्याय काय होता? एकदा तर तिनं माझ्या तोंडात मेलेला उंदीर कोंबला होता.

रात्र झाली की जरा माझा जीव शांत व्हायचा. मालकिणीच्या घोरण्याचा आवाज धीर द्यायचा. म्हणजे आता तरी ही काही करणार नाही मला. पण खरं सांगायचं तर मला सतत गाढ झोप लागण्याची भीती असायची. मी झोपलेली असताना हिनं काही केलं तर! रडण्याचा आवाज ओठाबाहेर येऊ नये म्हणून मला किती भीती वाटायची. जागेपणचं म्हणाल, तर हुंदका न काढता अश्रू गिळून टाकायला मी शिकले होते. मी ज्या कोपऱ्यात लवंडायचे, तिथे खूप वारा यायचा. इतका की माझे नाक-डोळे गळायला लागायचे. डोळ्यावर जशी झापड यायची. मग झोप येऊ नये म्हणून मी झगडत असे.

जागं राहण्यासाठी धडपडत असताना ध्यानात यायचं की मी स्वप्न पाहते आहे. माझ्या खऱ्या घराच्या कोपऱ्यात झोपले आहे, आई हलवून हलवून उठवते आहे. दरू गावातलं हे स्वप्न मग आईला सांगायचे.

पण मला जर खरंच झोप लागली असती आणि उठल्यावर कळलं असतं की हे सारं स्वप्न नाही, खरं आहे आणि आजचा दिवसही कालच्यासारखाच असणार आहे. तर... तर माझी अवस्था काय झाली असती? म्हणजे आता हे खेडं, हे घर माझं. इथेच राहायचं मी? तशी वेळ येऊ नये म्हणून मी स्वत:ला जागं ठेवण्याचा प्रयत्न करायचे. घुबडाचा घू घू आवाज कानावर पडायचा, तो ऐकत राहायचे. पालींचा चुकचुकाट सतवायचा. तरी त्या आवाजाच्या नादात जागी राहण्याचा प्रयत्न करायचे. हे आवाज मला जागं ठेवताहेत तोवर तरी झोपेशी सामना करता येईल असा विचार करायचे.

डोळे गपागप मिटायला लागले, झोप अगदी लागतेय असं झालं की, त्या तंद्रीच्या अवस्थेत मला वेगवेगळे भास व्हायला लागायचे. पंख पसरून फिरणारी वटवाघळं, ते घरापर्यंत माझा पाठलाग करताहेत, जवळच जाडजूड पांघरूण घेऊन पसरलेली मालकीण ही आई आहे असं वाटायचं मला. तिला उठवायची माझी हिंमत नाही व्हायची. दर वेळी मी तिला उठवायला हात पुढे न्यायची आणि थरथरत मागे आणायची. मी उठवायचा प्रयत्न केला आणि ती उठलीच नाही तर? त्यापेक्षा आई त्या जाड्या पांघरुणाखाली जिवंत आहे, श्वास घेते आहे या कल्पनेनंच आधार वाटायचा!

खूप वर्षं लोटल्यानंतर मला समजलं, ही घरमालकीण माझ्यावर इतका खार खाऊन का होती ते! खरंतर कारण अगदी सरळ-साधं होतं पण इतकंच की ते मला तेव्हा माहीत नव्हतं. तिला कोणीतरी वयानं लहान असणारं कामासाठी हवं होतं आणि तिला गावामधून माझं नाव सुचवलं गेलं होतं. पण मी येताना दुर्दैवाचे फेरेही घेऊन येणार याची तिला कल्पना नव्हती. मी तिच्या घरात पाऊल टाकलं आणि त्याच दिवशी ती पोट धरून विव्हळू लागली. दुसऱ्या दिवशी आया आली तेव्हा

साग्रसंगीत बाळंतपण करून हाती जीव नसलेलं बाळ बाहेर काढलं. तो मुलगा होता. तिनं गर्भपातासाठी मला जबाबदार धरलं. मला तर याचा गंधही नव्हता. पण त्यानंतरच्या प्रत्येक क्षणी मला पांढऱ्या पायाची मुलगी अशीच वागणूक मिळाली होती.

वाईट वागवत का होईना, तिनं मला घरी ठेवलं होतं. तसा माझा उपयोगही होताच म्हणा. मी पाणी भरायचे, लाकूडफाटा जमा करायचे. चिखलानं भरलेलं अंगण न कुरकुर करता सारवायचे. तांदूळ शिजताना चुलीवरचे निखारे फुंकर मारून फुलवायचे. ती वेदनांनी तळमळत आणि एकीकडे पादत पोटावर पडलेली असताना मी हलक्या हातानं तिची पाठ चोळून द्यायचे. शिवाय मला शिकवलं तर मी वांब पकडण्यातही माहीर झाले असते.

म्हणून मग मी तिचा नवरा मासे पकडताना पाहत राहायचे. पहाट चांगली लख्ख उजाडली तरी पाहत राहायचे. तणावर जमलेल्या दवावर सूर्यकिरण पडले की तण चमकून उठत होते, ते बघायला मजा यायची. ती चमक बघून मला आठवण व्हायची ती मी पूर्वी फुटक्या काचा गोळा करायचे त्याची. खूप आवडायचं मला काचांचे तुकडे जमवायला. काहीतरी मोठा खजिना गवसल्यासारखं मी त्या काचा छोट्याशा मडक्यात भरून आमच्या झोपडीत, मातीत गाडून जपून ठेवत असे.

सूर्य जसा चढू लागायचा तसा मालक लुंगी गोळा करून बसत असे. त्याच्या मांड्यांवरचं निळं गोंदण मला स्पष्ट दिसायचं. त्याचे डोळे सूर्यप्रकाशानं दिपले की उलटे जास्त प्रेमळ, किरमिजी वाटायचे. त्याच्या आणि माझ्यात काहीतरी बंध होता. मला नेहमी जाणवायचं आणि त्यामुळे हायसंही वाटायचं. तो आणि मी त्याच्या बायकोला खूप घाबरायचो.

मासेमारी संपवून एके दिवशी आम्ही परतीच्या रस्त्याला लागलो होतो. त्या दिवशीही हाताला काही लागलं नव्हतं. जवळून एक मासेमार चालला होता. त्यानं अगदी आवर्जून थांबवलं आणि आम्हाला त्याच्या टोपलीतला खजिना दाखवला. माझं डोकं हातात पकडत ते मासेमाराच्या टोपलीत खुपसत मालक म्हणाला, ''बघ, याला म्हणतात वांब.'' तिथे वांब सळसळत होता.

एकदा पौर्णिमेच्या दिवशी सारं गाव नदीपाशी लोटलं होतं. पितरांचं स्मरण करत नदीत छोटी नाव करून त्यात पणत्या सोडायचा कार्यक्रम सुरू होता. माझ्याकडे स्वत:ची नाव नव्हती पण तिथल्या एका छोट्याशा नावेनं माझं लक्ष वेधून घेतलं. वळणावळणानं आपल्याच धुंदीत एक नाव डुलत होती. मी त्या नावेमागे धावले. पायाखाली येणारे दगडगोटे आणि झाडांची मुळं ओलांडत तिच्या दिशेनं गेले. माझीच सावली पावलांजवळ सोबत करत होती. मी त्या नावेचा पाठलाग करत होते, सतत तिला नजरेसमोर ठेवून धावत होते आणि अचानक ती दिसेनाशी झाली.

आत्ता होती, आत्ता नजरेआड झाली. आशा सोडून वळणार इतक्यात मला ती पुन्हा दिसली. अजून तेवत असलेली तिच्यातली पणती दिसली. तिथे बांबूंचं बन होतं. त्याच्या मुळांशी वांब दिसले. खूप सारे वांब. जसे शिवाशिवी खेळत होते.

वांब पकडणं तसं काही कर्मकठीण काम नाही, असं मला आतापर्यंत वाटू लागलं होतं. त्यासाठी हातात गळ असण्याचीही गरज नाही. एखादी जाळी मिळाली की काम फत्ते! वा! आता मालकिणीचा चेहऱ्यावर आनंद पसरायला हरकत नाही. कदाचित ती ठणठणीत होईल. तिच्या हृदयाला पाझर फुटेल आणि मला बरंही वागवेल. कदाचित मला घरी पाठवायला तयार होईल.

टोकरीचं जाळं करण्याची जादू मी शिकले. कधीमधी एक-दोन वांब त्यात गवसायचेही! टोकरी बघून मालकिणीचा चेहरा अगदी फुलला वगैरे नाहीतरी जरा सौम्य व्हायचा. पण माझ्या अपेक्षेप्रमाणे वागणं मात्र सौम्य व्हायचं नाव घेत नव्हतं. फारकाही माझं कौतुक करणं तर शक्यच नव्हतं, पण भाकरीच्या तुकड्यावर आणलं की माणूस कसा सुतासारखं काम करतो, असं तिच्या वागण्यातून दिसायचं. आता फक्त कोंबड्यांना दाणे टाकणं हे माझं काम नव्हतं, तर सोबत डुकरांनाही खाऊ घालावं लागायचं. हे भलं थोरलं अंगण झाडून संपत नव्हतं, तर शेताला पाणी सोडावं लागायचं, या पुरुष माणसांच्या नाश्त्याची वेळ झाली की, तोवर तांदूळ धुऊन शिजून तयार ठेवणं, हेही माझंच काम असे. सारा दिवस मी तिचे शब्द झेलण्यात घालवत असे. चंद्र वर आल्यानंतरही कितीतरी वेळ तिची सेवा करणंच माझ्या नशिबात असायचं.

वांब पकडायला मी नेहमी रात्री जायचे. पुलाजवळच्या बेचक्यात खूप वांब असायचे. चिखलात वळवळत असायचे. जवळच्याच पाण्यात कोलांट्या मारायचे. साचलेल्या पानांतून, वेलींतून डोकं वर काढून बघायचे. मी टोपली सरकवली की ते टोपलीत यायचे. मला फक्त जरा थोडं पुढे झुकून टोपली ओढायची होती. खरंतर ही टोपली काही मासेमारीची नव्हती, पण तिचा उपयोग तर होत होता. वांब ज्या दिशेनं वळवळत होते तशी मी टोपली सरकवायचे. हळूहळू टोपली सरकवत एक-दोन वांब माझ्या तावडीत यायचे.

दिवसाढवळ्या मात्र एकही वांब नजरेला पडायचा नाही. ओढ्याच्या त्याच बेचक्यातली तीच जागा दिवसा निराळीच दिसायची. पाणी वाहत असायचं, पण वांब नसायचे तिथे!

दुसऱ्या दिवशी सकाळी मालकिणीच्या चेहऱ्यावर हावरे भाव टिपले. वांबचं डोकं चाखताना तिची जीभ चावली गेलेली मी पाहिलं. तिनं सफाईनं वांबची त्वचा धडावेगळी केली. मांस साफ करताना तिचे डोळे लुकलुकत होते. मांसाचे सारखे तुकडे करून तिनं ते तेलात खरपूस तळले. पहिला तुकडा खाताना तिच्या

तोंडातली लाळ दिसली मला.

"घे थोडं," मांसाचा तोबरा भरून ती म्हणाली. मी हात पुढे केला तसा तिनं माझ्या हातावर जोरात फटका मारला. माझी हिंमत कशी झाली तुकड्यांना हात लावायची. काय हा उद्दामपणा. घे म्हणजे वास घे असं म्हणाली होती बाई. तिनं भाताचा गोळा केला, तळलेल्या वांबांच्या तुकड्यांवर ठेवला आणि तो घास घशाखाली सरकवला. "असं." ती म्हणाली, "मांस नाही. वास घे फक्त!"

एके रात्री मी नेहमीसारखी फिरत ओढ्यापाशी गेले. वांब वळवळत होतेच. ते तिथे असणार हे मला माहीतच होतं. पण आज मनच नव्हतं. त्यांच्या मनासारखं वागत टोपलीत ओढायचा उत्साहही नव्हता. मी टोपली पाण्यात घातली आणि लगेच बाहेर काढली. तरी एक-दोन नाही तब्बल तीन वांब हाती लागले.

मालकिणीच्या ओंजळीत तीन वांब टाकायचे म्हणजे ते वायाच जाणार. ती सोडून आणखी कोणाला वांब आवडायचे नाहीत. खरंतर मी पकडलेला प्रत्येक वांब हा वायाच चालला होता. कितीही तिच्या पायाशी टाकले तरी ती मला थोडीच घरी जाऊ देणार होती? टोपली परत पाण्यात सोडली आणि रिकामी होईपर्यंत हलवत राहिले. थोड्या वेळानं घरी परतले. मनावरचं मोठं ओझं कमी झालं होतं आणि टोपलीतल्या वांबांचंही.

दुसऱ्या दिवशी मालकिणीनं टोकरी रिकामी पाहिली. आणलेले वांब रात्रभर टाकीतल्या पाण्यात जिवंत ठेवायचो. तिथे काहीच नाही हे बघून मालकिणीचा संताप झाला. तिनं माझं डोकं धरून इतक्या जोरात हलवलं की मला वाटलं आता दातच बाहेर पडणार. हे सारं अंगणात सुरू होतं. त्याही परिस्थितीत डोळ्यांच्या कोपऱ्यातून डो डो सेंगला शेजारून जाताना पाहिलं आणि तिचं लक्ष वेधावं म्हणून जोरानं रडू लागले.

डो डो सेंग दरू गावची नव्हती. ती दक्षिणेकडच्या शान राज्यातली होती. पण ती बरेचदा दरूमध्ये यायची. तिचे खूप नातेवाईक होते गावात. तिला सारे लू गेई म्हणायचे. म्हणजे मोठा माणूस. म्हणजे शरीरानं दांडगा नाही, मानानं मोठा. तशी ती शरीरानंही दांडगीच होती म्हणा. असो, डो डो सेंगला भल्यामोठ्या रंगून शहरात नोकरी होती. ती ख्रिश्चन होती. ख्रिश्चन लोकांकडे पुस्तकं असायची. ते मुलांना वाचायला शिकवायचे. म्हणजे मला कधी डो डो सेंगनं पुस्तक वाचायला शिकवलं नाही, पण ती माझ्याकडे बघून प्रेमानं हसायची, डोक्यावर थोपटायची, त्यावरून एक नक्की कळायचं की, मला हिच्यापासून काही भीती नाही.

माझं रडणं ऐकून डो डो सेंग जवळ आली. तिनं माझे खांदे धरले, मला पाठीशी घातलं आणि मालकिणीकडे वळली. "तू हिच्यावर वेळ वाया घालवते आहेस. हिच्यात काही अर्थ नाही. उगाच तू हात खराब करते आहेस तुझे. ही असली

मुलगी काही कामाची नाही. मी तुझ्यासाठी दुसरी विश्वासू मुलगी बघते. या मुलीला मी घेऊन जाते.''

मालकिणीचे डोळे संतापानं फुलून आले. गाल लालबुंद झाले. आपलं टोकदार नाक डो डो सेंगच्या चपट्या नाकाजवळ नेत ती म्हणाली, ''मला माहितेय हे सारं काय सुरू आहे ते. मला लाजवायचा प्रयत्न करते आहेस तू? मी हिला वाईट वागवते असं म्हणायचं आहे तुला? कुठे मारलंय मी तिला दाखव? दाखव कुठे मारलंय? कापलंय, भाजलंय हिला? दाखव ना!'' असं म्हणताना तिनं माझा हात पकडायचा प्रयत्न केला. डो डो सेंगनं एका हातानं तिला थांबवलं.

''नाही नाही, तुम्ही मुखियाची पत्नी आहात. तुम्ही असं कसं कराल? मी तुमच्या भल्यासाठीच सांगते आहे. ही मुलगी चांगली नाहीये. तिच्यामुळे किती त्रास होतो तुम्हाला. तिच्यामुळे सारख्या आजारी असता तुम्ही. मी हिला घेऊन जाते, तेच बरं.''

मालकिणीनं क्षणाचाही अवधी न घालवता माझ्या कानाखाली वाजवली. बहुधा आजवरचा सारा राग काढला असावा. ''जा! घेऊन जा हिला! लांब घेऊन जा! काळं कर हिचं तोंड कायमचं!'' ती ओरडली.

डो डो सेंगनं मला तिच्या पुढे घालून मालकिणीच्या झोपडीपासून लांब आणलं. तिच्या वेगाशी जुळवून घेणं मला जमत नव्हतं. तिच्या चालण्याची बरोबरी करायला मी पळत होते. ती म्हणाली, ''चालत राहा आणि मागे वळून बघू नकोस.''

आठ

बसमध्ये तब्बल दोन दिवस – कुनमिंगपासून वाँटिंगपर्यंतचा पाचशे मैलांचा प्रवास – या इतक्या लांबलचक प्रवासात छान झोप काढावी ना एखादीनं! पण माझा सलग डोळा लागला असेल तर शपथ! नुसत्या डुलक्या लागत होत्या. त्या डुलक्या मात्र अगदी गाढ झोपेच्या असाव्या. कारण मला त्यातही स्वप्नं पडत होती. एका स्वप्नात तर मी एका गाडीत बसून धुवाधार गोळीबार करत होते. स्पीडबोट आणि रणगाड्यामधली होती काहीतरी ती गाडी! तर मी गाडीत अडकले होते बहुधा आणि गोळ्यांचा पाऊस पाडत चालले होते. रस्त्या-रस्त्यावरून, वळणा-वळणांमधून मी सुसाट निघाले होते. वाटेत उंचच उंच इमारती लागत होत्या. त्या विजेच्या वेगानं पार करत होते. रस्त्यावरचे वाहतुकीचे सारे नियम बेगुमानपणे तोडत होते. गल्लीबोळातून सुसाट जात होते. इतकं सगळं होऊन कशीबशी प्रत्येकवेळी वाचत होते.

दुसऱ्या एका स्वप्नात मी पुस्तकाची पानं चाळत होते. (आता पुस्तक कोणतं विचाराल, तर या पुस्तकाची आणि माझी ओळखही आधीच्या स्वप्नांमधलीच आहे. कधी हे पुस्तक भलं-थोरलं असतं. टेलिफोन डिरेक्टरीसारखं, कधी हातानं लिहिलेली गलेलठ्ठ वही असावी तसं आणि आकार कोणताही असला तरी मला जे हवं असायचं ते कधी मिळायचंच नाही त्या पुस्तकातून. कारण स्पष्टच आहे. मला काय शोधायचं असायचं ते माहीतच नसे.)

मी बसमध्ये आहे असं जे स्वप्न होतं त्याचा अगदीच दुर्दैवी अंत व्हायचा. मी ते जाडगेलं पुस्तक चाळत असताना एका पानापाशी येऊन थांबायची आणि माझं हृदय जसं बंदच पडायचं. ते पुस्तक साधंसुधं नव्हतं. ती नोंदवही होती. 'लू सा'नं लिहिलेली... लू सा म्हणजे जंगली लू'चा निर्माता (जेव्हा एखाद्या व्यक्तीचा जन्म होतो, तेव्हा तो वर बसलेला, त्या व्यक्तीच्या मृत्यूची वेळ या वहीत नोंदवून ठेवतो असं लूं'चं म्हणणं होतं.)

पण माझा तर या लू सा वरदेखील कणभर विश्वास नाही. माझे डोळे टक्कं उघडे आहेत याची खात्री करायला मी स्वत:लाच चिमटे काढून घेतले. हे सारं

स्वप्नातलं म्हणजे खोटंच आणि सारी अंधश्रद्धा आहे असं स्वत:लाच सांगत राहिले. पण खरंतर मी जागेपणी थरथरत होते. भीतीनं गळाठले होते.

भीती झटकून टाकायला उभी राहिले. आळस दिला. उभी राहिल्यावर बसून झोपा काढणाऱ्यांची लयीमध्ये डुलणारी डोकी पाहून त्यांचा हेवा वाटला. बरी यांना इतका वेळ गाढ झोप येते! बघावं तिथे लोक झोपलेच होते. बसमध्ये जागा मिळाली तर उत्तम, नाहीतर झोपलेल्या लोकांच्या पायाशीदेखील किती जणांनी पथारी टाकली होती. काही महाभाग तर सामान ठेवतो तिथे वरच्या फळकुटांवर झोपी गेले होते. कुटुंबच्या कुटुंब एक लयीत घोरत होती. एकेकटे पुरुष कुठेही पसरले होते. टोळीयुद्धात मारले गेल्यावर जसे हातपाय पसरून पडलेले दिसतील तसे हे एकांडे शिलेदार दिसत होते.

कांदा आणि मेंढीचा वास मारणारं चामड्याचं जाकीट कवटाळून एक म्हातारा माणूस झोपला होता. त्याच्या डोक्यावर मुस्लीम लोकांची असते तशी टोपी होती. तो पेंगा खात होता, त्याबरोबर त्याची टोपीदेखील!

सगळी बस झोपली होती. इतकंच काय पण तो अभियंता आणि त्याच्या कचाट्यात सापडलेला विद्यार्थीदेखील शांत झाले होते. तो विद्यार्थी तर अभियंत्याकडे पाठ करूनच बसला होता. आता तुझं बोलणं बास, मला शांतता हवी असं सांगत होती त्याची पाठ बहुधा.

बस धूळभरल्या रस्त्यातून चालली होती, वाटेत शंभरशे साठ खड्डे होते. धुराचा घशात साठणारा वास होता. तरी ही लोकं आपली झोपलेलीच. सगळ्यांच्या माना एकलयीत हलत होत्या. घोरण्याचा आवाजही आता एक लय धरून होता. या सगळ्यामध्ये एक आवाज काही कमी होत नव्हता, भोंग्याचा. बसचालक न थकता भोंगा वाजवत होता. काहीही झालं की पहिला त्याच्या हात भोंग्यावर जात असे. दुसऱ्या बसचालकाला हात करायला, वाटेतल्या कोणा शेतकऱ्याला दचकवायला, हिरवा दिवा दिसला, लाल दिसला, काहीही झालं की कर्णकर्कश भोंगा आहेच साथीला. बाकी काही नाही तर फक्त स्वत:ला जागं ठेवायला तो भोंगा वाजवत असे. त्याच्या दातांवर तंबाखूचे डाग होते.

'वॉटिंग!' तो मध्येच जोरात ओरडला. इतक्या जोरात की मेलेल्यालाही जाग आली असती. तो वेगानं बसस्थानकात घुसला. 'वॉटिंग... वॉटिंग...' तो असं काही ओरडत होता की वॉटिंग म्हणजे भयप्रद वास्तू आहे. मी सर्वांत शेवटी उतरले. पाहिलं तर दस्तुरखुद्द बसचालक मला मदत करण्यासाठी उभा दिसला. मी त्याच्यासाठी बाजूला ठेवलेले पैसे काढले, त्याच्या हातावर ठेवले तरी त्याच्या चेहऱ्यावर नाखुशी दिसल्याबरोबर माझ्या मार्गाला लागले. मिस्टर वई यांनी चालकाच्या हातात किती पैसे ठेवायचे ते नेमकं सांगितलं होतं. मला ती रक्कमही जास्तच

वाटली होती. आता त्यानं तोंड वाकडं करण्याची काही गरज नाही असं मला तरी वाटत होतं. तसंही इतका उशीर झाला होता, मी अगदी थकून गेले होते, त्याच्या किरकिरीकडे लक्ष देण्याचं त्राण माझ्यात नव्हतं.

मी तिथून निघाले तसं तो माझ्या दिशेनं पाहून काहीतरी म्हणाला, काहीतरी वाईट. मी ऐकलं. मलाही मागे वळून त्याला चार सुनवायची इच्छा झाली. पण 'साला तयोक!' इतकंच पुटपुटले. चिनी माणसाला एकतोंडी म्हणण्यासाठी तयोक हा बर्मी शब्द सुचला. साले हे सारे चिनी सगळे एकसारखे! थायलंडमध्ये म्हणतात तसं, सारे एका माळेचे मणी!

मध्यरात्र उलटून गेली होती. युनान विकास बँकेचं घड्याळ तरी तसं म्हणत होतं. मात्र सारं शहर टक्कं जागं होतं. विजेचे दिवे लखलखत होते. कुत्री जशी गोलगोल फिरतात तशा वेगवेगळ्या जाहिराती मिरवत निऑन साइन्स चकमकत गोलगोल फिरत होत्या. रस्त्यावर दुचाकी वेगानं जा-ये करत होत्या. सायकलींच्या घंटा वाजत होत्या. गाड्यांचे भोंगे घों घों करत होते. मधोमध तीन भलीमोठी हॉटेल्स उभी होती. मी रस्त्याच्या टोकाला असलेल्या, तुलनेनं छोट्या हॉटेलमध्ये गेले. त्यावर चमकत्या अक्षरात लिहिलं होतं, 'फ्रेंडशीप हॉटेल.'

स्वागतकक्षावरची मुलगी माझी वाटत पाहत होती. ती बुटकी होती, छान होती. इतकी रात्र चढली होती, तरी हसतमुख होती. माझं नाव लिहिलेलं एक पाकीट तिनं हातावर ठेवलं. त्यात निनावी कागद होता. दुसऱ्या दिवशी सकाळी मी कुठे जायचं ते सांगणारा. बस, इतकंच होतं त्यात.

''जियांगनी दिलं आहे हे?'' मी तिला विचारलं. तसंही मला इथे आणि कोण, काय देणार होतं. पण आपलं खात्री करून घ्यायला विचारलं. तिनं हसत मान डोलावली. ''श्री. जियांग...'' तिनं हात हृदयावर ठेवला, त्यांची मैत्री हे सांगायला.

मी कुठे काही सह्या करायच्या नाहीत? पैसे भरायचे नाहीत? मी खाणाखुणा करत तिला विचारलं. नाही, सारंकाही केलेलं आहे, तिनं मला खाणाखुणा करतच सांगितलं. तिच्या मागच्या भिंतीवर काय विचित्र लिहिलं होतं, सदेह परत जा की असंच काहीतरी.

रात्र असल्यानं लिफ्ट बंद आहे, त्या मुलीनं खुणांनी सांगितलं. तिच्याकडे किल्लीही नव्हती. त्याचं तिला भलतंच वाईट वाटत होतं. तिनं माझी पिशवी घेण्याचा प्रयत्न केला पण मी तिला पुढे व्हायला सांगून तिच्यामागे निघाले. मला आश्चर्य वाटलं ते तिच्या गुडघ्यापर्यंतच्या पँट बघून. अशा तोकड्या पॅण्ट कोण कशाला घालेल असा मला प्रश्नच पडला. मग मला कळलं की याला केप्री म्हणतात. त्या अशाच बनतात.

तिसऱ्या मजल्यावर पोहोचलो आणि एकदम थबकलेच. कोणीतरी एका

मुलीला बरोबर घेऊन जात होतं. ती मुलगी ओढल्यासारखी चालली होती. क्षणात मी भानावर आलेय ती मीच होते. म्हणजे माझी सावली होती. दमल्यामुळे असेल कदाचित पण त्या सावलीनं मला इतकं दचकवलं. मग सावलीच्या मागेमागे जात राहिले. मजल्यावरची शेवटची खोली.

ती मुलगी माझ्याआधी खोलीत शिरली. तिनं दिवा लावला – आणि मला वाटलं – इथे लोक मरायला येत असतील. एक पलंग, बांबूचा एक स्टॅन्ड, त्यावर दिवा, एक सोफा, त्यावर प्लॅस्टिकचं आच्छादन, बस इतकंच. नशिबानं खोलीला जोडलेली बाथरूम होती. चला, किमान तेवढं तरी. अंघोळीसाठी निराळी चौकट होती. खोलीला उंचावर लोखंडी गजांची एक खिडकी होती. ती कशी उघडायची हे त्या मुलीनं मला दाखवलं. खिडकीला एक लांबच लांब हँडल होतं. तिनं टीव्ही चालतो आहे का ते पाहिलं. तो चालत नव्हता. तिनं निराशेनं मान हलवली आणि जायला वळली. बाकी सगळं ठीक आहे ना, असं तिनं खुणेनं विचारलं. मी मान डोलावली. तिच्या हातावर बक्षीस म्हणून पैसे ठेवले. तिनं मान झुकवली आणि हसत निघून गेली.

एक आठवडा झाला, तरी मी तिथेच होते. त्याच खोलीत आणि अजूनही मला झोप येत नव्हती. मला फक्त एका रात्रीची गाढ झोप हवी होती. फक्त एक रात्र. मला धड विचार करता येत नव्हता, काही निर्णय घेता येत नव्हता. इतकं तारवटलेलं असताना मला काहीच सुचत नव्हतं. धड झोपही नाही आणि धड जागेपणाचीही अवस्था नाही, असं झालं होतं. मध्ये मध्ये मला दचकायला होत होतं, मी आहे कुठे काहीच कळत नाही. मी आठवायचा प्रयत्न करते, पण त्याचा काही उपयोग होत नाही. मी या शहरात आले आहे. वाँटिंगमध्ये येऊन पोहोचले आहे. हे शहर कधीच झोपत नाही, ते तर कळलंच आता मला. रस्ते दारुड्यांसारखे झोकून पुढे पुढे जायचे. हा वातानुकूलित यंत्राचा आवाज तर डोक्यात जात होता. मला शांतता हवी होती. नि:शब्द, नितळ शांतता.

आणि मला जियांगच्या दातांचा विचारही मनातून काढून टाकायचा आहे.

त्या मुलीनं खुणेनं कसं दाखवलं होतं, जियांगनं डोक्यावर बंदूक ठेवून अशी गोळी उडवली. ते बघून एकदा मी टीव्हीवर एक जासूसी मालिका पाहिली होती त्याची आठवण झाली. मुद्दा असा होता की, मेलेल्या व्यक्तीनं आत्महत्या केली होती की त्याचा खून झाला होता? त्याच्या डोक्याचे तुकडेतुकडे केलेली गोळी त्यानं झाडली होती की... अर्थातच ती त्यानंच झाडली होती. तिथे जमलेल्या सगळ्या तज्ज्ञांनी तसा पुरावाच दिला होता. हा पुरावा म्हणजे त्या मेलेल्या व्यक्तीचे दात होते. ज्या पद्धतीनं त्या मेलेल्याचे दात बाहेर आले होते, ते फक्त स्वत:च्या तोंडात

बंदुकीची नळी घालून, गोळी झाडलेल्या व्यक्तीचेच असू शकतात असा निष्कर्ष निघाला.

या लोकांनी जियांगचे दात पाहिले का? कोण जाणे? नाही म्हणजे त्यांना कसं माहीत की ही आत्महत्या आहे आणि खून नाही?

पण अर्थातच ती आत्महत्याच असणार. तशा खुणा दिसत होत्या त्याच्या शरीरावर!

मी पलंगाजवळचा दिवा लावला आणि तिथे कोणीतरी ठेवलेली माहितीपुस्तिका हातात घेतली. वॉंटिंग, द सिटी ऑफ सन, असं इंग्लिशमध्ये लिहिलं होतं. शब्दांमागे धूसर चिनी देवळं, बर्मी पॅगोडा आणि अजून बांधकाम चालू असलेल्या इमारतींची छायाचित्र होती.

> 'नव्या शतकाचं स्वागत करताना, वॉंटिंग हे सूर्याचं शहर मागं पडलेल्या साऱ्या शेतांचा, बागांचा निरोप घेत आहे. नव्या शतकाच्या सुरुवातीला वॉंटिंगच्या बागांमध्ये कृत्रिमतेचा स्पर्श झालेला निसर्ग फुललेला असेल.
>
> वॉंटिंगमध्ये आता आकाशाला गवसणी घालणाऱ्या इमारती आणि जुगाराचे मोठमोठे अड्डे उभारण्याचं ठरलं आहे. इमारतींच्या बांधकामात चकचकीत टाइल्स वापरण्यात येणार आहेत. त्या अतिशय नेटक्या आणि उठावदार दिसतात. इत्यादी इत्यादी.

ही अक्षरं हलत आहेत की माझे डोळे? पुन्हा पुन्हा रस्त्यावरचे कॅरिओकीचे आवाज कानांना त्रास देत होते. हातातली माहितीपुस्तिका गळून पडायच्या आत मी शब्द जुळवू लागले, वॉंटिंग – शहरी गदारोळापासून खूप दूर आहे, शांत आणि निवांत आहे.

हे वाचून माझे डोळे खाडकन उघडले.

हे बरोबर नाही. इथे असं दिवसेंदिवस पडून राहण्याचा काहीच उपयोग नाही. धड आरामही मिळत नाहीये. मी उठून खाली गेलेलं बरं!

ती मुलगी एकटीच होती. तिच्या डेस्कच्या मागे व्हरांडा होता. डेस्कच्या एका बाजूनं तिचं डोकं वर आलेलं दिसलं. ती मासिक चाळत होती. मी तिच्याकडे काही क्षण बघत राहिले. काहीशा रागानं, तिरस्कारानं. हिचे चांगले मित्र जियांग यांच्या डोक्याच्या ठिकऱ्या झाल्या आहेत आणि ही निवांतपणे कार्टून वाचते आहे. की भविष्य वाचतेय कोण जाणे. सिनेमासिकसुद्धा असेल. अचानक आलेलं दुःख विसरायला वेळ तर लागणारच. चालायचंच. अजून लहान आहे. शिकेल हळूहळू,

बदलेल हळूहळू.

तिनं मान वर करण्यापूर्वी मी तिथून काढता पाय घेतला आणि निमूट वर आले. तिच्याशी बोलायचं वाक्य अजून जुळवायचं बाकी होतं.

आत्ता, अचानक, मला आठवण झाली. वाँटिंग स्थानकावर मी त्या बसचालकाला पेन द्यायला विसरले होते.

श्री. वई यांनी माझ्याकडे दिलेली लाच शोधत मी बॅग धुंडाळली. पेनाचं सोनेरी निब आणि हिरवाकंच रंग बघताना मला त्यांच्या शब्दांची आठवण झाली. ''या प्रवाशाची नीट काळजी घे. वाँटिंगमध्ये पोहोचेपर्यंत ती जिवंत राहिली तर तुला हे देखणं पेन देईल ती.''

कदाचित हे पेन अजून माझ्यापाशी असण्याचं काही कारण असेल. माझ्या मनात आलं. कारण अजून मी वाँटिंगमध्ये जिवंत पोहोचले नाहीये. मी कदाचित मेलेली असेन किंवा मेले आहे हे मला अजून कळलं नसेल. कदाचित म्हणूनच मला आत्महत्या करता आली नसेल. मेलेला माणूस परत कसा मरेल? कदाचित माझं आयुष्य म्हणजे पालीच्या शेपटीसारखं असेल, काहीच किंमत नसलेलं. पाल शेपटी सोडून कुठेतरी जाते, आणि ते शेपूट वळवळत राहतं. तसं असेल काहीतरी.

नऊ

सगळा गोंधळ तसाच होता. जणू रोज येत असल्यासारखी मी पुन्हा या बर्मी चहाच्या टपरीवर हजर झाले.

समोरचं ताट चाटून-पुसून स्वच्छ केलं, चहाचा शेवटचा घोट घेतला. तेवढ्यात एक भिकारीण माझी बाही ओढू लागली. "पोटात अन्नाचा कण नाही, भाताचं शीत नाही मिळालं, पोटात खड्डा पडलाय." छे, छे, मी वळूनही नाही बघणार. बाई असेल, नाहीतर मुलगी. मी एक नजरही नाही टाकणार. माझ्याकडून एक पैसा नाही मिळणार हिला. चिनी युआन सोडाच, जिआओ, फेन काहीच नाही मिळणार. बेकार बर्मी पैसाही नाही टाकणार हिच्या हातात. हिला शिजलेल्या मटारांचं ताट घेऊन द्यायला मी काही मूर्ख नाही. या भिकाऱ्यांना तुमच्याच ताटलीतलं अन्न हवं असतं. "दया करा, अन्न द्या, दया करा, देव भलं करो."

तिच्या रडगाण्यानं इतका संताप होत होता की, थोबाड बंद कर म्हणून खेकसावसं वाटलं. हलकट साली. मी तिच्याकडे लक्ष दिलं नाही. तिच्यापासून तोंड वळवलं आणि तोंड वेंगाडत तिची नक्कल करू लागले, तिच्या कानावर पडेल अशा बेतानं. माझा कंटाळवाणा आवाज ऐकून तरी हिला कळेल की, हिचं भीक मागणं किती घाण वाटतंय ते! दया करा, दया करा असं वेंगाडणं ऐकणाऱ्याला किती ओंगळवाणं वाटतं, ते कळायलाच हवं हिला. या भिकाऱ्यांनी तोंड बंद ठेवलं आणि फक्त हात पुढे केलातरी त्यांना तोंड वेंगाडून मिळते, त्यापेक्षा जास्त भीक मिळेल हे त्यांना कळत का नाही हे मला उमजत नाही.

भिकारीण बर्मीमध्ये म्हणाली, "घरी जा, घरी जा, जियांग म्हणाला घरी जा!"

मी दचकून वळले, हातातला चहाचा कप हिंदकळला, "काय म्हणालीस?"

भिकारणीच्या डोक्यावरची ओढणी डोळ्यांपर्यंत ओढलेली होती. चेहरा फार भेदरलेला वाटला. कपाळ, गाल आणि हनुवटीवर ताज्या जखमा होत्या. ती ताठ बसली. तिनं एकंदर अवताराशी न जुळणारी बैठक घेतली.

"जियांगबद्दल काय म्हणालीस? तुला माहितेय जियांग?"

तिचे डोळे लकलकले. त्यात कसलातरी गूढ भाव होता.

"तू जियांगबद्दल काहीतरी म्हणालीस, मी तुला जियांगचं नाव घेताना ऐकलं. शंकाच नाही." मी हिला हात लावते की काय अशी मलाच भीती वाटू लागली.

"चल चालू लाग, तिला हात लावू नको. चल हो बाजूला!" टपरीच्या मालकाचा मुलगा भिकारणीच्या अंगावर वसकू लागला. त्याच्या हातात माशा मारण्याची पट्टी होती. "सांगितलं तुला तर कळत नाही?" पट्टी तिच्या दिशेनं उगारून तो ओरडू लागला. भिकारणी मागे सरली, थुंकली, अगदी माझ्या पायाजवळ. "घाणेरडी कुठली!" त्यानं भिकारणीला परत हाकललं. तिनं पाय आपटला आणि मोठ्या ऐटीत वळली. आम्हाला कळायच्या आत बाजारपेठेच्या भाऊगर्दीत दिसेनाशी झाली.

"गलिच्छ बाई!" टपरीवाला पुटपुटला. "एआयडी, बोलतानाही घाण वाटतेय." बर्मी लोक एड्सला 'एआयडी' म्हणतात. एड्सला एआयडी म्हणणं माझ्या कानावर पडू लागलं, त्यालाही अनेक दिवस झाले. बँकॉकमध्ये आता त्याला 'बीसी' म्हणतात. एचआयव्हीचं नव्यानं झालेलं नामकरण!

"फार भयंकर." तो मुलगा म्हणाला, "फार भयंकर आहे हे सारं, सगळ्यांनाच भीती वाटते, आपणच काय पण सरकारलाही भीती वाटते. म्हणून तर त्यांनी ही चित्रं लावली आहेत. पाहिलीस तू?" त्यानं माहितीफलकाकडे बोट केलं.

टपरीवाल्या मुलानं मला ताजा चहा देऊ केला, पण मी पैसे देऊन तातडीनं निघाले. भिकारणीच्या बोलण्यानं अजून थरथरत होते. आता मला गोष्टी नुसत्या दिसत नव्हत्या, तर ऐकूही येत होत्या. मी हरवत चालले होते. शक्य तितक्या वेगानं हॉटेलच्या खोलीत जावं आणि लपून बसावंसं वाटत होतं. लपायची तेवढी एकच जागा मला माहीत होती. कशापासून लपायचं होतं कोणास ठाऊक! नेमकं नाही सांगता येणार. नव्यानं मिळालेल्या स्वातंत्र्यापासून बहुधा! जियांगपासून मुक्तता म्हणजे स्वातंत्र्य असं तर मला वाटू लागलं नव्हतं ना! तो गेला तसं सारंच बदललं होतं.

जुनाट तंबूची कनात बांधत हे लोक पुन्हा आपला माल मांडत होते. त्याच त्या गोष्टींचा मला वीट आला होता. मोराच्या पिसांचे पंखे, काचेच्या बांगड्या, मणी, रंगवलेले दगड, तांबडे बूट, हे आणि ते.

या फ्रेंडशीप हॉटेलमधलं चित्रही फारकाही चांगलं नव्हतंच. खोलीचं दार उघडताक्षणीच मी डोक्याला हात लावला. बाहेर जाताना खिडकी बंद करायची विसरले होते, त्यामुळे खोलीत इतक्या माशा घोंघावत होत्या. छत, जमीन, आरसा, इतकंच नाहीतर पलंगावरही माशांनी ठाण मांडलं होतं. बाथरूममधल्या दिव्यावरही माशा होत्या, त्यामुळे दिवाही काहीसा अंधूक आणि भेसूर वाटत होता. कोणावरतरी हल्ला करायच्या बेतात असल्यासारख्या माशा घोंघावताना दिसत होत्या.

तिथेच पडलेली प्रवासी माहितीपत्रक हातात धरून मी जोरजोरात माशा उडवण्याचा प्रयत्न केला. त्याचा काहीच उपयोग होईना, मग सरळ चप्पलच काढली. माझा नेम चांगला होता, त्यामुळे बऱ्याच माशांना चीत केलं. पण मी जितक्या माशांचा पाडाव करत होते, त्याचा गुणाकार करत अजून माशा जमतच होत्या. शेवटी माशा मारून थकले आणि आतापर्यंत किती कत्तल केली त्याचा हिशेब करू लागले.

माशा उताण्या पडल्या होत्या. त्यांचे चंदेरी पंख मंद गतीनं फडफडत होते. शरीर गोल-गोल फिरत होतं, तसे पंखही दिशा बदलत होते. माशीसारखं मरणं म्हणजे काय ते मला अगदी शब्दश: कळत आणि पटत होतं. नुसतंच कोसळून मरणं नाही, तर या माशा पडतात, मेल्यासारख्या भासतात, पण तुम्ही पायानं जरा ढोसलत तर त्यांच्यात नव्यानं जीव आल्यासारख्या हलू लागतात. तुम्ही त्यांना चिरडण्याआधीच अखेरचा श्वास घेत मरून पडतात.

बस झालं, हे माशांच्या मरण्याचं वर्णन बस झालं. मी आता खाली तक्रार करायला जाते.

ही मुलगी! काय त्रास आहे. स्वागतकक्षात नाहीये. आता या समोरच्या कोणतीच भाषा धड न येणाऱ्या माणसाबरोबर बोलायचं म्हणजे. ती मुलगी मला जियांगबद्दल सांगायला वर आली होती, तेव्हाही हा तिच्या नावानं कोकलत होता. मी त्याच्याशी बर्मी भाषेत बोलण्याचा प्रयत्न केला. मग इंग्रजीमध्ये बोलण्याचा प्रयत्न केला. शेवटी थाई बोलून पाहिलं. पण ती मुलगी कधी येणार याचं उत्तर मिळालं नाही. हा माणूस उगाचच चिडत होता. अजून अजूनच अवघड बनत चालला होता.

"आर यू काउड?" तो विचारतो, बहुधा इंग्रजी भाषेत....

"काय? काउड?" मी समजून घेण्याचा प्रयत्न करते.

"आर यू काउड?" तो पुन्हा विचारतो.

"कोल्ड?" मला थंडी वाजते आहे का असं विचारतो आहे का हा?

"आर यू काउड?, आर यू काउड?"

हा साधं, न ओरडता बोलूच शकत नाही का? मूर्ख माणूस. मी त्याच्याकडे चिडून बघते. अर्थात, त्याचाही काही उपयोग होणार नाही.

"पेझ." तो गंभीरपणानं म्हणाला.

"पेझ?"

"पेझ!" त्याचा आवाज परत चढू लागला.

आता मात्र मी त्याच्यावर आवाज काढला.

"पेझ? पेझ काय पेझ? काय म्हणतो आहेस तू?" त्याच्या सुजलेल्या गालावर एक चपराक मारायची इच्छा झाली.

''पेझ! पेझ!'' हातवारे करत वसकला आणि हातातल्या पेपरमध्ये त्यानं डोकं खुपसलं.

जियांग गेल्यावर आता माझ्यासमोर हे वाढून ठेवलं आहे तर. दुर्लक्ष करणार आता सारे माझ्याकडे! हं! कोणाकडे मदत मागायची सोय नाही, मी बोलतेय ती भाषाही धड कोणाला कळण्याची सोय नाही.

खिन्न मनानं मी जिना चढू लागले. तेवढ्यात मागच्या कोणत्यातरी खोलीतून ती मुलगी बाहेर आली. तो पेझवाला माणूस गायब झाला होता. ''मा! मा!'' लहान मूल आईला हाक मारतं तशी ती ओरडली असं वाटलं, पण बर्मी भाषेत मोठ्या बहिणीला मारतात, तशी ती हाक मारत होती. ''मा, मा, कुठे गेली होतीस तू? मला काळजी वाटत होती.'' मोडक्या-तोडक्या भाषेत तिनं विचारलं.

''मी चहा आणला होता, तू नव्हतीस.'' हिची भाषा समजून घ्यायची म्हणजे...

मी कधी, कुठे जाते, खोलीत कधी असते, नसते याच्याशी हिचा काय संबंध? नसत्या चौकश्या. तिच्या प्रश्नांकडे दुर्लक्ष करत, खोलीकडे हात दाखवत मी मुद्याला गाठ घालत म्हणाले, ''माशा, खंडीभर माशा आहेत इथे.'' माशांचा गुं-गुं आवाज करून तरी तिला काही कळेल, असं वाटल्यानं तोही प्रयोग करून पाहिला पण तिला केवळ माझा मुद्दा कळला असं नाहीतर तिला हे अपेक्षितच होतं असं दिसलं.

''ओह, माशा?'' असं म्हणून तिनं मला थांबण्याची खूण केली. स्वागतकक्षाखाली वाकून काहीतरी काढलं आणि जिना चढू लागली. तिच्या केप्री टोमॅटोसारख्या तांबड्या रंगाच्या होत्या. त्यावर इस्त्री फिरवलेली दिसत होती. गुलाबी रंगाचा कुर्ता, त्यावर चमचमणाऱ्या टिकल्या आणि छोटे आरसे लावले होते. ती किती वर्षांची होती कोणास ठाऊक? सोळा वगैरे असेल, मी आपला अंदाज बांधला. तिनं काळ्या वेलवेटच्या बोमध्ये केस बांधले होते. त्यावरही चमकणारं काहीतरी लावलं होतं. तिच्या काळ्या चपला – फक्त त्या चमकत नव्हत्या – साध्या कॅनव्हासच्या काळ्या चपला – पण त्यामुळे तिच्या चालण्याला नृत्याचा डौल येत होता.

माशांची फौज बघून तिनं अवाक झाल्यासारखं दाखवलं. तोंडावर हात ठेवून, डोळे मोठे करून आश्चर्य वगैरे दाखवलं. मग हसली आणि थेट कामालाच लागली. एका हातात माशा मारायची जाळी आणि एका हातात स्प्रे घेऊन तिनं जणू माशांवर चढाई केली. तेवढ्यात कार्पेटमध्ये चप्पल अडकून तोल गेल्यानं तिचं डोकं भिंतीवर आपटलं. उठून डोकं चोळत ती वर माझ्याकडे बघू लागली.

रस्त्यावर केरिओकीचा गोंधळ, त्या संगीताच्या तालावर ही अगम्य नाचत होती. ना कौशल्य ना नृत्यात गती. बघणंही अशक्य होत होतं. एकीकडे ठुमकत माशा मारणंही सुरूच होतं. माशा मारायचा स्प्रे मारल्यानं हवा गच्चशी झाली होती.

खिडकीतून येणाऱ्या उन्हाच्या तिरिपेमुळे खोलीत पाऊस पडतोय असं वाटावं इतका स्प्रे उडवला होता. शेवटी कधीतरी तिचा उत्साह संपला. मूर्ख कुठची, स्प्रेच्या वासानं खोकत, शिंकत एकीकडे ती आपण किती माशांची कत्तल केली ते पाहू लागली. मेलेल्या माशा उचलून तिनं कचरापेटीत टाकल्या. (कचराकुंडीचा रंग तिच्या केप्रीसारखाच होता याकडे माझं लक्ष गेलंच.) मी मख्खासारखा चेहरा करून समोर उभी होते. ही बया माझ्याकडे बघून हसतेय, कमरेत झुकून सलाम करतेय. नाटकं सारी. नाटकीपणानं झुकत म्हणाली, ''मिन्झू.'' माझ्या चेहऱ्यावर काडीचा फरक पडला नाही हे बघून ती परत म्हणाली, ''मिन्झू.'' पुन्हा खिदळली. ''मिन्झू माझं नाव. आता सगळं स्वच्छ झालंय, मा.'' मिन्झू म्हणाली. मी दार उघडून ती जाण्याची आतुरतेनं वाट बघत उभीच. तिनं खरंच सारंकाही स्वच्छ केलं होतं. एकही माशी दिसत नव्हती. माझा बोलण्याचा अनुत्साह बघून आवरतं घेत ती निघाली, हातात माशा मारायची जाळी आणि स्प्रेशिवाय मारलेल्या माशांचा खच.

तिनं इथून निघून जावं ही अतीव इच्छा होती, पण तिनं काम इतकं मन लावून केलं होतं की, मी तिच्या हातावर पैसे ठेवले. तिनं जोरात हात झटकले. ''नको, नको, मला नको!'' असं म्हणाली. म्हणजे ती तिच्या भाषेत काय ते म्हणाली, पण बहुधा तिला असंच म्हणायचं होतं.

पहिल्यांदाच मला हसू कोसळलं. ती विनोदी बर्मी हेल काढत म्हणाली होती, ''आय डोन्ट वॉन्ट टू फक...''

दहा

सफाईचं काम करताना मलादेखील एके काळी मजा यायची. पण त्याला आता बराच काळ लोटला होता. रंगूनमधले अगदी सुरुवातीचे दिवस होते ते. डो डो सेंग मला तिच्या कामावर घेऊन गेली होती. ती एका अमेरिकन कुटुंबासाठी काम करायची. ती त्याबद्दल फार म्हणजे फारच बोलायची. ते तिला फार चांगलं वागवायचे म्हणे, अगदी बरोबरीच्या नात्यानं. ते तिच्याशी कधीच नोकरासारखं बोलायचे नाहीत. हे अन् ते. त्या रात्रीच्या रेल्वेच्या प्रवासात मी त्यांची नावं, आवडी-निवडी, विनोदी लकबींबद्दल सर्वकाही ऐकलं.

डो डो सेंग पेंगायला लागली, तसं मी खिडकीबाहेर डोकं काढलं. प्रचंड वारा सुटला होता. मागे सुटलेले रेल्वेचे रूळ, पुढे पसरलेले रूळ बघत वेळ कसा पळत होता कळत नव्हतं. रेल्वेची शिट्टी कानावर आदळत होती. सकाळ झाली तेव्हा आम्ही निराळ्या देशात येऊन पोहोचलो होतो. आकाश जवळ भासत होतं. जमीन कधी उंच तर कधी सपाट. हवाही अनोखी होती, जड, गरम आणि काहीशी धूसर. दोन्ही बाजूला शेतं पसरली होती. कधी हिरवीकंच तर कधी सोनेरी.

स्थानकावर डो डो सेंगनं मला विम्टोची बाटली दिली. त्यानं माझे दात आंबले आणि पोट तट्ट झालं. ‘‘हे घे!’’ माझ्या हातात प्लॅस्टिकचा प्याला कोंबत ती म्हणाली, ‘‘पॅन्ट खाली कर आणि उरक.’’ आम्ही खिडकीपाशी होतो, डब्याच्या अगदी कडेला. गाडीतल्या गर्दीपासून तसे दूर होतो. ती माझ्याकडे पाठ करून उभी राहिली. मी खाली बसले आणि पोट हलकं केलं. मी उठतेन्‌उठते तोवर ती वळली, माझ्या हातातला प्याला खिडकीबाहेर रिकामा केला. तिच्या चेहऱ्यावर काही थेंब उडाले त्यातले, असा मला भास झाला.

डो डो सेंगनं हात उगारला, मला वाटलं आता मला फटके बसणार, पण नाही. ती चेहरा पुसत होती. मग ती मान मागे-पुढे करत, तोंड उघडं टाकून जोरात हसली. मी केलेल्या चुकीवर कोणीतरी हसलं त्याला युगं लोटली होती.

रंगून रेल्वे स्थानकावरून माझ्या नव्या घरी जातानाही ती सारखी हसतच होती.

नदीकाठी चमचमणाऱ्या भल्यामोठ्या सफेद इमारती, बंगल्यांकडे बघून मी तिला सारखी विचारत होते, "इथे राहतेस तू?" मी असं विचारलं की ती खूप हसत होती.

"नाही, ती सरकारी ऑफिसं आहेत." ती म्हणाली. शहरातल्या इतर गोऱ्या लोकांपेक्षा ती काम करते ते कुटुंब निराळं असल्याचं म्हणाली. इतर गोऱ्यांसारखं, मोठ्या घरात राहणं त्यांना पसंत नाही म्हणे. ते साध्या भागात, साध्या घरात राहत होते.

साधं होतं की नाही कोणास ठाऊक, पण सुरुवातीला तरी मला त्या घरात प्रवेश नव्हता. बाहेरच्या बाजूला असलेल्या स्वयंपाकघराशेजारची डो डो सेंगची खोली हेच माझं जग होतं. दिवसभर मी तिला जेवण बनवण्यात आणि साफसफाई करण्यात मदत करायचे. हळूहळू मला घराचे दरवाजे उघडे झाले. फर्निचर पुसणं, लाकूड बसवलेली जमीन झाडणं, स्वच्छतागृहांची सफाई, कपडे वाळत घालणं, अशा कामांच्या निमित्तानं घरात जाऊ लागले. मी अगदी उत्साहानं ही सारी कामं करायचे. लाकूडफाटा गोळा करणं, माझ्यापेक्षा आकारानं दुप्पट असलेल्या बांबूच्या सुपात तांदूळ साफ करण्यापेक्षा ही कामं अगदीच सोपी होती.

डो डो सेंगचं लक्ष नसेल, तेव्हा मी पायाखाली सफाईचा कपडा ठेवून जमिनीवर घसरायचा खेळ खेळत असे. पण माझं सगळ्यात आवडीचं काम होतं कपडे धुणं. कपडे वेगळे करायचे, धुवायचे, पिळायचे, झटकायचे, वाळत घालायचे, वाळले की घड्या घालायच्या. ही सगळी कामं मी अगदी जीव ओतून करायचे. कपड्यांची ऊब, त्यांचा खोल वास फार आवडायचा. अगदी खराब झालेले, धुण्याची वाट पाहणारे कपडे असले तरी मला ते खूप आवडायचे. वाळत टाकलेले पलंगपोस आणि उशांच्या अभ्र्यांचे वास नाकात भरून घेणं, हा माझा आवडता उद्योग होता. पियाचे कपडे, कॉटनचे पायजमे नीट घड्या करून ठेवणं, मला भारी आवडायचं. पिया म्हणजे माझ्या नव्या मालक-मालकिणीची मुलगी. ती फक्त सात वर्षांची होती. म्हणजे माझ्यापेक्षा एका वर्षानं मोठी. पण माझ्याहून कितीतरी उंच होती. माझ्याहून कितीतरी मोठी दिसायची.

कपडे धुण्याच्या उद्योगात कधीतरी आमची मैत्री झाली. सुरुवातीला मी तिला वाळत घातलेल्या कपड्यांच्या आडोशानं बघत असे. ती बागेत फिरायची, उमलत आलेल्या कळ्या तोडायची, मग सुई-दोरा घेऊन सारी फुलं एकत्र गुंफायची. मी ते बघत बसे. तिनं कधी वर पाहिलं की मी पटकन कपड्यांचा आडोसा घ्यायचे.

एका दुपारी, ती माझ्यामागून आली आणि समोरचा कपडा दूर सारला. हात धरला आणि मला बदामाच्या झाडाखाली घेऊन गेली. तिथे एक इवलसं अंडं होतं. राखाडी रंगाचं. आम्ही झाडाच्या ढोलीत डोकावून पाहिलं, पण तिथे घरटं दिसत नव्हतं. पिया म्हणत होती की, मीच ते अंडं जाग्यावर ठेवलं पाहिजे. आम्हाला काय मिळालं आहे ते सांगायला, ती मला हाताला धरून तिच्या आईकडे घेऊन गेली.

लवकरच मला पियाशी खेळण्यासाठी कामातून सुट्टी मिळाली. डो डो सेंगनं मला काट्या-चमच्यानं कसं खायचं ते शिकवलं होतं. 'थँक यू' आणि 'सॉरी' म्हणायलाही शिकवलं होतं. मालकाला फॉर आणि मालकिणीला मॉर म्हणायचं असं तिनं सांगितलं होतं. मालकिणीच्या पूर्वजांमध्ये फादरला फॉर आणि मदरला मॉर म्हणत असत म्हणे! अमेरिकेत येऊन अमेरिकन होण्याआधी ते स्विडन नावाच्या कोणत्यातरी देशात राहायचे.

मी बरीच स्वच्छ राहायला शिकले होते. डो डो सेंगनं माझे केस केरोसिननं धुतले होते. उवांचा नायनाट करण्यासाठी. शिवाय केस मुलांसारखे बारीक कापले होते. माझ्या शरीरावरच्या जखमा तिनं अगदी शोधून-शोधून साफ केल्या होत्या. त्यावर ते भयानक लाल रंगाचं औषध लावलं होतं. त्या औषधानं माझ्या अंगावर कायमचे व्रण राहिले होते. जंत पडून जावे म्हणून तिनं मला एरंडेलाचं तेल पोटात घ्यायला लावलं होतं. (पण पियाच्याच पोटात जंतांनी थैमान घातलं होतं, असं दिसलं. 'आऽऽ देवा देवा, माझ्या कुल्ल्यांमध्ये काहीतरी आहे, पण मला ते बाहेर नाही काढता येत.' ती ओरडली होती. मी तिला म्हटलं, थांब मला बघू दे. मी वाकून बघितलं तर रबरबँडसारखं इंचभर लांब काहीतरी बाहेर आलेलं दिसलं. हळूहळू करत बारा इंच लांब जंत बाहेर काढला आणि टाकून दिला. पिया थरथरत उभी होती. मी तिला म्हटलं, अगं साधा जंतच तर होता. इतकं काय करतेस. साधा, फालतू जंत. काढला ना मी, पण हे सारं खूप नंतर घडलं. आम्ही अगदी बहिणींसारख्या झाल्यावर.)

सुरुवातीला मात्र मी पायरी ओळखून वागत होते. माझी जागा डो डो सेंगपाशी, नोकरांच्या खोलीतच होती. मला तिच्याजवळ झोपायला आवडायचं. तिला स्वच्छ वास यायचा. तिच्या सवयीही मला आवडायच्या, पण ती जे जिथे ठेवेल ते तिथेच विसरायची. तांदूळ शिजायला ठेवला, तर घाईघाईत काडी ओढायची, मग घाईनं फुंकर घालायची, त्या गोंधळात विझलेल्या काडीचं टोक हनुवटीवर टेकवायची. तिचा ब्युटी स्पॉट होता तो!

भुवया कोरण्याबाबतही भलतीच काटेकोर होती ती. हनुवटीवरचे तीन केस उपटायला मात्र विसरायची. तिची काख साफ करण्याचं काम तिनं माझ्यावर सोडलं होतं. तिच्या खोलीत एकत्र आलो की ती हात वर करून माझ्यासमोर बसत असे. तिच्या काखेवर पावडरीचे थर जमलेले असत. तिच्या काखेची ऊबही जाणवायची मला. मी अगदी काळजीपूर्वक एक-एक केस गंजक्या चिमटीनं उपटायचे. तिच्या त्वचेला धक्का लागू नये म्हणून हात हळू चालवायचे. त्या वेळी ती मला तिच्या लहानपणच्या गोष्टी सांगत असे. उत्तरेकडच्या खेड्यात गेलेलं बालपण, फादर रॉबर्टबरोबर मिशनमध्ये केलेलं काम, तिला प्रार्थना शिकवलेला इटलीतला पाद्री,

अशा सगळ्यांबद्दल ती सांगायची. त्यानं तिला चांगलं ख्रिश्चन होण्याबद्दलही धडे दिले होते.

'लॉर्ड्स प्रेयर', 'हेल मेरी', 'ग्लोरी बे' या प्रार्थना मी डो डो सेंगकडूनच शिकले होते. 'सेंट तेरेसा', 'द लिटल फ्लावर', 'सेंट फ्रान्सिस' आणि बदामाच्या झाडाबद्दलही मी तिच्याकडूनच ऐकलं होतं.

या सगळ्या थोर लोकांना इतक्या हाल अपेष्टा का सहन कराव्या लागल्या हे कोडं मला सुटता सुटलं नव्हतं. हीच गोष्ट बौद्ध लोकं ज्या आत्म्याकडे प्रार्थना करतात त्यांच्याबाबतही खरी होती. त्यातले कितीतरी जण हृदयरोगानं वारले होते. दु:खाचा अतिरेक झाल्यानं गेले होते.

"तू फार प्रश्न विचारतेस," डो डो सेंग म्हणायची, "प्रश्न विचारू नकोस, फक्त प्रार्थना कर!"

मी 'योग्य' देवाला, म्हणजे ख्रिश्चन देवाला प्रार्थना करते आहे, हे ती कटाक्षानं पाहायची. आपलं इतर धर्मांशी भांडण नाही असं म्हणायची. इतर धर्मातल्या खुनी लोकांना तिनं आत्तापर्यंत पाहिलं नव्हतं – अर्थात, बौद्ध धर्मातले सोडून. बौद्ध सैनिक आणि राजकारण्यांमध्ये खुनी आहेत, हे सर्वांनाच माहीत होतं. हे बौद्ध बहुतांश बर्मी असायचे. या बर्मी लोकांनीच देशावर राज्य केलं होतं, इतर बर्मी लोकांना छळलं होतं – जे बर्मी नाहीत अशा माझ्या-तिच्यासारख्यांना जीव नको करून सोडलं होतं. हो, तुम्हाला सगळ्या प्राणिमात्रांबद्दल आदर आणि प्रेमाचा दिखावा करणाऱ्या अशा बौद्धांपासून सावध राहणं आवश्यकच आहे असं म्हणायची. वीस वर्षं खपून उभी राहणारी त्यांची भडक देवळं – पॅगोडा – सोन्याची पानं आणि रत्न जडवलेली. सामान्य लोकांच्या जीवावर बांधलेले हे पॅगोडे, आपला जीव कवडीमोलानं जाऊ नये म्हणून लोकांनी जबरदस्तीनं दिलेला पैसा.

"पण का?" मी विचारलं, "बर्मी बौद्धांनी आपला इतका तिरस्कार करावा असं आपण काय केलं आहे?"

"तिरस्कारासाठी नेहमी काही कारण लागतंच असं नाही. तुझी आधीची मालकीण तुझा तिरस्कार करायची, तू काही केलं होतंस का तिनं तुझा तिरस्कार करावा असं?"

"हं, कळतंय मला." मी म्हणाले.

"तुला काही कळत नाही पोरी." डो डो सेंग खाकरत म्हणाली. तिनं मला मुखियाची बायको तसं का वागायची हे सांगितलं. तिचं मूल मेलेलं जन्माला आलं म्हणून ती डो डो सेंगला दोषी ठरवायची आणि तिच्याशी वाईट वागायची हे सांगितलं.

"पण का?"

"बघितलंस? तुला काही म्हणता काही कळत नाही. पण कळेल हळूहळू म्हणून तर मी तुला खूप मासे खाऊ घालते. मासे चांगले असतात बुद्धीसाठी. तुझा मेंदू जितका मोठा होईल, तितकी तू पियासाठी चांगली बहीण बनशील."

"बहीण! मी, जंगली लू... पियाची बहीण? ते कसं शक्य आहे," मी विचारलं.

"तू इतकी मूर्ख आहेस ना. पियाचे मॉर आणि फॉर हे तुझेही मॉर आणि फॉर आहेत, म्हणजे पिया कोण झाली तुझी?" पण मग डो डो सेंगही त्यांना मॉर आणि फॉर म्हणायची की! खरंतर वय बघता ती त्यांची मॉर आणि फॉर बनण्यायोग्य होती. ती जितकं म्हणते तितकं तिला समजतं की नाही, याचीच मला आता शंका यायला लागली होती. बौद्धांबद्दल ती म्हणते तेदेखील चुकीचं असावं. सगळे बौद्ध कसे वाईट असतील? असं असणं शक्यच नाही. तसं असतं तर मॉर बौद्ध धर्माचा अभ्यास कशाला करेल? एक दिवस मी तिला डो डो सेंगशी बोलताना ऐकलं आणि अजूनच गोंधळात पडले. बौद्ध धर्मानं जगाला फार मोठी शिकवण दिली आहे, दुःखापासून मुक्ती मिळण्याचा मार्ग दाखवला आहे, असं ती म्हणत होती.

"दुःखापासून मुक्ती मिळण्याचा मार्ग? म्हणजे काय नेमकं?" मी डो डो सेंगला विचारलं.

"दुःखापासून मुक्ती मिळवण्याचा मार्ग आपल्याला केवळ येशूनं सांगितला आहे." ती नाक उडवत म्हणाली. 'Suffer little children to come unto me. (पीडित लहान मुलांना माझ्याकडे येऊ द्या!)'

मॉरला प्रश्न विचारण्यासारखं आमचं नातं झालं तेव्हा मी तिला विचारलं, "दुःखापासून मुक्ती म्हणजे नेमकं काय?" ती म्हणाली, "ते शिकण्यासाठी सारा जन्म लागेल. पण सुरुवात म्हणून 'धम्म' म्हणजे काय त्याचा अभ्यास करावा." असं म्हणाली. मी तसं केलं. अनिक्का-दुक्का-अनात्ता... मुखोद्गत केलं, सर्व वस्तू अशाश्वत आहेत, सर्व वस्तू दुःख देतात, सर्व भौतिक गोष्टी निरर्थक आहेत.

मॉरकडून मी सर्वांत विचित्र प्रार्थना शिकले – सबस्ता भवन्तु सुखिता। सर्वांना आनंद लाभो!

स्वतःच्या मुखी रोजचं अन्न पडावं म्हणून देवाला प्रार्थना करणं, मृत्यूसमयी आपल्यासाठी प्रार्थना करावी, अशा विनंती समजण्यासारख्या आहेत, असं मलातरी वाटलं. पण सर्वांच्या आनंदासाठी प्रार्थना करणं – डास, जंत आणि माणसं एकसारखीच – हे अगदीच अर्थशून्य नाही का?

पटो वा न पटो, मी त्या सर्वांसाठी प्रार्थना केली. डो डो सेंगच्या देवाकडे, बुद्धाच्या आत्म्याकडे आणि थेट बुद्धाकडेही! माझ्या मागण्यांनी त्यांनाही वैताग आला असावा. मी पहिल्यांदाच रंगूनच्या प्राणिसंग्रहालयात गेले होते. ओरांग-

उटानच्या पिंजऱ्यापुढे ही गर्दी जमली होती. सगळे जण आरडा-ओरडा करत होते, टाळ्या पिटत होते, उड्या मारत होते. त्यांच्याकडे लक्ष न देण्याचा तो ओरांग-उटान प्रयत्न करत असावा. मी कोपऱ्यात शांतपणे उभी होते. माझ्या शांतपणावर खूश होऊन त्यानं त्याचा हात बाहेर काढला. तेच कारण असणार. मला खात्रीच आहे.

मी सगळ्या देवांना प्रार्थना केली, या समोर उभ्या असलेल्या भल्यामोठ्या माकडाकडेही मग शांत उभी राहिले. प्रत्येकाचं माझ्याबद्दल चांगलं मत व्हावं म्हणून प्रयत्न करत राहिले. फारशा मागण्या, इच्छा न केलेल्याच बऱ्या. डो डो सेंग म्हणायची तसं, गप्प उंदरासारखं असलेलं बरं.

अकरा

कालच्या माशांच्या गोंधळानंतर या मिन्झूला वाटायला लागलं होतं की, ती खोलीत सफाई करायला आली की, माझ्याशी हवं तेवढं बोलू शकते. सतत हिची टकळी सुरूच. मी अंतर राखते, म्हणजे राखायचा प्रयत्न करते, पण आता ही जर गरमागरम चहा आणि सोबत डुकराच्या मांसाची गोडसर भजी घेऊन आली आणि अगदी सोफ्यालगतच्या लाकडी स्टुलावर बसली तर काय करावं मी?

"तुम्ही इंग्रजी कुठे शिकलात मा?" ती गरज नसताना दाराजवळचं पायपुसणं सरकवत चिरकते. "तुम्ही किती वेगानं बोलता आणि किती सहज, मी तुम्हाला जियांगसोबत बोलताना ऐकलं होतं." त्याच्या नावाच्या उल्लेखानं मला काहीसा धक्का बसतो. तीच मग सावरून घेते, "तुम्ही मांजराकडून शिकलात?"

मांजराकडून? हिची भाषा आणि त्याहूनही उच्चार अगम्य आहेत. हिला स्कूल म्हणायचं होतं बहुधा, मला ऐकू येताना कॅट असंच ऐकू आलं.

"हो शाळेत!" मी म्हणाले, "मी तिथेच इंग्रजी शिकले." मी ठरलेलं उत्तर दिलं. ते अमेरिकन कुटुंब ही आता फारच जुनी गोष्ट झाली होती.

खरंतर डो, डो सेंगनं मला पहिल्यांदा इंग्रजी शिकवलं होतं. सुरुवातीला आम्ही दोघी एकमेकींशी दरूमध्येच बोलायचो. लू या माझ्या मातृभाषेतले बरेच शब्द दरू भाषेतही सारखेच होते. कोणत्या भाषेत कोणते शब्द सारखे होते हेच मला आता नीटसं आठवेनासं झालं होतं. डोक्यात चिनी आणि बर्मी भाषांची सरमिसळही होतीच. लहान असताना शिंगरं, घोड्यांबरोबर बोलून बोलून मी चिनी भाषा शिकले होते. मला आठवतं, ते घोडे फक्त चिनी भाषेतल्या आज्ञाच ऐकत असत. गायी-बैल मात्र थेट बर्मी भाषाच ऐकायचे. गावाकडे तीच भाषा जास्ती करून बोलली जायची.

"तुझं नाव काय?" डो डो सेंगचं दळण सुरू व्हायचं.

"माय नेहम इज ना गा."

"नेह नाही गं, नेम. शब्दांच्या शेवटी ओठ मिट बघू."

"माय नेईम इज नाह गाह."

"नाह गाह असं नको म्हणू, न वर पूर्ण जोर दे आणि गह हळू म्हण. समजलं?"

मी घसा साफ करते आणि पुन्हा माझं नाव बरोबर म्हणायचा प्रयत्न करते, "माय नेम इज नाह गाह."

"च्ऽऽऽ ठीकय! पण किमान ओठ तरी मिटते आहेस आता.' डो डो सेंगनं निश्वास सोडला.

माझ्या नावाच्या शंभरशे साठ अर्थांबद्दल, त्यातला एकही आनंदी नाही म्हणून मी तिच्याकडे सारखी कटकट करायचे.

"जाऊ दे गं, ना गा हे काही तुझं खरं नाव नाही, तू नाव ठेवण्याच्या अगोदरच घराबाहेर पडली होतीस." ती म्हणाली.

"माझं खरं नाव?" ही माहिती म्हणजे माझ्यासाठी धक्काच होता.

"तुम्हा लोकांमध्ये असंच असतं." तिनं मला समजावून सांगितलं, "लू जमातीमध्ये मूल नाव विचारण्याएवढं मोठं होईतोवर नाव सांगतच नाहीत. मग आई खसखशीचं वाळलेलं बी हातात घेऊन त्यात नाव सांगते. डिंकासारख्या कोणत्यातरी पदार्थात तो बुडवते आणि त्याभोवती दोरा गुंडाळते. ते तुझं खरं नाव. ते बी मुलाच्या गळ्याभोवती बांधतात. ते तुझं रक्षण करतं. ते तुझं बीज नाम."

"म्हणजे? मला माझं खरं नाव कधीच कळणार नाही?"

"जाऊ दे, नसत्या गोष्टींबद्दल विचार करू नकोस. ज्या गोष्टी बदलणं आपल्या हातात नाही त्यापुढे डोकेफोड नको करूस."

"का नाही बदलता येणार मला त्या गोष्टी? मला माझं खरं नावसुद्धा नाही कळणार कधी? फक्त नाव कळण्यापुरतं माझ्या खेड्यात जाऊ आणि नाव समजलं की लगेच परत येऊ."

"तुझं खेडं आता आधी होतं तिथे नाही बाळा, हजार वेळा सांगितलं तुला तरी कळत नाही." डो डो सेंग चिडली नव्हती, दयाळूपणानं म्हणाली. तुमच्या खेड्याच्या जागी त्यांनी भलंमोठं धरण बांधलंय, म्हणून तुम्हा लोकांना दुसरीकडे हलवलंय.

"त्यांनी? म्हणजे कोणी?"

डो डो सेंगनं खांद्यावर दोन बोटं ठेवून खूण केली – तिच्या खुणांच्या भाषेत याचा अर्थ होता, सैन्यातला अधिकारी. "काळजी करू नकोस. तुझ्या गावातले सगळे कुठे गेलेत हे शोधायचा मी प्रयत्न करते आहे. जरा वेळ लागेल पण आपण कधी ना कधी जाऊच परत."

ती खोटं बोलतेय, हे मला समजत होतं. ती मला फसवण्यासाठी खोटं बोलत नव्हती, हेही कळत होतं. पण तिला आमचं घर, माणसं कधीच मिळणार नव्हते, हे मला पुरतं उमगत होतं. आम्ही आमची शिकवणी पुढे सुरू ठेवली. "हां, म्हण

पुन्हा एकदा. नेम म्हणताना शेवटी ओठ बंद कर.''

तोंड कधी बंद ठेवायचं आणि कधी उघडायचं हे समजणं इतरही काही कारणांसाठी महत्त्वाचं असतं, हे माझ्या लक्षात आलं होतं. मॉर आणि फॉरच्या चेहऱ्यांवरचे भाव ओळखून मी ते शिकले होते. त्यांच्या चेहऱ्यावरच्या खुशी-नाखुशीचे भाव मला ओळखू यायचे. त्यांच्या जगात मला कधी प्रवेश आहे, कधी ते मला उंबऱ्याबाहेर ठेवू इच्छितात हेही मला कळू लागलं होतं.

मी इतकी 'शहाणी' झाले होते की, तिथे राहायला लागल्याच्या एकाच वर्षात मला बढती मिळाली. पियाबरोबर खेळणारी मुलगी इतकंच नाहीतर मी तिच्या खोलीतही भागीदार झाले होते. फक्त खोली नाही, मला तिथल्या कपड्यांच्या कपाटात स्वत:चा कप्पा होता, स्वत:चा कंगवा, दात घासायचा ब्रश आणि टॉवेलपण होता. नाताळच्या दिवशी सांतानं मला चंदेरी केसांची, लांब पापण्या असलेली, उंच बार्बीदेखील दिली.

''तुला माहीत नाही असं काहीतरी मला माहीतेय.'' नाताळ जवळ यायला लागला तशी पिया मला चिडवू लागली. ''सांता नसतोच मुळी.''

''खरंच?'' मी आश्चर्य दाखवलं खरं, पण तो असतो यावर माझाच विश्वास नव्हता.

या लोकांना माझ्याबद्दल काहीशा शंका होत्या. पण त्याबद्दल या लोकांना दोष देण्यात तरी काय अर्थ होता. मला योग्य-अयोग्य कळतं की नाही, याबद्दल ते साशंक होते. एकदा मॉर मला लाखेच्या कारखान्यात घेऊन गेली. तिथे बाहेरच एक म्हातारा साधू काहीतरी बनवत बसला होता. चुलीवरच्या काळवंडलेल्या भांड्यात काहीतरी पातळ पदार्थ खदखदत होता. कारखान्याच्या दाराबाहेर एक बाई बिडी ओढत होती. तिनं आम्हाला सांगितलं की, तो मांत्रिक होता. बर्मीमध्ये 'झवगई' – मला तर या शब्दाचा अर्थ कोणत्याच भाषेत माहीत नव्हता. त्यामुळे मला तो मॉरला समजावून सांगता आला नाही. पण जेव्हा ती बाई जादू की काहीतरी म्हणाली – तांबं आणि चांदीचं सोनं करायचं की असंच काहीतरी – तेव्हा मॉरनं कळल्यासारखी मान डोलावली अन् म्हणाली, ''हां, जादूगार!''

त्या कामगार बाईनं आता आवाज खाली आणला. तिनं ऐकलं होतं की, जर या मांत्रिकाला सात दिवस जमिनीत पुरलं तर त्याचं मांस गोड होतं. खायला चविष्ट लागतं आणि त्यामुळं माणसाला अमानवी शक्ती मिळतात.

घरी परतताना मी मॉरला विचारलं की, त्या मांत्रिकाचं मांस इतकं स्वादिष्ट आणि गोड लागत असेल, तर मग आत्तापर्यंत कोणी त्याला मारून मांस मटकावलं कसं नाही? ती माझे खांदे धरून माझ्या चेहऱ्यापुढे चेहरा आणत म्हणाली, ''तसं

करणं चूक आहे ना गा, तुला कळतंय का ना गा, असं कोणाला मारणं चूक आहे. माणसांचं मांस खाणं तर त्याहून चूक.'' तिला बहुधा भीती वाटली असावी की मी जाऊन पटकन त्या मांत्रिकाची मांडी चाखून येते की काय!

माझ्याकडून खरं काय ते काढून घेण्याची 'फॉर'ची स्वतंत्र पद्धत होती. ते आवाजात मऊपणा आणून मला प्रश्न विचारत. माझ्या कानाला त्यातला खोटा खोटा मऊपणा टोचत असे. ''माझ्याकडे बघ ना गा, माझ्याकडे बघ!''

मी त्यांच्या पिळलेल्या मिशांकडे नजर टाकायचे. ते हसत नसायचे पण त्या भरभक्कम मिशांमुळे हसताना दिसायचे खरे! इतक्या शोधक डोळ्यात बघणं मला कसंनुसं वाटू लागायचं. मला त्या नजरेला नजर देता यायची नाही.

''तुझं गाव कसं होतं ते सांग बरं मला? तू तिथे कोणती गाणी गायचीस? कोणते खेळ खेळायचीस?''

त्यांना दरू गावाबद्दल नाहीतर माझ्या मूळ गावाबद्दल सारंकाही जाणून घ्यायचं होतं. दरूमधल्या आयुष्याचं वर्णन करणं काही अवघड नव्हतं, पण माझ्या लहानपणच्या गावाबद्दल सांगण्यासारखं काय होतं?

मी आईबरोबर पहाटे उठायचे. ती अंगणात सडा घालायची. डोंगराच्या पायथ्यापासनं मी तिला बांबूच्या तोटीतून पाणी आणून द्यायचे. ती तांदूळ शिजायला ठेवायची तेव्हा मी चूल फुंकायचे. सुगीच्या दिवसांत सगळे पुरुष शेताकडे असायचे तेव्हा मी भात पानात गुंडाळून त्यांच्या जेवणासाठी घेऊन जायचे. अंधार पडायच्या आधी इतर मुलांसोबत खेळायचे. कधी दिव्याच्या उजेडात विणणाऱ्या, शिवणाऱ्या बायकांसोबत बसायचे. कधी बाबा इतर पुरुषांबरोबर गप्पा मारत बसले असतील, तर तिथे जायचे, केसात शेकोटीची राख उडायची, ती झटकत तिथेच त्यांच्या मांडीवर झोपी जायचे.

साधे-सरळ तर होते दिवस. त्यात सांगण्यासारखं काय आहे?

''ना गा, माझ्याकडे बघ. मला सांगण्यासारखं तुला काहीच आठवत नाही?''

''नाही आठवत मला काही.'' त्यांच्या नजरेला नजर देत उत्तर दिल्याशिवाय ते प्रश्न विचारणं थांबवायचे नाहीत.

पण त्यांनी मला प्रश्न विचारणं कधी सोडलंही नाही. त्यांनी मला अक्षरं, इंग्रजी शिकवलं, पोहायला शिकवलं, त्या प्रत्येक वेळी ते मला खूप सारे प्रश्न विचारायचे. त्यांनी मला पोहण्याच्या जुन्या तलावापाशी नेलं. तिथे पाण्यात उतरायला एक छोटी शिडी लटकत होती. मला तर त्या पाण्यात धड उभंही राहता येत नव्हतं. पाणी खूप खोल वाटत होतं. मी त्यांच्या गळ्याला घट्ट पकडून ठेवलं. इतकं घट्ट की, माझ्या नखांचे ओरखाडे उमटले त्यांच्या मानेवर. हळूहळू त्यांनी माझ्या हाताची पकड ढिली केली. मी पोटावर पडून पाय मारू लागले. मी त्यांच्या केसाळ हातावरची पकड घट्ट केली. पण त्यांनी मला हळूहळू पोहायला शिकवलं. आजूबाजूच्या टारगट पोरांपासूनही

मला दूर ठेवलं. ती मुलं फॉरच्या छातीवरचे केस ओढत होती, त्यांच्यावर पाणी उडवत होती.

बर्मामध्ये येण्याआधी फॉर पेनसिल्वेनिया मध्ये की कुठे शाळेत शिक्षक होते. इथे त्यांना तांत्रिक सल्लागार म्हणायचे. पण त्यांचं काम रंगूनमधल्या सरकारी ऑफिसांतल्या कर्मचाऱ्यांना इंग्रजी शिकवणं हेच होतं. शिक्षक असल्यानं त्यांच्यात सहनशक्ती जास्त होती, असं मला वाटायचं. फावल्या वेळात ते पुठ्ठ्याचे पॅगोडा, राजवाडे बनवायचे. दारं-खिडक्या, पूल-छोट्या पवनचक्क्या बनवायचे. ही दारं-खिडक्या उघड-बंददेखील होत असत. मला पोहायला शिकवणारे त्यांचे हात तासन्तास इवल्याशा टाचण्या-पिना, धारदार पाती, पेपरच्या वस्तूंसाठी लागणारं साहित्य काळजीपूर्वक हाताळत असत.

गोंधळाच्या वातावरणातही फॉरनं त्यांची आवड जपली होती. माझा त्यांच्यावर विश्वास होता. तेदेखील असे होते की, मला पोहायला शिकवण्याचा हट्ट सोडत नव्हते.

पण मी कशावर विश्वास ठेवायचा? त्यांनी मला पोहायला शिकवण्याचा नाद सोडला तर माझा त्यांच्यावरचा विश्वास ढळणार होता? मला पोहणं कसंबसं आलं असतंही पण त्यांनी आग्रह धरला, तर माझा त्यांच्यावरचा विश्वास तसाच राहणार होता? पण मग मी पोहायला कसं शिकणार? हं! गोंधळच होता सारा!

फॉरनं मला पोहायला शिकवलं. मॉरनं मला प्रार्थना करायला शिकवलं. पियानं मला शांत राहण्याचं महत्त्व शिकवलं. ती सतत कशाबद्दलतरी अथक बडबड करत असे. श्वास न घेता, न थांबता बोलत राही.

"पिया, शांत हो, खोल श्वास घे बघू." मॉर म्हणायची. तो श्वास घेतल्यानंतर पुढच्याच क्षणापासून पिया पुन्हा बडबडायला लागायची. कधीकधी तर इतकी आक्रस्ताळी वागायची की बोलायची सोय नाही. जमिनीवर पाय आपटायची, किंचाळायची आणि हे सारं करून मलाच 'वाइल्ड थिंग' म्हणायची.

"आणि मग त्या वाइल्ड थिंग्ज होत्या तिथे तो आला." तिच्या कोणत्यातरी गोष्टींमधला तिचा आवडता मुलगा ती या गोष्टीत घुसडायची. "दे रोअर्ड देअर टेरिबल रोअस..."

"रोअर, रोअर." तिला बरं वाटावं म्हणून मी काहीतरी म्हटलं.

"आणि त्यांनी दातांवर दात घासले."

मी माझे दात दातांवर घासले आणि आवाज काढला.

"त्यांनी गरागरा डोळे फिरवले."

मी माझे भयानक डोळे गरगरा फिरवले.

मग ती अचानक ओरडली, "आता अजिबात हलू नको."

क्षणात मी पुतळा झाले. श्वास रोखून धरला, डोळे सताड उघडे ठेवले, जणू पियाच्या गोष्टीतल्या त्या मुलानं मला घाबरवलं होतं. माझ्यावर जादू केली होती.

तिला मात्र कधीच, कशाचीच भीती म्हणून वाटायची नाही. तिच्या जवळ फिरकणाऱ्यावर ती लाथांचे सडकून प्रयोग करायची. एकच गोष्ट करताना ती काहीशी शांत वाटायची, माझ्या केसांशी खेळताना. आता मला केस वाढवण्याची परवानगी मिळाली होती. ती माझ्या केसांशी मनसोक्त खेळायची. वेणी घालायची, सोडायची, पिना बांधायची, नुसते बांधायची, बागेतली मोगऱ्याची, जास्वंदीची फुलं खोवायची, पुटपुटायची, "ना गा, मला आवडतात तुझे केस, मला तुझे काळेभोर केस फार्फार म्हणजे फारच आवडतात."

आणि मला तिच्या अंगाचा गंध फार आवडायचा – अंघोळीनंतर ती झालर असलेले कपडे घालायची, पलंगावर चढायची, उशीवर डोकं टेकवण्याआधी केस मागे घ्यायची, वाचायला पुस्तक हाती घ्यायची तेव्हा इतका छान सुगंध यायचा. सोन्याला जर वास येत असता तर तो असाच असेल असं मला वाटायचं.

"कोणाचे केस जाड आहेत सांग. हात लावून बघ." ती म्हणायची.

पिया सारखी कशाशीतरी तुलना करत बसलेली असे. तुला कोण जास्त आवडतं? तुला कोणती बाहुली पाहिजे? हा रंग चांगला आहे की तो? माझ्यासमोर पर्याय आले की, मला भारी संकट वाटे. मला हे हवं की ते, हे पटकन सांगता यायचं नाही. तिनंच माझ्यासाठी निर्णय घेऊन टाकला तर बरं असं मनातून वाटायचं. माझं वागणं बघून मॉर आणि फॉर दोघांना वाटायचं की मी फार उदार आहे. ते पियाला म्हणायचे, "तुला ना गा सारखं नाही वागता येत?"

उगवणाऱ्या दिवसागणिक चेहऱ्यावर निरनिराळे मुखवटे वागवणं किती सोपं असेल? एक उदारतेचा, एक अलिप्ततेचा अन् एक प्रायश्चित्त घेणारा.

रोगप्रतिकाराची इंजक्शनं घेताना मी धीराचा मुखवटा घेऊन वागवायचे. मी पहिल्यांदा दंड पुढे करायचे. पिया तेव्हा मागेमागे असायची. कान टोचायला गेलो तेव्हा मी पहिल्यांदा मान वळवून कान पुढे केला. एकदा खेळताना माझं कानातलं पियाच्या कपड्यात अडकून ओढलं गेलं, तेव्हा मी तिला सांगितलं की काही झालं नाही, रक्त आलं तरी काळजी करू नकोस, फारसं काही दुखलं नाहीये.

डोळ्यातलं पाणी कसं आवरायचं हे मी शिकले तसं डोळ्यातनं पाणी कधी आलं पाहिजे तेदेखील शिकलेच. कोणी ओरडलं, चिडलं तर रडून दाखवलं पाहिजे, आपल्याकडून तशी अपेक्षा आहे, हे माझ्या ध्यानी आलं. त्या-त्या परिस्थितीत येणारं पाणी हे निव्वळ पाणी असे. अश्रू नाही. रात्री दचकून उठताना, आपण रडतोय हे कळत नसताना डोळ्यांत जे पाणी यायचं ते खरंच अश्रू असायचे. आकाशात तेव्हा सारा राखाडी रंग असायचा. खोल काहीतरी तुटत असायचं. निराशेच्या

गोंधळात काळा रंग विस्कटलेला असे.

कधी मॉर माझ्या पलंगापाशी असायची, मला उठवायची, "ना गा, बाळा तुला वाईट स्वप्न पडलं. स्वप्न आहे बाळा!" ती माझं डोकं छातीशी घट्ट धरायची. "जाऊ दे बाळा, मॉर आलीय इथे. मॉर तुझी काळजी घेईल हं बाळा. नेहमी काळजी घेईल."

तिचं बोलणं आणि तिला येणारा वास यांचं गणित मात्र जुळायचं नाही. तिला नेहमी वेगवेगळा वास यायचा. सकाळी तिच्या तोंडाला शिळा, धुरकट वास यायचा. ती घामानं चिंब होऊन बाहेरून यायची, तेव्हा तिच्या अंगाला इंजिनाचा वास यायचा. संध्याकाळी फुलांचा आणि रात्री व्हिस्की अन् सिगरेटचा.

माझ्याजवळ झोपली असताना तिला अजून एक वास यायचा असं माझ्या ध्यानी आलं होतं. तिच्या पायांमधून यायचा तो विवक्षित वास, उग्र आणि आजूबाजूला भरून राहणारा. चीजचा डबा उघडल्यावर नाकात वास घुसतो तसा. माझ्या आईच्या पायांमधल्या जागेतून अगदी निराळा वास यायचा. आठवतंय मला, त्या वासाच्या फरकावरूनच मला खात्री होती की, मॉर माझी आई कधीच बनणार नाही. माझ्या मनातले शब्द अगदी ओठावर यायचे. मलातर थेट ऐकूच यायचे, 'नाही, तू नाही माझी काळजी घेणार....'

मिन्झूनं मला अभ्यासाचं एक पुस्तक दाखवलं. इंग्रजी भाषा शिकणाऱ्यांसाठीचं ते पुस्तक होतं. तिला ते फार अवघड वाटत होतं. मी तिला मदत करेन का विचारत होती. मी एका पानावर नजर टाकली –

नजर जणू खिळून राहिली.

१) 'आय ॲम सॉरी. आय हॅड समथिंग टू से, बट दॅट सिरेन आउटसाइड मेड मी लूज माय... ऑफ थॉट,' लॅरी सेड टू कॅरन!

अ) सोर्स

ब) ट्रेन

क) चेन

ड) कोर्स

हे पर्याय निवडण्याचा मला इतका तिरस्कार वाटायचा. लॅरीचा सोर्स गेला होता की चेन, ट्रेन की कोर्स हे कोणाला कसं कळावं? कदाचित त्याचं सारंच गेलं असेल, कदाचित काहीच नसेल.

पिया मला पर्याय दाखवून किती वैताग द्यायची त्याची आठवण झाली.

पावसाळी दिवसात बाहेर खेळायला जाता यायचं नाही म्हणून मॉर आणि फॉरनं आमच्यासाठी हवा भरलेली एक गादी आणली होती. ते घरी नसले की, आम्ही चंद्रावर जायला त्याचा उपयोग करत असू.

बाहेरच्या खोलीतल्या अंधारात, खुर्च्या-टेबलं बाजूला सारून आम्ही खेळायला जागा करत असू. पियानं अमेरिकेत अंतराळवीर चंद्रावर कसे चालायचे ते पाहिलं होतं, तसं आम्ही त्या गादीवर चालत असू. तिनं मला त्यांनी चंद्रावर पाऊल ठेवल्यानंतर ते कसे चालायचे हे दाखवलं होतं. मी तिच्यासारखं चालायचे.

पौर्णिमेच्या दिवशी आम्ही चंद्राकडे बघून ओरडायचो, 'पृथ्वी, पृथ्वी! आपली सुंदर पृथ्वी!' आम्ही पृथ्वीकडे बघून हात हलवायचो, कारण आम्ही चंद्रावर चालत असायचो.

इतकी धमाल यायची, पण पिया तिच्या तर्कटपणानं सगळी मजा घालवून टाकायची. "तुला कुठे राहायला आवडेल ना गा? चंद्रावर की पृथ्वीवर?"

"मला नाही माहीत."

"निवडच, सांगच. तुला निवडायलाच पाहिजे. चंद्र की पृथ्वी? सांग."

"पृथ्वी." तिला चंद्र हवा आहे हे मला माहीत असे.

"नक्की? बघ हं, चंद्र एकदम स्वर्गासारखा आहे."

"मग चंद्र."

मिन्झूच्या पुस्तकावर मी नजर टाकली, सगळीकडे साधारण तसेच पर्यायांचे प्रश्न होते.

३) सोल्जर्स आर फोरबिडन टू व्हिजीट द रेड... डिस्टीक्ट्स इन अदर कंट्रीज नॉट ओन्ली डझ इट टार्निश द रेप्युटेशन ऑफ आर्मी, बट दोज प्लेसेस आर ऑलसो डेंजरस फॉर फॉरेन्स.

अ) डोअर

ब) वेलकम

क) लाइट

ड) ट्रॅफिक

मी मिन्झूच्या हातात पुस्तक सोपवलं, "मला पण नाही येत, खूप अवघड आहे."

मिन्झूचा भ्रमनिरास झालेला दिसला. पण ती काही बोलली नाही. नुसतं हसली. तिला किती विचित्र खळ्या पडत होत्या, गालावर नाही, हनुवटीवर. ती इंग्रजी बोलायचा प्रयत्न करायला लागली की तर जास्तच दिसायच्या.

"एक्सक्यूज मी मॅडम," ती पुन्हा खळ्या पाडू लागली, "विल यू प्लीज टीच मी आंगविश?"

बारा

दिवस नुसतेच पुढे जात आहेत. रात्री झोपेविना सरकत आहेत. विश्रांती नाही, शांती नाही, काय करतेय ते स्पष्ट नाही. फ्रेंडशीप हॉटेलमधलं माझं आयुष्य हे असं होतं. रोज सकाळी दाराबाहेर त्या दिवसाचा वार छापलेलं पायपुसणं असायचं. ते तिथे नसतं तर मला रोजचा बदलता दिवसही कळला नसता.

रोजचा सूर्य उगवतो, सकाळ होते. खिडक्यांवर सूर्याची किरणं पडली की मी खाली उतरते. मिन्झूकडे चहा मागते. तो पिते. मग नाश्ता करायला बाहेर पडते.

जियांगच्या जाण्यानं माझ्या भुकेला काय केलं आहे कोण जाणे. कोणत्याही वेळी माझ्या पोटात भुकेची आग उठते. आम्ही एकत्र केलेल्या जेवणाचा स्वाद मला आठवत राहतो – ते स्वादिष्ट, हवं तितकं खा म्हणत आमंत्रण देणारे बुफे, माझ्या तोंडाला पाणी सुटतं – अचानक अशक्त वाटू लागतं.

वाँटिंगमधल्या सकाळी मला काही करावसं वाटत असेल तर एकच – गोड चहा घ्यावा आणि त्यात चिनी डोनट बुडवून खावा. पण जियांगच्या नियमात ते बसायचं नाही. तो साडेसात वाजता लॉबीमध्ये माझ्या येण्याची वाट बघत मिन्झूशी येमेनीजमध्ये बोलत उभा असायचा. म्हणजे ते येमेनीजमध्ये बोलायचे असं मला तरी वाटायचं. तेव्हा मला चीनमध्ये येऊन आठवडाही झाला नव्हता, त्यामुळे भाषेतला फरक नीटसा कळतही नव्हता.

मी आणि जियांग गावातल्या दक्षिणेकडच्या भागात नाश्ता करायला जात असू – न्यू प्रॉस्पॅरिटी ब्रिज हॉटेल असं काहीसं नाव होतं त्याचं. तिथे चिनी, जपानी, पाश्चिमात्य पदार्थांची टेबलं सजवलेली असत. इतके पदार्थ बघूनच माझी भूक संपत असे. हातात पदार्थांनी गच्च भरलेली ताटली, समोर वाफाळत्या पदार्थांनी भरलेल्या कढया, भांडी, प्लॅस्टिक-काचेच्या भांड्यांचा ढीग. एक पियानोवादक सोडला तर त्या मोठ्या हॉलमध्ये आमच्याशिवाय कोणी नव्हतं. तो वादक चिनी, जपानी अन् पाश्चिमात्य संगीताचा गोलमाल करत काहीतरी वाजवत बसला होता. इतके पदार्थ होते, पण त्यातलं काय घ्यावं मला काही कळत नव्हतं.

खरंतर मला एक वाटीभर गरमागरम कांजी पुरे झाली असती. पण तिथे भाताची रास असलेल्या भल्यामोठ्या काळसर भांड्याभोवती चिकन, मटण, गाय-डुकराचं मांस शिजवून ठेवलं होतं. मासे, खेकडे, हरतऱ्हेची अंडी, पातीचा कांदा, लाल कांदा, तळलेला लसूण, हिरवी मिरची. म्हणाल तो पदार्थ समोर हजर होता.

त्यापुढे शेवयांचे अनेक प्रकार होते. जाड-पातळ शेवया, तळलेल्या, कुरकुरीत शेवया, निरनिराळ्या सॉस आणि ब्रॉथमधल्या शेवया. भज्यांचं तर नावही काढू नका. घासाएवढे शुमई आणि हिरवे, गोड मटार भरलेले भलेथोरले बाओ होते. झिंगे, डुक्कर, गायीच्या मांसाची भजी होती. त्यानंतर केकची रास ठेवली होती. टर्निप केक, स्पॉन्ज केक, राइस केक, आइस केक, मून केक – त्यावर लाल रंगानं काहीतरी लिहिलं होतं.

थोड्याच वेळात पियानोवादकाला साथ द्यायला एक गायिका आली. तिनं भरतकाम केलेला, कमरेला मणी लावलेला स्कर्ट घातला होता. टोपीत पांढरे-लाल मणी चमकत होते. त्यातल्या काही धून मला ओळखता आल्या. 'मून रिव्हर, शल वुई डान्स, प्लम ब्लोसम्स इन द ट्विलाइट', फक्त ती जेव्हा इंग्रजीमध्ये गात होती, तेव्हा शब्दांची सरमिसळ चालली होती असं मला तरी वाटलं. तिची भाषा विस्कटलेली होती आणि आवाजही कधी भसाडा, कधी नाकात. एकंदर सगळा आनंद होता.

चिनी पदार्थांच्या टेबलापलीकडे पाश्चिमात्य पदार्थांची खैरात दिसली एकदाची. धातूच्या स्टँडवर वेगवेगळे ट्रे ठेवले होते. त्यांना गरम ठेवणाऱ्या निळ्या ज्योती दिसत होत्या. अंड्यांचे अनेक प्रकार होते. तळलेली, उकडलेली अंडी, फेटलेली अंडी, ऑम्लेट, एग पाय, सॉसेजेस, बेकनच्या चकत्या, भलेमोठे वॉफल्स, बटाट्यांच्या फोडी, चकत्या, शिजवून एकजीव केलेले बटाटे, किसलेले बटाटे.

हे सारे पदार्थ बघून भूक का लागत नाहीये? बहुधा जियांगच्या असण्यानं फरक पडत असावा. तो माझ्या पाळतीवरच असायचा. इतका जवळ उभा असायचा की मला त्याच्या हाताचा, शिळ्या सिगरेटचा वासही यायचा. तिथे अजिबात गर्दी नव्हती. ना आमच्या पुढे कोणी होतं, ना मागे. पण मी एक एक पदार्थ बघत, घ्यावा की न घ्यावा या विवंचनेत पुढे सरकले की तो अस्वस्थ झालेला मला जाणवायचा. उलट फिरून जपानी पदार्थांच्या टेबलकडे जातानाही माझ्या ताटलीत अजून काहीच घेतलेलं नव्हतं.

आता मला हा जपानी पदार्थांचा डोंगर पार करायचा होता. मग पिकल्स आणि प्रिझर्व्हचा. फळं आणि भाज्यांनी सुशी, साशिमी सजवले होते. भाज्या इतक्या निरनिराळ्या तऱ्हेनं सजवल्या होत्या की त्या भाज्या आहेत हे ओळखूच येत नव्हतं. गाजराचं फूल बनवलं होतं. खाण्यायोग्य पानं कापून खोटी वाटतील अशी केली होती. खोक्यातनं काचेचं सामान पाठवताना थर्माकोलचे गोळे असतात, तसा

मुळ्यांना आकार दिला होता.

आम्ही हवं तिथे बसू शकत होतो, पण जियांग नेहमी दाराजवळचं टेबल निवडायचा. हा भलाथोरला हॉल ज्या माणसांसाठी बनवला होता त्यांचा तर काही पत्ताच नव्हता. लॉबीबाहेर, बारमध्ये हाताच्या बोटावर मोजण्याएवढी माणसं, माणसं कसली शरीरं म्हणायची फक्त. दाराकडे डोळे लावून, कसल्याशा आशेनं बसली होती.

माझ्या ताटलीकडे बघून जियांगनं धक्का बसल्यासारखं बघितलं. थोड्या तळलेल्या शेवया, अंडं, एखादा सुशीरोल. धक्का बसल्यासारखं दाखवलं तरी. खरं की खोटं माहीत नाही. हे म्हणजे अगदी जुन्या काळातल्या रितीभातीसारखं झालं. पाहुण्यांच्या जेवणाकडे बघून किती कमी खाता म्हणायचं. वा! वा! वा! त्यानं विचारलं, ''काय झालं? आजारी आहेस का? ॲलर्जी? पोट बिघडलंय?''

''नाही, पण इतके पदार्थ होते त्यामुळे गोंधळ उडाला.'' मी उत्तर दिलं.

''पण तुझी ताटली बघ.'' मी उलट म्हणालेच. त्याच्या ताटलीत माझ्यापेक्षाही कमी पदार्थ होते. छोटंसं भजं, क्रेसन्ट रोल, फिशकेक. त्यानं खांदे उडवले, लेदर जाकीट काढलं आणि खुर्चीच्या पाठीवर लटकवलं. खुर्चीवर बसण्यापूर्वी सिगरेट शिलगावली आणि एक खोल झुरका ओढला. सिगारेटचं बोट माझ्याकडे रोखत खूण केली, जणू तोच त्याचा नाश्ता होता.

मग खा की ती सिगरेट, असं म्हणणं माझ्या अगदी ओठांवर आलं. दोघंही पुढे आलेलं अन्न घशाखाली उतरवू लागायचो.

जियांगला अन्नापेक्षा आणखी काहीतरी हवं होतं खरं. त्याला झोपेची गरज होती. तो खातानाही जांभया देत होता. जागं राहण्यासाठी जणू धडपडत होता. मनगटावरचं घड्याळ सारखं मागेपुढे करत होता. एक पाय टेबलाखाली आपटत बसला होता. तो खुर्चीवर इतका झुकून बसला होता की अजून इंचभर जरी वाकला असता, तरी नुकत्याच पुसलेल्या, अजून ओल्या असलेल्या जमिनीवर जाऊन पोहोचला असता.

माझं खाणं संपेपर्यंत जियांग थांबला. मग त्यानं एक-दोन घासात पटपट खाल्लं, टेबलावरच्या टिश्यूपेपरला बोटं टिपली. त्याची ताटली स्वच्छ होती, एगरोलची कड त्यानं ताटलीत सोडली होती तेवढीच.

''जाऊ या?'' त्यानं सिगरेटचं पाकीट आणि जाकीट हातात घेत विचारलं. मी त्याच्यामागे कॅशिअरकडे गेले. पाठीमागून पाहिलं तर तो वयस्क माणसासारखा दिसत होता. केस पांढरे झाले होते, ओढल्यासारखा चालत होता. नाश्त्याचं प्रकरण आता संपलं होतं. जियांगमध्ये जणू नवा उत्साह भरला होता. या भागातलं काय दाखवू आणि काय नको असं त्याला झालं होतं. त्याच्या नोंदीमध्ये सर्वप्रथम मंदिरंच

होती – प्रसिद्ध मंदिरं. प्रसिद्ध असो वा नसो, मला कोणतंही मंदिर पाहण्याची इच्छा नव्हती.

मी आवाजात शक्य तितका उत्साह आणण्याचा प्रयत्न केला. ''लोकप्रिय आहे का?''

''तोडफोडीतून वाचलं आहे.'' तो उत्साहानं म्हणाला.

तोडफोडीतून वाचलेलं – हे शब्द म्हणजे या भागाचा प्राण झालं होते. लाल सैन्याच्या तडाख्यातून सुटलेलं हे मंदिर. सारंकाही लाल सैन्याच्या संदर्भातलंच. त्याच जमिनीमध्ये गेली अनेक वर्षं काही अनमोल वाद्य पुरली होती. जमिनीवरच्या संहारामध्ये कित्येकांचे प्राण गेले, पण ही वाद्य जशीच्या तशी राहिली. 'चमत्कार!' जिवंत राहिलेल्या प्रत्येक गोष्टीबद्दल बोलताना जियांग केवळ हा एकच शब्द उच्चारत होता.

चमत्कार इतके अनाकर्षक असतील असं मला तरी कधी वाटलं नव्हतं. मी त्याबरोबर या मंदिरातून त्या मंदिरात गेले, या ठिकाणाहून त्या ठिकाणी गेले, अस्वस्थ, कंटाळलेली – आणि अपराधी! मी त्याच्यामागे जात होते, तो जे म्हणतो आहे, दाखवतो आहे, त्यात रस आहे असं भासवत होते. पण तो सारा वेळ मी केवळ इथून सुटकेसाठी पुढे काय, या विचारात गुंतले होते.

तिसऱ्या दिवशी लाल सैन्याच्या तडाख्यातून सुटलेल्या सर्वांत प्रसिद्ध बौद्ध मंदिरात आमची वरात निघाली. हे मंदिर गावापासून दोन मैलावर होतं. अपराधीपणाच्या भावनेनं मला कसंनुसं होत होतं. जियांग माझ्याबरोबर नसतातरी मला असंच वाटलं असतं का? तो अथक बोलत होता. इंग्रजी, बर्मी भाषांच्या कोलांट्या उड्या मारत शब्दजंजाळ माहिती देत होता. तो काय म्हणतोय ते ऐकणं-समजणंही अवघड होतं. अर्थात ते समजून घेण्याची इच्छा कोणाला होती! दुपार होईतो बौद्ध धर्म ते हेरॉइन, मंदिरं ते टीव्हीवरचे कार्यक्रम, पोटाच्या तक्रारी ते संभोगसुख वाढवण्याची औषधं या सर्वांवर जियांगचं आख्यान सुरूच होतं. माझ्या मनात विचार आला, हा इतकं बोलतोय, काय लपवतोय कोण जाणे!

चटका देणाऱ्या उन्हामध्ये मंदिराच्या परिसरात कुत्रंही नव्हतं. साधूही नव्हता एकपण. मंदिरात गेल्यावर आत काय काय आहे हे पाहण्यात मी जरा रस दाखवू लागले. उंच खांब, छतावर कोरलेले दैत्य, चिनी तोंडावळ्याचा, पायावर पाय टाकून सिंहासनावर बसलेला बुद्ध. हे सारं बघत असताना मी एकीकडे जियांगच्या हातातल्या घड्याळावर नजर टाकत होते. शेवटी एकदाचा उदबत्ती लावण्याच्या निमित्तानं का होईना पण जियांगच्या शब्दाचा धबधबा थांबला. ती वेळ साधून मी बाहेर आले. मागे वळून पाहिलं, तर हा परत कोणाशीतरी बोलण्यात गुंतलेला. प्रार्थना करताना, नमस्कार करतानाही तो काहीतरी पुटपुटत होताच. त्यानं चार वेळा नमस्कार केला,

तीन देवांना आणि एक त्याला जगात आणणाऱ्या त्याच्या पूर्वजांना, म्हणजे कोणा चिनी बौद्धाला.

त्याची भक्तीची भावना किंचित हेव्यानंच न्याहाळत होते. मी उभी होते तिथून थोड्या अंतरावर बदामाचं झाड शांत सावली देत उभं होतं. मला सेंट फ्रॅन्सिसची आठवण झाली. डो डो सेंगनं मला सांगितलं होतं की सेंट फ्रॅन्सिसनी निव्वळ बदामाच्या झाडाजवळ जाऊन, देवा माझ्याशी बोल, असं म्हटलं की झाड फुलून यायचं. समोरचं झाड माझ्याशी काही बोलेल म्हणून मी थोडा वेळ वाट पाहिली. देवाबद्दल, खरंतर कशाहीबद्दल झाड काहीतरी बोलेल असं वाटत होतं, पण व्यर्थ. झाडाची फांदी सोडाच एक पानही हलायला तयार नाही.

जियांग बाहेर आला. त्याच्यापाशी बोलायला शब्दांचा नवा ढीग तयार होता. मी इथे काय करतेय ते विचारत होता.

''प्रार्थना करतेय.'' मी म्हटलं. त्यानं त्याचा काय अर्थ काढला कोणास ठाऊक. या माणसाला विनोद वगैरे काही कळतं की नाही. हा आता बोधिसत्त्वाचा विस्तार तर करण्याच्या विचारात नाही!

मी विलच्या घरी राहत होते त्यालाही काही फार दिवस लोटलेले नाहीत. विलच्या बँकॉकमधल्या घरात, माझ्या खोलीतल्या भिंतीवर रेशमाच्या कापडावर रेखलेलं एक चित्र टांगलं होतं. त्यावर लाल, निळ्या आणि सोनेरी रंगात बोधिसत्त्वाचं चित्र काढलं होतं. मी तिथे राहायला आले, तेव्हा ते चित्र खोलीत होतंच. कंटाळवाणा दयाळू भाव दाखवत माझं स्वागत करत होतं जणू. हा बोधिसत्त्व मला तारणार आहे असं माझ्या मनानं घेतलं. ना चिनी ना भारतीय, ना पुरुष ना स्त्री, ना पृथ्वीवर कोणी ना स्वर्गातलं.

ते चित्र अजून असेल का तिथे असा विचार मनात आला. त्या खोलीला अगदी आत्तापर्यंत मी माझी खोली म्हणायचे. तिथे आता आणि कोणा देवाचं चित्र असेल का? माझ्याऐवजी जशी तिथे दुसरी बाई आली, तसं त्या चित्राच्या जागीही आणखी कोणी आलं असेल का? माझ्या अस्तित्वाचे सगळे धागे तिथून सुटले असतील का?

''कल्पना कर!'' जियांग म्हणत होता, ''बोधिसत्त्वाला साक्षात्कार झाला, जन्म मृत्यूच्या फेऱ्यातून मुक्ती मिळते, पण तो आत्मा जगाच्या दुःखाच्या चक्रात तो पुन्हा झोकून देतो स्वतःला, जे अजून इथे अडकले आहेत, त्यांना आधार देण्यासाठी.''

याची कल्पना करणं खरंच अवघड आहे. पण मी म्हणाले, ''हो हो, कल्पना करण्यासारखंच आहे खरं हे.''

चौथ्या दिवशी आम्ही गावाबाहेर मैलभर अंतरावरच्या हॉटेलमध्ये गेलो. तिथे

जेवण झाल्यानंतर जियांगनं शेवटी मान्यच केलं की तो दमला होता, खूप दमला होता. त्यानं खुर्चीवर अंग टाकून दिलं. त्याच्या अंगातली शक्तीच गेल्यासारखी झाली. त्यानं हॉटेलमध्ये आल्या आल्या ठेवलेल्या काचेआडच्या पदार्थांकडे बघून काय हवं ते सांगितलं होतं. युनानी पद्धतीच्या गायीच्या मांसाच्या चकत्या, कापलेलं डुकराचं मांस, मटार, लाल मिरचीच्या तेलात घोळवलेले पिवळसर टोफू केक, पण जेव्हा हे सारे वाफाळते पदार्थ सामोरे आले तेव्हा मात्र आम्हा दोघांना फारसं काहीच गेलं नाही. सिगरेटचे झुरके आणि बिअरचे घुटके यांमध्ये कसेतरी जमेल तसे तो घास घेत होता. मी कसं कमी खातेय याबद्दल काही बोलायचा त्याचा उत्साहदेखील मावळला होता.

मुख्य जेवण आलं तोवर आमचं पोट डब्ब झालं होतं. जियांगचं पोट फुटेल एवढं फुगलं होतं असं तो बरगड्यांवर हात मारत सांगत होता आणि समोरच्या मातीच्या भांड्यात कासवाचं शिजवलेलं मांस समोर आलं होतं त्यामुळे मी घाबरून पोट भरलंय म्हणाले.

मी मान हलवली, त्याचा निराळाच अर्थ घेत जियांग हसला.

रंगूनला असताना माझी खरी आई कासवच होती आणि फक्त मीच तिला भेटू शकायचे हे त्याला माहीत असावं अशी माझी अपेक्षाच नव्हती.

तेरा

आम्ही राहायचो तिथून जवळच एक मंदिर होतं. तिथे एक महत्त्वाची गोष्ट घडली होती. मुख्य समाधीवर एका पेटीमध्ये बुद्धाचा केस ठेवला आहे असं म्हणत. मला तिथे जायला आवडायचं – त्या पवित्र केसासाठी नव्हे तर बाहेरच्या कासवांच्या तळ्यासाठी. ते तळं मला तरी पवित्र वाटायचं. त्या वाहणाऱ्या, झुळझुळणाऱ्या पाण्यात, कधीतरी मला माझी आई भेटेल अशी आशा वाटायची.

ती सगळ्यात मोठं कासव होती – माझी आई – सगळ्या कासवांहून मोठी. भाविकांनी आणि प्रवाशांनी टाकलेल्या लहानमोठ्या फालतू वस्तूंच्या वर ती डोकं काढायची. पण नेहमी दिसायची असं मात्र समजू नका. कधीकधी मी मानेला रग लागेपर्यंत वाट बघायचे, पण ती यायचीच नाही. तळ्याच्या कडेला साचलेल्या शेवाळ्याआडच राहायची. माझं नशीब उघडलं तर मला ती दिसायची, तळ्यातलं खोल पाणी किंचित हले, मला तिच्या येण्याची खूण दिसायची. तळ्यात खंडीभर कचरा पडलेला असे, त्यातून तिचं डोकं दिसायचं. मला तरी ते सूर्योदयाइतकं पवित्र वाटे. माझ्या डोक्यातले विचार, हृदय, श्वास सारंकाही थांबल्यासारखं होई. तिचं डोकं माझ्याकडे वळायची मी वाट बघे. ती इच्छा कधीच पूर्ण झाली नाही ते असो. पण त्याचं कारणही मला माहीत होतं. आम्हाला सतर्क राहणं भागच होतं. कोण कधी बघेल काही सांगता येणं शक्य नव्हतं. कोणी पाहिलं असतं तर आमची खैर नव्हती. आम्ही भेटू नये म्हणून त्यांनी काय काय केलं असतं.

त्यामुळे मी शांत राहायचे आणि आई दुसरीकडेच बघायची.

मॉरनं एकदा आम्हाला बर्मी लोककथेच्या पुस्तकातून कासवाची ही गोष्ट वाचून दाखवली होती.

एक गरीब कोळी आणि त्याची बायको तळ्यावर जातात, गळाला मासा लागण्याची वाट पाहत राहतात. वादळामुळे कित्येक दिवस त्यांना मासेमारी करता आलेली नसते. ते खूप भुकेले असतात. निराश व्हायला लागलेले असतात. गळाला

लागलेला मासा बघून दोघांना आनंद होण्याऐवजी उदासी येते. गळाला एक छोटा मासा असतो. त्या माशाला भाजून तिथल्या तिथे मटकवायचा कोळ्याचा विचार असतो. पण त्याच्या बायकोच्या मनात भुकेल्या मुलांचा विचार असतो. ती कोळ्याला थांबवते, "नाही, नाही, आपल्या छोटीसाठी ठेवू या हा मासा." तिच्या आग्रहाखातर कोळी मासा बाजूला ठेवतो. कोळ्याला असं वागणं तद्दन मूर्खपणाचं आणि अन्यायाचंही वाटतं. घराचा प्रमुख या नात्यानं त्याच्या पोटात अन्न जाणं खरंतर महत्त्वाचं होतं. पण तो बायकोचा शब्द मानतो आणि पुन्हा मासेमारीच्या उद्योगाला लागतो. खूप वेळानं अजून एक मासा त्याच्या गळाला लागतो. "तोपण मुलीकरता ठेवा, आधीचा मासा किती छोटा आहे." बायको पुन्हा गयावया करते. कोळ्याला संताप येतो पण तो ओठ चावून राग गिळतो आणि गळ पुन्हा पाण्यात टाकतो. तिसऱ्यांदा त्याला चांगला गलेलठ्ठ मासा मिळतो. तो बघून "या माशाला मीठ लावून पोरीसाठी घेऊन जाऊ या." असं बायको म्हणताच कोळी संतापानं बेभान होतो आणि तिला वल्ह्याच्या धक्क्यानं पाण्यात ढकलून देतो.

तो एकटाच होडी वल्हवत घरी येतो. बायको होडीमध्ये उभी राहायला लागली, पडली आणि वाहून गेली असं तो सगळ्यांना सांगतो. सारे गावकरी त्याला सहानुभूती देतात.

थोड्या दिवसांनी कोळी पुन्हा लग्न करतो. सगळे त्याला शुभेच्छा देतात. छोट्या मुलीला आई मिळाली म्हणून सगळे खुशीत असतात. पण नवी आई दुष्ट असते. तिला तिच्यासारखीच सतत हेवा करत राहणारी मुलगीही असते. काही दिवसातच कोळ्याच्या मुलीला नोकराची कामं आणि तशीच वागणूक मिळू लागते.

एका दुपारी ही दुःखीकष्टी मुलगी तळ्याकाठी जाते. आईची आठवण येऊन तिथेच रडत बसते. ती घळाघळा रडत असते, तेव्हा तिच्या दिशेनं एक भलंमोठं कासव येतं. ते कासवही रडत असतं. मुलीला आश्चर्याचा धक्का बसतो. तिला उमजतं की ही आपली आईच आहे आणि ती आईला मिठी मारायला हात पसरते. कासव मुलीच्या मिठीत जातं. मुलगी घरी जायची वेळ होईपर्यंत त्या दोघी तिथेच बसतात.

त्यानंतर जेव्हा संधी मिळेत तेव्हा मुलगी आईच्या भेटीला धावू लागते. तिथे तिची कासवआई वाट बघत असे. मुलीचं आयुष्यच बदलून जातं. तिच्या आयुष्यात आता सर्व काही असतं. तिची आई तिच्याबरोबर असते. मुलीमध्ये झालेला बदल सावत्र आई आणि सावत्र बहिणीच्या लक्षात येतो. एक दिवस त्या हळूच मुलीच्या मागे जातात. तिथे एका भल्यामोठ्या कासवाला ही मुलगी मिठी मारते हे बघून त्यांना आश्चर्यानं वेड लागण्याची वेळ येते. त्या हा वेडेपणा थांबवण्याचं ठरवतात.

आधी सावत्र आई आजारी पडल्याचं नाटक करते. ती गावातल्या एका वैद्याला

लाच देते आणि सगळ्यांना सांगायला लावते की तिला असा आजार झाला आहे की तो कासवाचं मांस खाऊनच बरा होणार आहे.

"आपल्याला कासवाचं मांस कुठे मिळेल ते मी सांगते." सावत्र बहीण कोळ्याला म्हणते. दुपारी त्या दोघी कोळ्याला तळ्याकाठी घेऊन जातात. तिथे ही पोर कासवाला मिठी मारून बसली असणार याची त्यांना खात्रीच असते.

कोळी जोरात वल्हं मारून कासवाला मारू लागतो. बिचारी मुलगी कोळ्याची गयावया करू लागते. पण सावत्र बहीण तिला धरून ठेवते. कोळी कासवाला मारून टाकतात.

मुलीच्या डोळ्याला खळ नसतो. पण त्यानंतर अजून भयानक घटना घडते. मुलीला ओढत ओढत सगळे घरी घेऊन येतात. कासवाचे तुकडे करून तिलाच ते मांस शिजवायला भांड्यात टाकायला सांगतात.

तळ्याजवळ गेल्यावर तिथे माझी आई कासवाच्या रूपात आहे हे मी कधी कोणाला जाणवू देणार नाही अशी मी मनाशी पक्की गाठ बांधली. त्यामुळे कासवआईनं आणि मी एकमेकींकडे बघून न बघितल्यासारखं करण्यावरच समाधान मानू लागलो. एकमेकींना मिठी मारण्याचं धाडस आम्ही कधी केलं नाही.

चौदा

आता जियांग नव्हता. माझी मी स्वतंत्र होते. सारा दिवस मला हवं ते करायला मोकळी होते. वडाच्या झाडाखालच्या चहाच्या टपरीपाशी हवं तितका वेळ बसलं तर मला बोलणारं कोणी नव्हतं. सीमेपासची लगबग, शेतकरी, व्यापाराची ये-जा बघत बसण्यातही कितीक वेळ जातो.

माझं अवधान घालवायला आता जियांग नसल्यानं मला आजूबाजूच्या गोष्टी 'दिसू' लागल्या होत्या असं वाटत होतं. उदाहरणादाखल सांगायचं तर माझी आई. कासवाच्या रूपात असलेली आई नाही, माझी खरी आई. समोरून जाणाऱ्या, काळा कुर्ता आणि काळा बुरखा घातलेल्या, शिंगाडे घेऊन जाणाऱ्या गरीब बायकांमध्ये मला आईचा चेहरा दिसायला लागला होता. तिचं भूत तर नव्हतं?

मला तिचा काळा कुर्ता आठवायचा – दरूमध्ये नवीन वर्षाच्या सणाला तिनं घातला होता. त्याला खूप साऱ्या पिना टाचल्या होत्या. त्या पिनांनीच कुर्ता सजला होता म्हणा ना. इतर दरू बायकांसारखे घालायला तिच्यापाशी दागिने तर नव्हतेच. चांदीची नाणी, चमक्या, बांगड्या, गळ्यातलं काहीच नव्हतं. कधी नाही ते तिच्या छातीवर कपडा होता. डोक्यावर ओढणी होती.

मी पहिल्यांदाच मोठ्या सणासाठी जात होते – सणाला जाण्यासाठी आम्ही रात्रभर प्रवास करून डोंगराच्या त्या दिशेला चाललो होतो. मी सहा वर्षांची होते, खरंतर सातवं लागलं होतं. आमचे शेजारी, मंदिरात सण साजरा करणार होते आणि आम्हाला आमंत्रण होतं.

आम्ही खूप जण मिळून गेलो. आई, मी आणि आमचे नातेवाईक. आम्ही घरामागच्या बाजूला एक दार होतं तिथून जायला निघालो. आजवर मला तिथून जाण्याची परवानगी नव्हती. मुख्य दारासारखंच हे दारही एका भुयारात उघडत होतं. झाडांच्या फांद्या, काटेकुटे आणि झुडपांनी ते झाकलेलं होतं. त्या बाजूचं भुयार सरळसोट होतं, मोठ्या माणसांना त्यात सरळ उभं राहूनपण चालता यायचं. या भुयारात ठार अंधार होता, वळणवळणांची वाट होती आणि उंची तर इतकी कमी

होती की मलादेखील चालताना डोकं खाली करून जावं लागलं.

गच्च अंधारात, केवळ कंदिलाच्या प्रकाशामुळे आम्ही कसेबसे वाट काढू शकलो. मोठ्यांना तर पूर्णच वाकून यावं लागलं. वाटेतल्या काटेरी फांद्याही बघून चालावं लागत होतं. कोणी भटके लोक, भुतं आली तर त्यांना अडकवण्यासाठी काटेरी फांद्या, टोकदार लाकडं रोवली होती.

आता अंधार संपला म्हणून कोणीतरी कंदील घालवला. अचानक आम्हाला ताठ उभं राहता यायला लागलं. आम्ही भुयाराबाहेर आलो होतो. अजून पुरतं उजाडलंही नव्हतं. मागे वळून गावाकडे पाहिलं तर अंधाऱ्या झुडपांच्या रांगेशिवाय काहीही दिसलं नाही.

अंधाऱ्या पहाटेपासून रात्री अंधार पडेपर्यंत आम्ही सारा दिवस तंगडतोड केली. वाटेत थोडा वेळ विश्रांती घ्यायला, मोठ्यांच्या बिडीपानासाठी थांबलो असू तेवढेच. माझे पाय दुखायला लागले. पेंगत असताना मला आईनं ओढत पुढे नेलं. आई तिच्या हातातली सिगार अध्येमध्ये माझ्या तोंडात ठेवत होती, मला जागं ठेवण्यासाठी. चालता चालता आम्ही एका उतारावर आलो. उतार कसला, दरीत जावं तसा उतरंडीचा रस्ता होता. मध्ये ना झुडूप ना दगड. मोठ्यांना सांभाळून उतरावं लागत होतं, नाहीतर गडगडत जायची भीतीच जास्त!

"आपले पाय डोंगरावर चढण्या-उतरण्यासाठी बनले आहेत. फार काळ पठारावरच राहिलो तर आकारच बिघडेल पायांचा." कोणीतरी म्हणालं. सगळ्यांनी हसतच पायांकडे पाहिलं. कुठेतरी पुढे आम्हाला बैलगाडी मिळाली. बैलगाडीत बसून मजा करण्याइतकीही माझ्यात शक्ती नव्हती. मी आईच्या मांडीवर डोकं ठेवून गाढ झोपी गेले. मला जाग आली ती थंड वाऱ्यानं आणि चंद्राच्या प्रकाशानं. चंद्र अगदी जवळ दिसत होता.

गाडीवान पट्टी सोडून मोकळ्या आवाजात गात होता. तो कोणतंतरी बेडकाचं गाणं म्हणत होता. एक मोठा बेडूक तोंड उघडतो आणि चंद्राला गिळून टाकतो असं काहीतरी गाणं होतं ते. गाडीच्या चाकांनी गाण्याच्या ठेका नेमका पकडला होता. मी बेडूक कुठे दिसतो ते बघू लागले, पण मला हा थोरला चंद्रच दिसत होता. गोल गरगरीत आणि भलामोठा चंद्र. सूर्याकडे जर रोखून पाहिलं तर आंधळेपण येतं असं म्हणतात. खूप वेळ चंद्राकडे पाहिलं तर काय होईल याचा मी विचार करत राहिले.

गाडीमध्ये पाठीवर पडून मी खूप वेळ त्या चंदेरी प्रकाशाकडे बघत होते. जाग आली तेव्हा आई गदगदा हलवून उठवत होती. उठून बसले. आजूबाजूला पाहिलं तर जळणाऱ्या लाकडाचा धूर दिसत होता. बंदुका आणि धनुष्यबाण घेतलेली माणसं शिंगरं हाकत चालली होती. चंदेरी नाणी लावलेली जाकिटं घालून, केसात लोकरीच्या माळा ल्यायलेल्या बायका त्यांच्यासोबत दिमाखात चालल्या होत्या.

हातात टोपल्या होत्या, पाठीवरच्या लोकरी झोळीत बाळं होती.

गाडीतून उडी मारून मी हात शेकायला रस्त्यालगत मांडलेल्या चुलीपाशी गेले. तिथे दोन मुली तांदळाच्या पिठीच्या मुदी वळत होत्या, त्या चुलीवर भाजायला ठेवत होत्या. त्याचा इतका खमंग वास येत होता की माझ्या तोंडाला पाणी सुटलं. मी त्या मुलींकडे गेले आणि हात पुढे केला. तिनं एक मूद उचलली, त्यावर थोडं मीठ टाकलं, केळीच्या पानावर ठेवली आणि मला दिली. दुसरा हात पुढे केला, पैसे घेण्यासाठी. मला याचे पैसे द्यावे लागतील हे कुठे कळत होतं. माझ्याकडे पैसे नाहीत हे तिला कळलं, तसं तिनं मला हटकलं. मोठ्यानं ओरडून जायला सांगितलं.

हातातली मूद घेऊन मी पळाले. तुकडा मोडला आणि तोंडात टाकला. त्यावर मीठ घातलं होतं तरी चव मात्र खमंग गुळासारखी गोड होती. दुसरा तुकडा मोडला, तर मूद माझ्या हातून जमिनीवर पडली. तिथेच एक काळं डुक्कर हागत होतं. आई आली आणि तिनं खाली पडलेली मूद उचलली, लागलेली माती झटकली आणि माझ्याकडे वळून हात उगारला.

जवळच उभी असलेली दरू मुलं आमच्याकडे बघून ओरडू लागली, जंगली लू, जंगली लू म्हणत गाऊ लागली. आहोत आम्ही जंगली लू, मग त्यात इतकं दात काढण्यासारखं काय आहे? पुढच्याच क्षणी मला स्वत:ची लाज वाटली. कपड्यांची लक्तरं, मळकटलेलं अंग, पिंजारलेले केस असा माझा अवतार होता. त्यांच्याकडे बघून माझ्या लक्षात आलं की दरू आमच्यापेक्षा वरचढ आहेत. त्यांनी मांडलेल्या मेजावर रंगीबेरंगी कागदाच्या पताका लावल्या होत्या. त्यांच्याकडे मारण्यासाठी पकडलेली डुकरं आकारानं खूप मोठी होती. सारी एका ओळीत मांडली होती, त्याभोवती वाइनमध्ये बनवलेले वेगवेगळे सॉस होते.

आमच्या गावात असं काहीच नसायचं. दरूमधल्या उत्सवासारखे रंग आणि आवाज तर नाहीतच. तेवढ्यात बंदुकांचे बार उडाले पण त्यानं कोणी घाबरलं नाही. डोंगराच्या पलीकडे असलेल्या मोठ्या बौद्ध मंदिरात होणारा घंटानाद ऐकू येऊ लागला. ढोल-ताशे वाजू लागले. बायका हातात हात घालून भल्या मोठ्या शेकोटीभोवती नृत्य करू लागल्या, लहान मुलं भिरभिरं हातात धरून गर्दीमधून पळू लागली.

माझ्या जिभेवरून त्या खमंग मुदीची चव जाईना. आईचा डोळा चुकवून मी पुन्हा मुदी बनवणाऱ्यांपाशी जाऊ लागले आणि काहीतरी नजरेला पडलं म्हणून मध्येच थांबले.

लिंबाच्या झाडाखाली बैलगाड्या उभ्या होत्या तिथे एक उंच माणूस उभा होता. मी आजवर इतका उंच माणूसच पाहिला नव्हता. त्यानं फरचं जाकीट घातलं होतं. त्यावर पिसं, दात, निरनिराळ्या बिया लावल्या होत्या. मानेपर्यंत केस रुळत होते.

डोक्यावर कवट्यांचा मुकुट बसवला होता. तो झाकलेल्या पडद्याबाहेर उभा होता. आत जाऊ पाहणाऱ्या लोकांकडून पैसे गोळा करत होता. मी त्या घोळक्यात घुसले आणि लोकांच्या रेट्यात आपोआप पुढे जाऊ लागले – पडद्याच्या आत जाऊन पोचले.

आत एक बाई होती. एका मोठ्या पेटाऱ्यावर बसली होती. तिच्या डोक्यावर काळी ओढणी होती. हातात काहीतरी होतं. पण मग त्यात इतकं वेगळं काय होतं? बाहेर ही एवढी रांग का लागली आहे? हळूहळू त्या बाईनं ती वस्तू बाहेर काढली. ती वस्तू नव्हती, साप नव्हता, पाल नव्हती, सरडा नव्हता, डोकं-पाय नसलेलं काहीतरी वळवळणारं होतं ते! त्यानं तिच्या मांडीला धरून ठेवलं होतं.

आता मला जरा नीट दिसत होतं. ते काळ्या, जंगली डुकरासारखं होतं काहीतरी. ते जरा हलत होतं. त्या बाईनं श्वास घेतला की ते वळवळत होतं. ती बाई हुक्का की काय ओढत होती. ती बाई काय ओढत होती काय माहीत, त्याचा भयानक वास सुटला होता.

पण त्या बाईच्या मांडीवर होतं तरी काय? देवा! तिथे निराळं काही नव्हतं. त्या बाईचं गुप्तांग बाहेर लटकत होतं.

दुसऱ्याच क्षणी एका हाताची पकड मानगुटीवर बसली आणि मी बाहेर येऊन पोहोचले.

बाहेर सगळं काही फिरतं-खेळतं होतं. मुलांनी रिंगण धरलं होतं. ते चेंडू खेळत होते. मुली भिरभिरं घेऊन मजेत खेळत होत्या. मंदिराच्या टोकावर सोनेरी-चंदेरी घंटांवर बांबू नाद करत होता.

"अगं, अगं कुठे गेली होतीस तू?" आई माझ्या अगदी जवळ उभी होती पण तिचा आवाज लांबून आल्यासारखा वाटत होता.

"मला घरी जायचंय." मी तिथेच फतकल घालत म्हणाले. मला घरी जायचं होतं, माझ्या गावात, मला माहीत असलेल्या मातीत, माझ्या ओळखीच्या प्राण्यांबरोबर, मुलांबरोबर खेळायचं होतं.

अनोळखी लोकांना, वेड्या-विचित्र लोकांना आमच्यापासून दूर ठेवणाऱ्या त्या भुयारापलीकडे मला माझ्या जगात जायचं होतं.

पंधरा

रंगूनमध्ये मी ज्या काही गोष्टी शिकले त्यात एक म्हणजे गोष्टी लक्षात ठेवण्याची क्लृप्ती. काही तालामध्ये शब्द गुंफून गोष्टी चांगल्या लक्षात राहतात. 'थर्टी डेज हॅज सप्टेंबर, एप्रिल, जून अँड नोव्हेंबर.' पण मला ज्या आठवणी विसरायच्या होत्या, त्या विसरण्यासाठी काहीच मार्ग नाही असं वाटायला लागलं होतं. मला आता नवं कुटुंब होतं, नवं आयुष्य होतं, वाचन-लेखन, वागण्या-बोलण्याच्या नव्या पद्धती. सारंकाही नवं कोरं होतं. जणू काही अमेरिकेत माझ्यासाठी नवं घर वाट बघत होतं.

अमेरिका! पियाच्या अमेरिकेतल्या गोष्टी ऐकताना मी कधी कंटाळले नाही. दिवसरात्र टीव्हीवर तेच चालू असायचं. (पिया म्हणायची, नो किडींग, क्रॉस माय हार्ट अँड होप टू डाय! मध्यरात्रीसुद्धा टिव्ही बघायचा उत्साह आहे आम्हाला!) डोंगरांएवढ्या इमारतींनी गजबजलेली शहरं! औषधांशिवाय शेकडो गोष्टी विकणारी औषधाची दुकानं, पुस्तकं, खेळणी, केसांच्या पिना आणि चॉकलेटं! फुटबॉल मैदानाएवढी सुपरमार्केट्स, राजवाड्यांसारखी घरं, सहा जणांना एकदम डुंबता येईल एवढा मोठा बाथटब. ('नाही, पोहण्याचे तलाव नाहीत, झकुझी!' पिया म्हणाली. मी विचारलं, 'कटझुकी?' पिया हसत हसत कोचावर कोसळली. 'ममा, ना गा झकुझीला कटझुकी म्हणतेय!') हॉट डॉग विकणारी सिनेमागृह, तीन तीन गोळे असलेली आइसक्रीम, पॉपकॉर्नचा डोंगर आणि बटाट्याचे काप!

पियाचे आजी-आजोबा कॅलिफोर्नियातून छायाचित्र पाठवायचे, मी ती इतकी निरखून बघायचे की मला त्या कधी न पाहिलेल्या बागेतल्या फुलांचा वासही यायचा. हिरव्यागार गवताची टोकदार पाती मला जाणवायची. आजी-आजोबा बसायचे त्या सोफ्याचा मऊपणा माझ्या हाताला कळायचा. त्यांच्या स्वयंपाकघराची चित्रं पाहून तिथला फ्रीज उघडला की येणारे गार झोत माझ्या अंगावर यायचे. त्यांच्या नाताळच्या टेबलावर सजलेल्या डुकराच्या मांसाची चव मला इथे चाखता यायची.

हे आजी-आजोबा तिचे खरेखुरे आजी-आजोबा नव्हते. ते आंट एडिथ आणि

अंकल हॅरी होते. त्यांनी अनाथ मॉरला वाढवलं होतं. फॉर त्यांना आंट एडिथ अन् अंकल हॅरी म्हणायचे आणि त्याचा मॉरला फार राग यायचा. अंकल हॅरी चौकड्यांचा शर्ट घालायचे. त्यांचे केस पांढरे होते. ते आंट एडिथपेक्षा बरेच उंच होते. आंट एडिथ तब्येतीनं चांगलीच मजबूत होती, तिच्या ओठांवर पुसटसं स्मित असे. मॉरला ते दोघे फार आवडायचे अशातला भाग नाही, पण फॉर त्यांना 'जिजस फ्रिक्स' म्हटले की तिला भारी संताप यायचा. मॉर तिच्या बाकीच्या काका-काकूंबद्दल जास्त प्रेमानं बोलायची. ते सारे स्विडनमध्येच होते. स्विडन सोडून अमेरिकेची वाट चालले नव्हते.

फॉरची चेष्टा करण्यासाठी मॉरकडे हुकमाचा एक्का होता. जिथे लोक हास्यास्पद हेल काढून बोलतात त्या टेक्सासमध्ये फॉर लहानाचे मोठे झाले होते.

"टेक्सासमध्ये कसं बोलतात ठाऊक आहे का," ती म्हणे, "हाऊ आर यू म्हणायचं असेल तर हे लोक म्हणतात, हा! हाएर याऊ?" मग तिनं त्या शब्दांचीही फोड करून दाखवली. हा-ए-ऱ्या-ऊ?

फॉर दाखवायचे नाहीत पण त्यांना मॉरचा राग आलेला असायचा, ते म्हणायचे, "हनी, तुला वाटतं तेवढी चांगली नक्कल नाही करता येत."

मॉर आणि फॉर वाद घालू लागले की पियाला अजिबात आवडायचं नाही. एकदा मॉर फॉरना सारखं मूर्ख म्हणत होती, तेव्हा पिया एकदम ओरडली, "ए, माझ्या बाबांना मूर्ख नको म्हणू!" मॉरला एकदम शरमल्यासारखं झालं, पण त्या वेळी मी मॉरच्या बाजूची होते. फॉर तेव्हा फारच मूर्खासारखं वागत होते. असो. पण मला पियाच्या धीराची कमाल वाटली.

मॉर आम्हाला बरेचदा सयामी जुळी म्हणायची खरी, पण पिया मला स्वप्नातही शक्य नाही अशी बिनधास्त वागायची. एक खरं आहे की आम्ही दोघी सतत बरोबर असायचो – शाळेची वेळ सोडून. कारण आमचे वर्ग वेगळे होते. माझ्यापेक्षा एक वर्षानं लहान असूनही पिया शाळेत माझ्यापुढे एक वर्ग होती. आम्ही थेट जेवणाच्या वेळी भेटायचो. खेळाच्या अंगणाच्या एकदम दुसऱ्या टोकाला जाऊन बसायचो. डो डो सेंगनं केळीच्या पानात बांधून दिलेला, भाज्या घातलेला ऊनऊन भात आणि चिनी पद्धतीनं बनवलेलं डुकराचं मांस खायचो. आम्ही जेवेपर्यंत जेवण मस्त गरम असायचं.

शाळा सुटली की आम्ही दरवाजापाशी भेटायचो आणि खारवलेल्या कैऱ्या घ्यायला धावायचो. त्यावर तिखट-मीठ लावलेलं असे. ते खाऊन आम्हाला सटासट शिंका यायच्या. माझी भूक मोठी होती आणि प्रत्येक जेवणाची घाईदेखील खूप असायची, तरी मी पियाला आधी खाऊ द्यायचे. ती आजारी पडेल या भीतीनं माझ्या पोटात गोळा यायचा. एकदा चिंचेच्या झाडावर चढताना ती इतक्या जोरात खाली

पडली होती की, माझ्या हृदयाचा ठोका चुकला होता.

पिया बारा वर्षांची असताना एकदा जेवायच्या ठिकाणी नेहमीची वेळ झाली तरी आली नाही. मी तिला शाळेत सगळीकडे शोधलं. ती स्वच्छतागृहात होती. चड्डीवर पडलेले लाल डाग काढण्याचा प्रयत्न करत होती, "पाणी नाहीये इथे! चड्डी न घालताच बाहेरपण नाही येऊ शकत ना मी!" ती वैतागून ओरडली.

पाण्याची टंचाई रोजचीच होती. शाळेतले पाण्याचे नळ जवळजवळ रोजच ठक्क कोरडे असायचे. स्वच्छतागृहाच्या कोपऱ्यात मात्र एक बादली अर्धीतरी भरलेली असायची.

मी पियाच्या हातातून चड्डी घेतली आणि ओंजळीतून पाणी घेऊन स्वच्छ केली. पिया शरमून बघत होती. बाहेर गवतावर ऊन पडलेली जागा शोधली आणि चड्डी वाळायला ठेवली.

मला किती काळजी वाटत होती ते न दाखवायचा आटोकाट प्रयत्न करत होते. तिला काही झालं तर. जणूकाही मीच गुन्हा केला होता.

मॉरनं काय झालं ते ऐकलं तेव्हा विचित्रच वागली. टाळ्या पिटू लागली अन् म्हणाली, "आजचा दिवस साजरा करायला पाहिजे, आता वयात आलीस पिया तू." मग तिनं मला जवळ ओढलं आणि कपाळावर ओठ टेकले. टेकले कसले, तिच्या नेहमीच्या सवयीनं आदळले. "गुणाची बाई गं ती माझी..." ती सारखं डोकं हलवत होती, आश्चर्यानं भुवया उंचावत होती. "कशी गं तू वेळेला धावून आलीस, अशी बहीण हवी! पियाला शुभेच्छा दे बरं!"

मॉरनं आम्हाला पॅड्स कसे लावायचे ते दाखवलं. आत्ता मला दरू गावातल्या बायका कमरेला झाडाची साल का गुंडाळायच्या, त्याचा अर्थ कळला. स्पंजसारखी साल असायची ती!

"तुला पण असं व्हायला लागलं का गं ना गा?" पियानं विचारलं.

"अजून नाही." मला त्याचं एवढं काही वाटलं नाही. पिया माझ्यापेक्षा प्रत्येक गोष्टीत पुढे असण्याची मला सवय होती.

मॉरची लहर कधी काय असेल, कोणत्या गोष्टीवर ती काय म्हणेल, याचा मात्र मला अंदाज करता यायचा नाही. तिला श्वास घ्यायला त्रास व्हायला लागला की तिला त्या नळीतून घाईनं श्वास ओढून घ्यायचा असायचा. तेव्हा मला अस्थमा म्हणजे काय ते माहीत नव्हतं. पण तिला अजून हवा हवी आहे एवढं मात्र कळायचं-दिसायचं. तिचं सिगरेट ओढणं, खोकणं, कर्कश संगीताच्या तालावर जोरजोरात एकटीनंच नाचणं, हास्याचे फवारे. तिला शांत बसायची भीती वाटायची जणू. पिंजऱ्यातल्या वाघासारखी अस्वस्थ येरझाऱ्या घालायची. पण जेव्हा ती पाय दुमडून ध्यानधारणा करायला बसायची तेव्हा अचल, मग्न असे. बागेतल्या पुतळ्यासारखी दिसे.

वर्षामागून वर्ष जाऊ लागली, तशी मॉर आणि फॉरची खडाजंगी वाढू लागली. कोण बरोबर कोण चूक यावर ते एकमेकांना ओरबाडू लागले. अगदी लहानसहान गोष्टीत वाद घालू लागले – हे फळ पिकलंय की नाही – किती जोरात पाऊस पडेल, इथपासून ते देश सोडायचा का, माझं काय करायचं अशा गुंतागुंतीच्या प्रश्नांबद्दलही त्यांची कडाक्याची भांडणं होऊ लागली. त्यांचं बोलणं मला कळणार नाही असं त्यांना वाटत असावं. कदाचित संतापाच्या भरात त्यांना मी ते बोलणं ऐकेन याची फिकीरही वाटत नसावी.

माझं काय करायचा मॉरचा विचार होता कोण जाणे. फॉर तिला नेहमी विचारायचे. तिनं डोक्यातून माझा विचार काढून टाकला होता असंच वाटायला लागलं होतं. समजा – म्हणजे नुसता विचार करा, माझी कागदपत्रं तयार नसतील तर ते गेल्यावर माझं काय होईल? तिनं भावनांमध्ये वाहून न जाता डोक्यानं विचार करणं गरजेचं होतं. काही झालं तर मी कुठे जायचं? काय करायचं? डोकी उडवण्याचंच काम करणाऱ्या गावात जायचं?

डोकी उडवणारे – याचा अर्थ मात्र मला पक्का ठाऊक होता. दरू गावात असताना त्यांनी मला याबद्दल टोचून बोलत, जीव नको केला होता. "वाइल्ड लू चॉप ऑफ हेड्स, वाइल्ड लू चॉप ऑफ हेड्स, बर्मन्स चॉप डाउन कोकोनट्स, बट द वाइल्ड लू चॉप ऑफ हेड्स. देन दे ड्रिंक द ब्लड लाइक कोकोनट ज्यूस, स्लर्प, स्लर्प स्लर्प..."

ते असं भयानक का बोलत होते? मी कधी कोणाला कोणाचं डोकं उडवताना पाहिलं नव्हतं. आणि नारळ कसा असतो कोणाला माहीत होतं? इथे रंगूनमध्ये आल्यावर मी पहिल्यांदा नारळ पाहिला होता.

"ही जागा गलिच्छ आहे, अजिबात आवडत नाही मला इथे." मॉर वैतागली, "मी इथे एक मिनिटही थांबू शकत नाही. इथला उन्हाळा, धूळ, पाण्याची व्यवस्था, वीज आणि अन्नधान्याच्या व्यवस्थेला मी वैतागले आहे. आजूबाजूच्या वातावरणाला कंटाळले आहे. मला इथे नीट पाण्याची व्यवस्था हवी."

"पाण्याची व्यवस्था?" फॉर मुद्दाम अगदी शांत आवाजात म्हणाले. त्या आवाजानं मॉरच्या संतापात भर पडत असे हे त्यांनाही चांगलंच ठाऊक होतं. "तू बौद्ध आहेस ना, मला तुला पाण्याच्या व्यवस्थेचं काय कौतुक इतकं?"

बौद्धांना पाण्याच्या व्यवस्थेशी काय घेणं किंवा डोकी उडवणाऱ्यांना माझ्याशी काय घेणं या कशाशीच मग घेणं-देणं नव्हतं. फॉर मॉरना एकमेकांशी भांडायचंय तर भांडू दे. मी त्या कुटुंबाचा भाग आहे तोवर अशा गोष्टींनी मला काही फरक पडत नाही. खरंतर कान देऊन जास्त काही ऐकूच नये, काळजी करू नये. तेच बरं आहे. मी डोळे मिटले आणि क्लिनेक्सच्या खोक्यातला टिश्यू काढून कानात कोंबला पण

झोपेत मी अंग खाजवत होते, स्वत:लाच ओचकारत होते. सकाळी उठले तेव्हा डोळे सुजले होते, चेहऱ्यावर ओरखाडे उठले होते, हाता-पायावर रक्ताचे ओचकारे आणि वाळलेलं रक्त होतं.

मी इथे राहणार की जाणार हा प्रश्न घेऊन डो डो सेंगकडे गेले, तेव्हा तिच्यापाशीही माझ्यासाठी उत्तर नव्हतं. तिनं मला सांगितलं की काळजी करू नकोस, पण तिच्या देहबोलीवरून तसं वाटत नव्हतं. ''फार विचार करू नकोस गं, विचार करकरून नको तेच खरं व्हायचं.'' पण हे म्हणतानादेखील तिच्या कपाळावरच्या आठ्या अधिकच गडद झाल्या. तिनं मला मेणबत्ती लावून प्रार्थना करायला सांगितलं. पण देवाला माझी प्रार्थना आवडणार नाही याची मला जणू खात्रीच होती. तिचं मन राखावं म्हणून मी पुटपुट करत प्रार्थना म्हटल्याचा बहाणा केला. पण त्या शब्दांना काही अर्थ नव्हता. त्यामागे विश्वास नव्हता. श्रद्धा नव्हती.

त्याचदरम्यान आम्हाला नवा शेजार मिळाला. हॉलंडहून एक सोनेरी केसांचा, बारीकसा माणूस राहायला आला. त्याच्याआधी राहणारे आमचे शेजारीपण हॉलंडचेच होते. ते काही महिन्यांसाठी त्यांच्या देशात गेले होते. त्यांनी मला आणि पियाला त्यांच्या बागेत खेळायची परवानगी दिली होती. हा नवा शेजारी त्या घरात थोडे दिवस राहणार आहे अशी मॉरनं बातमी आणली. इथे सुरू असलेली तेलाची कंपनी बंद करायला तो आला होता. हा माणूस आणि आधीचा शेजारी दोघंही त्याच कंपनीसाठी काम करायचे. सर्व विदेशी कंपन्यांनी गाशा गुंडाळून इथून निघून जावं असा सरकारनं फतवाच काढला होता. त्यामुळेच तर माझ्याही कुटुंबाला सारंकाही घेऊन इथून निघून जाणं भाग होतं – ते मलाही त्यांच्याबरोबर नेतील अशी आशा होती.

आधीच्या शेजाऱ्यांची लाल गाडी हा नवा शेजारीही वापरत होता. रोज सकाळी पेपर वाचून, नाश्ता करून तो गाडी घेऊन जात असे. संध्याकाळी अंधार पडण्याआधी परतायचा.

त्याला हात हलवून निरोप द्यायला मी जमेल तेव्हा बाहेर उभी राहत असे. तो नेहमी शर्ट कोपरापर्यंत दुमडायचा आणि हात गाडीच्या उघड्या खिडकीवर ठेवायचा. त्याचा गंभीर चेहरा, बारीक कापलेले केस – त्याच्या केसांचा रंग वाळूसारखा होता, त्याची त्वचा रापलेली होती. ते सारं आवडायचं मला. तो फारसा हसायचा नाही, कधीतरी मान हलवायचा, हात करायचा तोही असा की जणू मला थांबायला सांगतोय.

आधीचे शेजारी तर इतकंही करायचे नाहीत. गेल्या तीन वर्षांतलं आमचं संभाषण म्हणजे ते पहिल्यांदा आले तेव्हा इथे सापांची किती भीती आहे असा प्रश्न विचारला होता. बस, तेवढंच. त्यांना फॉरना घाबरलेल्या चेहऱ्यानं, झुडपांकडे पाहत, हातानं नागाचा पंजा करत विचारलं होतं, "आहेत का इथे? साप?'' त्याला वाटत होतं की आमचं घर युरोपियनांसाठी बांधलेलं नव्हतं, इथल्या लोकांसारखं होतं

म्हणून इथे जास्त साप येत असणार. आमचं घर लाकडाचं होतं. पाऊस, वारा आणि उन्ह सारंकाही घरात खेळतं होतं. कोळी, वटवागळं, पाली, बेडूक, गोगलगायी-सारंकाही यायचं घरात, पण फॉर-मॉरना तसंच आवडायचं.

नवा शेजारी कोणाशी फार बोलायचा नाही, आपलं काम बरं आणि आपण बरं असा होता. तो गाडी लावायचा तिथे मी आणि पिया खेळत असलो तरी तो हॉर्न वाजवायचा नाही. आमचा खेळ संपायची शांतपणे वाट बघायचा आणि मग दार उघडून गाडी लावायचा.

पियाच्या खोलीत ज्या दिशेला माझा पलंग होता त्याच्यासमोर या हॉलंडच्या माणसाचं स्वयंपाकघर यायचं. मी पलंगावरून जरा डोकावून पाहिलं तर मला त्याच्या स्वयंपाकघराचा थोडा भाग अगदी स्पष्ट दिसायचा. तो तिथल्या लंबगोल टेबलवर बसायचा, कोनाड्यात दिवा असायचा. तो अगदी निवांत जेवण घ्यायचा. एखाद्या साधूनं पवित्र काम करावं तसं खायचा. तो काय खायचा हे मला दिसायचं नाही पण तो चमचा किंवा काटा तोंडापाशी न्यायचा आणि खाली न्यायचा, ताटलीजवळ किंवा टेबलाच्या कडेला त्यानं हात ठेवला आहे, इतकंच काय ते मला दिसायचं.

नाश्ता साडेसात ते आठ, रात्रीचं जेवण संध्याकाळी सहा ते साडेसहा. या वेळी मी माझ्या पलंगावरून डोकावून बघत असे. तो आला की माझा घसा कोरडा पडत असे. हे असं त्याच्याकडे चोरून बघणं बरोबर नाही हे मला कळत होतं पण वळत नव्हतं. तो खुर्ची मागे सारत उठून अंधारात गायब होईपर्यंत मी त्याच्याकडे बघत बसे.

त्याला मी दिसायचे की नाही ते मला नाही सांगता येणार. त्यानं मला बघावं असं मला फार वाटायचं – पण त्यानं डोळे उचलून माझ्या खिडकीकडे नजर टाकली की मी लपत असे.

एक-दोनदा पियानं मला पकडलं. तिनं मला विचारलंदेखील की मी काय करतेय, मी तिला म्हटलं की अंगणात काहीतरी आहे असं वाटलं, ते बघत होते. एकदा सांगितलं की मी प्रार्थना करते आहे. अर्थात ते तसं फारसं खोटंही नव्हतं. मी प्रार्थनाच करत होते – या एकट्या, मित्र नसलेल्या माणसाला माझी गरज आहे – त्यानं मला दत्तक घ्यावं असं देवापाशी आर्जव करत होते. एका क्षणी माझ्या कुटुंबानं मला घेऊन जावं अशी प्रार्थनाही करत होते आणि दुसऱ्याच क्षणी मला मागे ठेवून जावं असंही वाटत होतं. मी माझ्या कुटुंबाबरोबर जायची तयारी करत होते – पण ते करताना आत कुठेतरी मला माहीत होतं की ते मला नाही नेणार. त्यांनी मला नवा कायदा सांगून, त्यामुळे मला नाही नेता येणार हे पटवून द्यायच्याही आधी. मॉरच्या मिठ्या आणि जोरकस चुंबनांच्या वर्षावातही, माझ्याकडे बघ, माझं ऐक,

माझ्याकडे लक्ष दे असं सांगण्यासाठी फॉर माझा खांदा हलवायचे त्या प्रत्येक वेळी मला माहीत होतं की हे मला नाही नेणार – मला मागे सोडून जाणार.

पियालाही ते माहीत होतं – तिची बडबड अचानक थांबली तेव्हाच मला अंदाज आला. त्या दिवसांत तर ती माझ्याशी एखादा शब्द बोलली असेल. तिनं जेव्हा माझ्याकडून छोटी संगीतपेटी मागून घेतली तेव्हा तर माझी खात्रीच पटली की तिलाही माहीत आहे मला ते सोबत नेणार नाहीत. ही संगीतपेटी फार देखणी होती. विटेच्या लाल रंगाची आणि त्यावर सोनेरी रंगात चेरीची फुलं होती. झोपताना त्यातली धून ऐकण्याची मला सवय लागली होती. पण सारखी ऐकून मी ती मोडली होती. पण तरीही, ती पेटी माझ्यासाठी अनमोल होती. त्यात मी माझी संपत्ती ठेवत असे. निळ्या पक्ष्याचं अंडं वगैरे. पिया ती पेटी माझ्याकडे कधी परत मागेल असं मला स्वप्नातही वाटलं नव्हतं.

''ती अमेरिकेत दुरुस्त करून घेईन ना,'' पिया सारवासारवी करत म्हणाली, ''तू जेव्हा तिथे राहायला येशील, तेव्हा तुला देईन मी ही पेटी.''

मला या आश्वासनांचा उबग आला होता – ते अमेरिकेत गेले की मला काही टाकून देणार नाहीत वगैरे ऐकायचा कंटाळा आला होता. माझ्यासाठी कोणालातरी पाठवतील, किंवा मला तिथे बोलावून घेतील, मला वाऱ्यावर नाही सोडणार. मी तिथे जाईन तेव्हा माझ्यासाठी ही संगीतपेटी दुरुस्त होऊन अगदी वाट बघत असेल. त्यांचा या साऱ्या आश्वासनांवर विश्वास नव्हता असं काही म्हणत नाही मी, पण माझा आतला आवाज मला सांगतच होता – नाही, ते तुझ्यासाठी काही करणार नाहीत. तुला ते मदत करणार नाहीत.

ते ज्या दिवशी गेले तेव्हा मला दंतवैद्याकडे गेल्यासारखं वाटत होतं. त्यानं इंजेक्शन दिल्यावर सारं दुखणं संपून बधिरपणा येतो तसं झालं होतं. मॉरलाही तसंच इंजेक्शन मिळालं असावं. ती अगदी शेवटच्या घटकेपर्यंत हे-ते आवरण्यात गर्क होती – दात घासायचे ब्रश, पायजमे, पुस्तकं, स्वेटर्स. ते अगदी आठवडाभरासाठी तर निघाले आहेत असा तिचा आविर्भाव होता. ती पियावर सारखी खेकसत होती. फॉर सारखे डोळे पुसताहेत आणि नाक साफ करताहेत हे आपल्याला दिसतच नाहीये असं भासवत होती.

बाहेर टॅक्सी थांबली तेव्हा, पियानं माझा हात हातात घेतला आणि त्यावर आम्हा दोघींना मिळालेलं एक भलंमोठं अंडं ठेवलं. त्या अंड्यात काहीच नव्हतं. निसर्गाची चूक होती बहुधा. त्या अंड्यात कोणत्याच पक्ष्याच्या पिलानं जीव धरला नव्हता.

डो डो सेंग माझ्या बाजूला उभी राहिली. त्यांना जाताना हात हलवून निरोप देण्यासाठी मी तिचा हात सोडला. मग मी त्या रिकाम्या रस्त्याकडे रिकाम्या नजरेनं बघत राहिले. हातातल्या अंड्याचा चक्काचूर करावा अशी तीव्र इच्छा होत होती.

उत्तरेकडे जाणाऱ्या रेल्वेमध्ये सारं शहर मागे पडत चाललं होतं. जोरात वारा सुटला होता. शहर अजूनच दूर चाललं होतं. खिडकीतून नुसत्या रेषा दिसत होत्या. सीमापासच्या दरवाजाजवळ लाकडी खांब दिसत होते. घोडागाड्या, बोटी, नदीपासच्या नावांची गर्दी, कापलेल्या लाकडांची शीग दिसत होती.

मग नुसती शेतं दिसू लागली. त्यावर काही उगवलं नव्हतं. जमीन आ वासून नुसतीच पसरली होती.

मी डो डो सेंगबरोबर रेल्वेमध्ये बसले होते. दरू गावातून या राजधानीच्या शहरात ती मला घेऊन आली त्याला आता सात वर्षं लोटली होती. आता आम्ही तिच्या गावी, शान राज्यात चाललो होतो. तिथली बाजारपेठ मोठी होती. पाइनच्या कोनांनी रस्ता अंथरलेला असे. घराच्या पायऱ्यावर जंगली पुदिना उगवलेला असे. ती या स्वर्गाची वर्णनं करताना थकायची नाही. पण तरीही घरी परत जाण्याच्या बेतानं तिला आनंद झालेला दिसत नव्हता. तिनं केळ्यांच्या स्वादाचे पोहे काढून इतक्या दु:खानं माझ्यासमोर ठेवले की जणू ती मला शेवटचंच अन्न देते आहे. तिनं स्वत:साठी कोरडी बिस्किटं घेतली होती. खिडकीबाहेर बघत, अश्रू थोपवायचा प्रयत्न करताना ती बिस्किटं खात होती.

रेल्वे आता ढगाळ हवेतून चालली होती. पाइन आणि निलगिरीच्या झाडांच्या गडद गर्दीतून चालली होती. मला ही हवा, ही जमीन ओळखीची होती. हे डोंगर माझ्या ओळखीचे होते – फिकट हिरवे, गडद हिरवे, निळे-काळे डोंगर. ती पायऱ्यापायऱ्यांची शेतं माहितीची होती. या पायऱ्या कुठूनच कुठेच जात नसल्यासारख्या दिसत होत्या.

आता दिवस मावळू लागला होता. डोंगर मागे पडत चालले तशी रात्र जवळ येऊ लागली होती. डोंगरांमधून सूर्य अस्ताला जात होता. डोंगरावर सूर्यास्ताची सोनेरी रेघ दिसत होती. साऱ्या दरीत शाई पसरल्यासारखा अंधार पडत होता; थोड्याच वेळात अंधार गडद झाला.

डो डो सेंग गाढ झोपली होती – रेल्वेतही अंधार पसरला होता. तिच्या श्वासाच्या लयीवरून मला कळत होतं की ती झोपली होती. मी खूप दमले होते – देवा, मी खरंच खूप दमले होते – पण मी तिच्यासारखी डोळे मिटून झोपेच्या अधीन होणार नव्हते.

कोणीतरी जागतं राहून सगळीकडे लक्ष ठेवणं गरजेचं होतं. कोणीतरी जागं राहणं गरजेचं होतं.

सोळा

"तू झोपत का नाहीस ना गा?" विल मला विचारायचा. मी झोपल्याचं नाटक करायचा कितीही प्रयत्न केला तरी त्याला कळायचंच.

त्यालाही काही फार पटकन झोप लागायची अशातला भाग नाही. विलला थोडेतरी पेग लागायचे – एकावर एक प्याले रिचवायचा तो – त्याशिवाय म्हणे त्याला झोप नाही यायची. कदाचित दारूमुळे त्याची झोप उडत असावी. दारूकाम सुरू करण्याआधी तो झोपायला गेला तर त्याला झोप लागेल का असा मी विचार करायचे. तो वेगळा वागेल का तेव्हा? मी त्याला उत्तेजित करावं असं वाटेल का त्याला? मी नेहमी जशी वागत नाही, तसं वागावं अशी अपेक्षा धरेल का तो? माझ्यावर उपकार केल्यासारखा संभोग आणि त्यासाठी वापरलेला तो कंटाळवाणा कंडोम यापेक्षा बरं काही वाट्याला येईल का माझ्या?

पण दारूशिवाय पलंगाकडे कूच करण्याची वेळ केवळ दोनदाच शक्य होती. सकाळी दहा वाजता जेव्हा तो झोपेतून उठायचा आणि जेव्हा कामाला निघायचा तेव्हा दुपारी. पहिल्यांदा क्लबमध्ये जायचा, (सँडविच खायचा – सोबत दोन बीअर आणि ब्लडी मेरी) मग एक-दोन तास ऑफिसमध्ये, दुपारी पुन्हा क्लबमध्ये – स्क्वॉशची एखादी खेळी आणि पुन्हा एकदोन कॉकटेल्स. किंवा घरी येऊन क्लब्ज, पार्ट्या, रेस्टॉरंट्स, मित्रांच्या घरी किंवा कुठेतरी जाण्यासाठी तयार होणं.

तो घरी येऊन गादीला पाठ टेकवायचा तोवर पहाट झालेली असायची. मी जागी असताना विल मला न्याहाळायचा, तसं त्याच्याकडे बघण्यासाठी मला तो झोपायची वाट बघायला लागायची. डोळे आकसलेले, समोर जे दिसतंय ते अधिक स्पष्ट दिसण्यासाठी आकुंचित केलेले, तो माझ्यापलीकडे बघण्याचा प्रयत्न करायचा. नाक खाली करून मला अगदी नीट न्याहाळायचा, जे दिसतंय त्यापलीकडचं शोधायचा. झोपेचं सोंग बाजूला सारत मी त्याच्याकडे तसंच पाहायचा प्रयत्न केला तर त्याच्या हिरवट-निळ्या डोळ्यात थंड, रिकामे भाव असत. त्याचे डोळे काचेसारखे भासत.

डोळे बंद असले की मात्र विलचा चेहरा जणू माझ्याशी बोलत असे. कपाळावरच्या आठ्या, काहीसे बाहेर आलेले ओठ, लहान मुलासारखी भीती दिसायची त्याच्या चेहऱ्यावर. त्याच्या श्वासांच्या लयींमधल्या बदलांचीही मला ओळख झाली होती – अस्वस्थ झोप, स्वप्नांची पडझड, मरणासारखं काही. त्याच्या छातीवर कान टेकवले की तो आता जागं होण्याच्या किती जवळ आहे किंवा त्या दुसऱ्या जगात किती लांब गेला आहे हे मला सांगता आलं असतं.

एकदा मला वाटलं की हा काही आता एवढ्यात जागा होणार नाही म्हणून मी पलंगापासचा दिवा लावला आणि त्याचं शरीर केसापासून नखापर्यंत न्याहाळू लागले. मी त्याच्याशेजारी लवंडले, मग कोपरावर हात टेकवून त्याचं शरीर बघू लागले, मग उठून बसले. मान-उन्हात फिरल्यानं लाल झालेली, स्तनाग्र – काळपट आणि रांगडी, जुन्या काळातल्या कादंबऱ्यामध्ये असतात तशी, छाती – केसाळ, खांदे – तसेच, कंबर – देहापेक्षा बारीक, बेंबीपाशी केसाळ, गुप्तांगाचे केस – मऊ पण हात आणि पायावरच्या केसांसारखे सरळ नाहीत, गुप्तांग – शांत. फार सांगण्यासारखं काही नाही, मांड्या – केसाळ आणि भरदार, गुडघे – मोठे, पोटऱ्या आणि घोटे – केसाळ, नसा दिसणारे, पावलं – लांब आणि गोरी, चवडे – मोठे आणि आत वळलेले, नखं – खरखरीत, कडा अधिकच खरखरीत.

पायापाशी पोहोचल्यावर पलंगावरून उठून लांबून त्याच्याकडे बघण्याचा माझा शिरस्ता होता. त्याच्या पावलांवर मी डोकं टेकवत असे, लांबून बघणाऱ्याला मी त्याला नमस्कार करते आहे असं वाटलं असतं.

माणसाच्या देहात असा दुतोंडी राक्षस कसा असतो, देहाच्या मागचं ते मन कसं असतं. राक्षसांचं मन. ते तुम्हाला पार नेस्तनाबूत करतं, तुमच्या मांसाचे लचके तोडतं, तुमच्या त्रासात त्याला आनंद मिळतो.

मी हा जो देह बघत होते त्या देहानं मला कधी त्रास दिला नव्हता. या बरगड्यांनी मला ना जोरात, ना हळुवार स्पर्श केला होता, या पायांनी कधी माझ्या देहावर वळ उठवले नव्हते ना लाथा मारल्या होत्या, नखं चावण्याची सवय असलेला हा हात कधी माझ्यावर उगारला गेला नव्हता. अशा त्रास न देणाऱ्या, निष्पाप देहाकडे मी काय म्हणून बघत होते?

सतरा

पूर्वेकडच्या शान राज्याच्या त्या निळ्या-राखाडी डोंगरांमध्ये, केंगतुंग आणि थायलंडच्या सीमेजवळ डो डो सेंगचं गाव लपलं होतं. कोणे एके काळी, ब्रिटिशांचं बर्मावर राज्य होतं, तेव्हा लोई लुन हे थंड हवेचं ठिकाण म्हणून प्रसिद्ध होतं. अगदी आत्ता-आत्तापर्यंत तिथे चेरी ऑर्किडची झाडं होती, मासे आणि बदकं असलेली पाचूसारखी हिरवीगार तळी होती. आता पाहिलं, तर तुसडे चिनी दुकानदार आणि कळकट बाजारपेठ यापलीकडे काही ओळख दिसली नाही. डो डो सेंगच्या गावातली घरं तर दरू आणि लू झोपड्यांच्या अगदी जवळ जातील अशी होती.

आम्ही तिच्या काका-काकूंकडे राहायला लागलो. बहिरी म्हातारी आणि पानाचे तोबरे भरलेला तिचा लहान भाऊ. त्याला हृदयविकार होता त्यामुळे नोकरी मिळत नव्हती. डो डो सेंग मागच्या वेळी आली होती त्यापेक्षा आता गोष्टी बदलल्या होत्या. ती सांगायची खूप, पण मला तरी चेरी ऑर्किडची झाडं सगळीकडे दिसली नाहीत, श्रीमंत चिनी व्यापाऱ्यांच्या दारात डुलताना दिसली. तिनं खूप सांगितलं होतं की पाइन झाडांच्या परिसरातही सुगंध दरवळत असतो. तसंही काही अनुभवायला आलं नाही. घराच्या पायऱ्यांवर, कडेला जंगली पुदिना उगवतो असं तिनं अगदी वर्णन करकरून सांगितलं होतं. कदाचित मी निराळ्याच घरांकडे बघत असेन.

डो डो सेंगच्या झोपडीची जमीन बांबूची नाहीतर लाकडाची होती. पांघरुणं स्वच्छ आणि उबदार होती. मला रंगूनमध्ये पलंगावर झोपायची इतकी सवय झाली होती का, जमिनीवर झोपणं अंगवळणी पडायला बराच वेळ लागला. पियाच्या खोलीतल्या माझ्या वाटच्या मऊ-मऊ उशांची आणि कडक उन्हात वाळवलेल्या, लक्स साबणाच्या पावडरीचा सुगंध असलेल्या मऊ अंथरुणाची आठवण काढायची नाही, असं मी स्वत:शी ठरवलं.

पुन्हा एकदा मी डो डो सेंगबरोबर झोपायला लागले. आम्ही चटई आणि मच्छरदाणी मिळून वापरू लागलो. रंगूनमध्ये असताना, पियाच्या खोलीत जाण्यापूर्वी मी तिच्या खोलीत लाकडी पलंगावर तिच्याशेजारी झोपायचे. त्या दिवसात, मी

पहाटे तिच्याआधी उठत असे. डो डो सेंग झोपेतच असे. तेव्हा मी पहाटे येणारे वेगवेगळे आवाज आसुसून अनुभवत असे.

सकाळचा प्रत्येक आवाज, यंत्र आणि इंजिनांचे वेगवेगळे आणि तरीही सारखे आवाज मला लवकरच ओळखायला यायला लागले. गाड्या, स्कूटर, बस. तिथे रानमांजरांचे, माकडांचे आवाज कानावर पडायचे नाहीत. झाडांवर ससाणे नसायचे आणि रस्त्यावर गाढवं. इतकंच काय पण कोंबड्यांचे आवाजही प्रत्येक ठिकाणी वेगळे भासायचे. शहरातले कोंबड्यांचे आवाज जीव गेलेले आणि उदास वाटायचे.

त्याच काळात मला रस्त्याच्या दुसऱ्या बाजूला असलेल्या देवळातून ऐकू येणारी साधूंची सकाळची प्रार्थना ओळखीची झाली. प्रार्थनेची घंटा देण्याचं काम असलेला साधू सकाळची सूर्याची किरणं हातावर पडली आणि नसा स्पष्ट दिसू लागल्या की त्यावर घंटा देण्याची वेळ ठरवतो असं मला कधीतरी डो डो सेंगनं सांगितलं होतं. पहाटेच्या अंधारात मला जाग आलेली असे, डो डो सेंग शेजारी गाढ झोपलेली असे, मी माझ्या हाताच्या नसा दिसण्याची वाट बघे. मला माझ्या हाताच्या नसा दिसू लागल्या की जवळजवळ त्याच क्षणी लाकडी घंटेचा एकसुरी नाद येत असे. तिची झोप चाळवत असे, अर्धवट जागी होत ती काहीतरी विचित्रसारखीच बडबड करायची, 'गरिबांच्या वेदना आणि ठेचांचा नाद कोणाच्या कानी पडत नाही!' परिसरातला प्रत्येक कुत्रा आणि कोंबडा भुंकत किंवा कुकूचकू करत घंटानाद ऐकायचा.

इथे, आत्ता डो डो सेंगबरोबर झोपले होते तेव्हा मला त्या घाईघाईच्या, कर्तव्याची कर्णकर्कश जाणीव करून देणाऱ्या घंटानादाची फार आठवण यायला लागली. इतके दिवस मॉर-फॉरच्या छत्राखाली होते तर मला माझ्या कर्तव्यांची जाणीव होती. पण आता ते तर फक्त स्वप्नातच भेटायचे. त्यामुळे मी आता काय करायचं, माझा उपयोग काय, माझं कर्तव्य काय हे मलाच कळेनासं झालं होतं.

मी माझ्या अमेरिकन कुटुंबाला विसरायचा खूप प्रयत्न करत होते. ते मेले आहेत, थडग्यात आहेत असाच विचार करायला हवा असं मी स्वत:लाच सारखं सांगत असे. पण झोपेत मला त्यांचे आवाज ऐकू यायचे, त्यांचे वास यायचे. कधीकधी पियाच्या केसांच्या गंधानं मी जागी व्हायचे, तिचे केस माझ्या उशीवर आहेत असा मला भास व्हायचा. मग मी नाकातून जोरात श्वास सोडायला लागले. डो डो सेंगला जाग आली तर आली. मला तो गंध नको होता.

इतर वेळी डो डो सेंग मला उठवत असे. मच्छरदाणी हलवत, ''काय करते आहेस, काय चाललंय?'' असं म्हणत ती मला हलवत असे. तिची झोप केवळ एका स्वप्नानं खराब झाली हे कळल्यावर कूस वळवून झोपत असे.

पहिलं दीड वर्ष मी स्थानिक शाळेत जात असे. पण खायची दोन तोंडं वाढल्यानं डो डो सेंगचे काका-काकू कटकट करायला लागले. लवकरच तिथल्याच एका कागद कारखान्यात काम करण्यासाठी मी शाळा सोडावी असं ठरलं.

काम तसं काही फार अवघड नव्हतं. पण त्या कंटाळवाण्या दिनक्रमाचं मला फार ओझं होत असे. तुतीच्या झाडाची साल काढा. चुलीत लाकडं टाकून त्यावर भलीमोठी किटली ठेवा. साल त्यात उकळायला ठेवा. सारं मिश्रण घट्ट होईपर्यंत ढवळा. गाळण्यासाठी भांडं घ्या. मिश्रण लाकडी चौकटीवर चमचा-चमचा टाका. सारं मिश्रण त्यात जमा झालं की वर पाणी टाका आणि हळूहळू गाळा. मग चौकट काढून घ्या. तिथे मिश्रणाचा पातळ थर झाला पाहिजे. मग उन्हात सुकायला ठेवा. तयार झालेला कागद काढून घ्या आणि कागद पाठवायच्या गठ्ठ्यात नेऊन ठेवा. मग हेच सारं दळण पुन्हा दळा.

अर्थात, माझी अवस्था अजूनही बिकट होऊ शकली असती. गोंद काढण्याच्या खोपट्यात माझी रवानगी झाली असती तर काही खरं नव्हतं. गोंद तयार करताना तर गुडघ्याभर राड्यात उभं राहावं लागत असे. त्यानं त्वचेवर किती डाग पडायचे, खाजायचं. किंवा ज्यासाठी खूप एकाग्रता लागते असं काम मिळालं असतं तरी माझी खैर नव्हती. उदाहरणार्थ, कोरीव काम किंवा इंचभर वेताची, उघडझाप होऊ शकेल अशी कागदी छत्री बनवणं वगैरे.

देव न करो – पण विड्या बनवण्याच्या कारखान्यात काम मिळालं असतं तर – तो कारखाना रस्त्याच्या अगदी दुसऱ्या टोकाला होता. तिथे माझ्याएवढ्या मुली पाय मुडपून जमिनीवरच बसत असत. सलग दहा तास, तंबाखू भरणं, विड्या वळणं, डकवणं – त्या कामाचा विचार करता माझं काम अगदीच हलकं म्हणायचं.

तरीही दिवसाच्या त्याच त्या रटाळ चक्रामुळे मी अगदी ढेपाळून गेले. कारखान्यातल्या कामाच्या रगाड्यानंतर घरकामाचा रगाडा माझी वाट बघत असे. सकाळचीही कामं चुकली नव्हतीच. स्वयंपाक, झाडलोट, धुणी – त्यात संध्याकाळच्या अंघोळीची भर होतीच. पाण्याची वानवा होती, मातीच्या मडक्यातून काढलेलं तीन बादल्या पाणी कसंबसं मिळायचं. मग केसांची म्हाताऱ्या नोकराणींसारखी वेणी वळून डो डो सेंगला जाग येणार नाही अशा बेतानं जमिनीला पाठ टेकायची.

"कोण ते?'' म्हातारी विचारायचीच, जसं काही हिच्या बिछान्यावर आणखी कोणी येणार आहे. ती न चुकता कण्हायची, मला बघून अजूनच कंटाळत माझ्याकडे पाठ करून झोपायची.

महिने गेले, मग वर्ष, मग दोन वर्ष. पियाच्या स्वप्नांची जागा आता विचित्र स्वप्नांनी घेतली होती. एका रात्री माझ्या स्वप्नात पतंग आला. तो सुरुवातीला फारच

सुंदर दिसत होता. त्याचे चमकते पंख फडफडवत हवेत तरंगत होता. मग तो जाडा व्हायला लागला. जसा वाढू लागला तसा त्याच्या सावलीनं दिवसाची रात्र होऊ लागली. मी इकडे तिकडे बघू लागले तर मला काहीच दिसेना – सूर्य, आकाश – काहीच नाही. सारं त्याच्या पंखांनी जणू झाकून गेलं होतं.

त्याच्याच दुसऱ्या दिवशीचं स्वप्न तर मी कधीच विसरणार नाही, एक निराळाच पतंग आकाशातून पडला.

पूर्वेकडच्या शान राज्यातल्या त्या प्रदेशात हेलिकॉप्टर काही नवं नव्हतं. बर्मी सैन्याची शिबंदी त्या जवळच्याच दरीत होती. तिथून वेळोवेळी येणारे इंजिनांचे भयंकर आवाजही आमच्या ओळखीचे झाले होते. आजूबाजूच्या अफूच्या झाडांवर विष मारण्याची त्यांची कामगिरी असे. पण आम्हाला माहीत होतं की हे विष कुठल्यातरी खेड्याचाच बळी घेणार.

झाडांच्या शेंड्यांवरून हा भलामोठा पतंग हवेला कापत, झाडांची नासधूस करत झेपावला. लोई लुन बाजारपेठेच्या टोकाला असलेल्या रिकाम्या शेतात जाऊन पोहोचला.

तिच्यातून एक रुंद खांद्याची बाई बाहेर आली, तिनं पांढऱ्या आणि सोनेरी रंगाचे कपडे घातले होते. तिच्या पांढऱ्या कपड्यांवर सोनेरी नक्षी होती. जाकिटापासून ते पायांवर तिचे उंचच उंच बूट सोनेरी होते. तिच्या खांद्यावरची पर्सदेखील सोनेरी, हात डोक्यावर. धूळ आणि वाऱ्याला भेदत तिनं सूर मारला. गावकरी थक्क.

कारखान्यातून आम्हाला नेहमीपेक्षा लवकर सोडलं होतं. मी बाकीच्या लोकांबरोबर घरी चालले होते. तेव्हा हेलिकॉप्टर थांबलं. मला जी बाई वाटली होती तो 'नॅटगडाव' होता, गर्दीतून वाट काढत, स्वत:कडे महान शक्ती असल्यासारखा सगळ्यांच्या गालाला, डोक्याला हात लावत येत होता.

'नॅटगडाव' म्हणजे बाईच्या वेशातला पुरुष – आत्म्यांशी संवाद साधणारा – मंदिराच्या जत्रांमध्ये त्याच्यासाठी भारी गर्दी जमत असे. त्या दिवसापुरते ते 'पत्नी' असतं. 'नॅट' म्हणजे स्थानिक आत्म्याशी लग्न केलेल्या बायका. तो एक दिवस त्यांना हवं तसं वागता येत असे, हवं ते करता येत असे. डुकरासारखं खाता येत असे, लाज सोडून मन मानेल तसं आणि तितकं गाता-नाचता येत असे. त्यांना तसं करण्याची परवानगी असे, पेक्षा त्यांनी तसं वागावं म्हणून त्यांना उत्तेजनच दिलं जायचं, त्या दिवशी ते आत्म्याच्या अधीन असत म्हणून.

पण 'नॅटगडाव'ला लोक पैसे द्यायचे, आत्ता मात्र लोकांना भरभक्कम पैसे मिळत होते. ही आश्रयदाती सर्वांना भरभरून पैसे वाटत सुटली होती – लहान मुलं पैसे मिळावे म्हणून हात पसरून तिच्यामागे धावत होती. एका हातानं पैशाची भीक मागत होती, दुसऱ्या हातात पोरांनी तिला देण्यासाठी जंगली फुलं, मोगऱ्याच्या

माळा धरल्या होत्या.

त्या बाईला अभिवादन करण्यासाठी एक चिनी माणूस पुढे झाला, तो अगदी भारावून वाकलाच होता. डोकं झुकवून, गुडघे वाकवून, लोटांगण घालण्याच्या तयारीत उभा होता. मी त्याला ओळखलं, तो यंत्र दुरुस्त करणारा होता. मोटरबोट इंजीन दुरुस्त करायचा. तासाभराच्या अंतरावर एक तळं होतं, तिथेच त्याचं दुकान होतं. त्याला सगळे म्हणायचे फियेकॅनिक. हे नाव तसं मजेमजेतच आलं होतं. मेकॅनिक गोष्टी दुरुस्त करतो, फियेकॅनिक त्या मोडतो असं काहीतरी.

त्या सगळ्या गटाला एक मुख्य होता. गटातल्या सगळ्यांनी रेशमाचे कपडे घातले होते. त्या साऱ्या शाळेतल्या मुली होत्या हे लवकरच माझ्या लक्षात आलं – त्या साधारण बारा वगैरे वयाच्या असतील. एक एक करून त्यानं मुलींना त्या बाईजवळ ढकलायचा प्रयत्न केला, स्वतः त्या बाईला काहीतरी सांगायचा प्रयत्न करत होता. पण तिनं त्याचं काहीच ऐकून न घेता त्याला जवळजवळ ढकललंच.

तिनं मुलींना जवळ घेतलं, गर्दीला दूर लोटत घोगऱ्या आवाजात म्हणाली, "घ्या, हवं तेवढं घ्या." तिनं हातातली चामड्याची पिशवी उघडली.

त्यातून लिपस्टिक, कंगवे, लहान पर्स, हाताची कडी, गळ्यातला हार बाहेर पडली. ते सारं महाग दिसत होतं. बाजारात स्वस्तातलं मिळतं तसं नव्हतं वाटत. त्यामध्ये उघडझाप होणाऱ्या, लाल रंगाच्या, हृदयाच्या आकाराच्या कॉम्पॅक्ट केस होत्या. कँडीच्या रंगाचे – हरतऱ्हेचे कंगवे होते. सोनेरी-चंदेरी पर्स होत्या, त्यावर चमकदार मणी लावले होते.

त्या लहान पोरी आधी जरा बुजत होत्या, पण इतक्या वस्तू बघून त्यांचा बुजरेपणा कुठल्याकुठे पळून गेला. त्या वस्तू घेत होत्या, पाडत होत्या, जमिनीवर वाकून त्या उचलण्याची धांदल करत होत्या, हे सारं करताना डोक्याला डोकी आपटत होती. पण त्याची पर्वा कोण करणार? त्या ओंजळीत मावतील ते जमवण्यात मग्न होत्या.

निलाजऱ्या मेल्या, दिसेल न दिसेल ते हिसकावून घ्यायची अक्कल फक्त यांना. त्यांना या टुकार बाजारेपेठेशिवाय आयुष्य तरी कुठंय. त्याउलट मी अनुभवी, शहरातली मुलगी होते. हे खरंय की त्यांच्यासारखीच खेड्यात जन्मले होते, पण मी यापेक्षा मोठ्या खेड्यात गेले होते, इतकंच काय पण शहरातही गेले होते. सगळ्या शहरांपेक्षा मोठ्या शहरातदेखील गेले होते. दुःखाची गोष्ट अशी की पुन्हा मला इथेच खितपत पडावं लागलं होतं. पण मी काही नेहमी इथे राहणार नव्हते. काहीतरी मार्ग काढायलाच हवा होता.

गर्दी अगदी मुंगीच्या गतीनं ओसरत होती; व्यापारी, माझ्याबरोबर काम करणारे, साऱ्यांनी आणलेल्या भेटी दिल्या, त्या बाईचे हात हातात घेतले आणि मग तिथून

जाऊ लागले. पालकांच्या जुड्यांचा भारा घेऊन कमरेत वाकलेल्या दोन म्हाताऱ्या बायकांनी कुजक्यासारखं खुसखुसतच घरचा रस्ता धरलेला मी पाहिलं.

हेलिकॉप्टर जमिनीवर आल्यानंतर थोड्याच वेळात उडलं होतं. ती बाई इथेच होती. पण शेताच्या पलीकडे, चहाच्या टपरीपाशी एक काळ्या रंगाची गाडी वाट बघत होती. गाडीच्या खिडकीला पडदे होते. गाडीचा चालक तिथल्याच एका टिनपाट टेबलवर बसून शांतपणे अधूनमधून राख झटकत विडी ओढत बसला होता. ती बाई आता निघतेय हे मला कळायच्या आत चालक घाईनं उठला आणि त्यानं गाडीचं दार उघडलं – तिथेच तडमडणाऱ्या चार मुलींनाही गाडीत घातलं.

खिडकीच्या काचांपलीकडे मुलींची तोंडं दिसत होती. पडदे दूर करून त्या हात हलवत होत्या. मी शेतात उभं राहून त्यांना हात केला. इथून मला कोणी कोणीच नेणार नव्हतं.

सूर्य डोंगरापलीकडे डुबकी मारत होता. त्याची उरलीसुरली किरणं प्रकाशत होती. लोक घरी जात होते, त्याचा विशिष्ट आवाज येत होता – बैलांच्या घंटाचा नाद, लहान मुलं मस्ती करत होती, शेतकरी बायकोला घाई करायला सांगत होता – साऱ्या आवाजांचा गोंधळ दूर दूर भासत होता. बगळ्यांचा थवा आकाश कापत चालला होता. जांभळ्या आकाशावर तो विलक्षण चित्र काढत होता जणू. मला तिथेच सोडून व्यापारी गेले होते. मी जर आता पावलं उचलली नाहीत तर डो डो सेंगनं मला कच्चं खाल्लं असतं.

जाऊ दे, काय सारखं भिऊन राहायचं? मी डो डो सेंगचा विचार मनातून काढून टाकला. हृदय धडधडत होतं. त्या चिनी माणसाकडे गेले. "कोण होते ते?" मी फारसा रस नसल्यासारखं विचारलं. "कोण होती ती बाई?"

त्यानं वर पाहिलं. "ओह, तू आहेस होय, तू काय करतेयस इथे?" त्यानं मला आत्तापर्यंत न पाहिल्यासारखं दाखवलं खरं, पण मला पक्कं ठाऊक होतं की त्यानं मला पाहिलं होतं.

हा माणूस माझ्याकडे ज्या तऱ्हेनं बघायचा त्यानं मला नेहमी अस्वस्थ वाटायचं. तो नेमकं कुठे बघतोय हे मला कधीच कळायचं नाही. त्याचा एक डोळा दुसरीकडेच असे. माझ्याकडे बघतोय की आकाशाकडे, कोण जाणे?

"मी घरी चाललेय, पण तो माणूस कोण होता?" मी पुन्हा विचारलंच.

"मूर्ख आहेस का तू?" त्यानं कपाळावर हात मारला. "की नुसतं काही माहीत नसल्याचं नाटक करतेयस?" तो बर्मी उत्तम बोलायचा. अर्थात, हेल जरा निराळा होता. "सगळे म्हणतात की तू फार तोऱ्यात इंग्लिश बोलतेस, पण मला उल्लू बनवायचा प्रयत्न करू नकोस. ते नाही जमायचं तुला."

"अशी इथे ये," तो जरा मऊ आवाजात म्हणाला. "तुला या नोकऱ्या देणाऱ्या

दलालांबद्दल कोणी कधी सांगितलं नाहीये?''

मला अर्थातच या दलालांबद्दल माहीत होतं. ते मोठ्या शहरांतून यायचे, केंगतुंग, ताचिलेक, ताऊंगी. पण मला वाटायचं की दलाल म्हणजे आठवडी बाजारात घसा खरवडून ओरडणारे, तांदळांच्या गाड्यांवर आरामात बसलेले, हातात पंखा घेऊन सावकाश वारा घेत मोठमोठे व्यवहार करणारे. पण नॅटगडाव म्हणजेच दलाल हे मला कधीच, कोणीच सांगितलं नव्हतं. त्यांच्याकडे पाण्यासारखा पैसा असतो आणि सोनेरी चामड्याचे बूट घालून ते आकाशातून येतात हेदेखील मला माहीत नव्हतं.

''वर्षभरात साधारण याच वेळी दलाल येतात,'' तो म्हणाला, ''सुगीच्या दिवसांच्या थोडंसं आधी. तेव्हा पैशाची चणचण असते ना! शहरांमध्ये घरकाम करण्यासाठी ते मुलींना काम देतात. शहरातल्या लोकांना नोकर, स्वयंपाकी, लहान मुलांना सांभाळायला कोण ना कोण हवंच असतं. ते पैसाही चांगला देतात. ती बाई म्हणजे मोठा दलाल होती. खूप श्रीमंत. ती कधी येतेय म्हणून मुली वर्षभर वाट बघत असतात.''

छे! याला काहीच अर्थ नाही. मला वाचता येतं, लिहिता येतं – मुख्य म्हणजे इंग्रजी येतं. मी रंगूनच्या शाळेत गेले आहे; शहरात सगळं कसं असतं मला ठाऊक आहे. मी त्या चेहरे रंगवलेल्या मुलींपेक्षा जाणती आहे. सोळा वर्षांची आहे आणि आयुष्यात एकदाच येणारी ही संधी मी हातची घालवली. का? मी का नाही पुढे झाले?

''पण तू का एवढ्या चौकशा करते आहेस? तुला शहरात नोकरी नकोय ना? हां, कळलं मला,'' तो सोनेरी दात विचकत म्हणाला, ''तू मान तर नाही म्हणत हलवते आहेस, पण तुझ्या डोळ्यात होकार दिसतो आहे. खोटं बोलू नकोस. काही गरज नाही त्याची. मला आधी माहीत असतं तर बरं झालं असतं, मी तुला त्या बाईसमोर उभं केलं असतं.'' तो दाढी कुरवाळत म्हणाला.

''मला आधी माहीत असतं तर.'' मी माझ्या विटक्या कपड्यांकडे पाहिलं. रंग गेलेला, पुरुषासारखा चौकडीचा शर्ट, तुरे असलेल्या फुलांची नक्षी असलेली हिरवी लुंगी आणि डोक्यावर भोपळ्याच्या आकाराची शाल. शाल कसली पंचाच होता तो. माझ्यासोबत कारखान्यात काम करणाऱ्या पा ओ जमातीतल्या एका बाईनं दिला होता. त्या दलाल बाईनं माझ्याकडे बघून न बघितल्यासारखं केलं त्याचं कारण स्पष्टच होतं.

''एक सुचवू का तुला, मी तुला घेऊन जाईन तिच्याकडे. तेवढं नक्कीच करू शकतो मी. ती आता पुढे कुठे जाणार ते मला माहीतेय. आपण बसनं जाऊ. मी तुझं तिकीट काढेन. तुला नाही पैसे परत करता आले तर ती देईल परत, त्याची

काळजी नको करूस. तू भेट तिला, बोलून घे. ती बाई तुला चुटकीसरशी नोकरी देईल. मग आपण परत येऊ आणि तुझ्या घरच्यांना नोकरी मिळाल्याची चांगली बातमी सांगू. तेव्हाच नव्या नोकरीवर जाण्यासाठी बांधाबंध कर.'' त्याच्या आवाजात अचानकच मऊपणा आला होता.

''ठरलं तर मग, आपण बसनंच जाऊ. तसंच करणं बरं पडेल. आत्ता घे माझ्याकडून पैसे. नंतर दहापट पैसे देऊन परतफेड करता येईल इतकं कमावशील. त्यालाही काही फार वेळ लागणार नाही, पहिल्या आठवड्यातच देशील पैसे.''

तो पुन्हा पुन्हा हातातला पैशाचा गठ्ठा मोजत होता. निळ्या, लाल, हिरव्या नोटा संगतवार लावून ठेवत होता. अंगठा लावून नोटा उलटताना चक-चक आवाज येत होता.

''माझ्याबरोबर एकटीनं यायचं म्हणून भीती वाटतेय का तुला?'' पैसे खिशात ठेवत त्यानं दात विचकत विचारलं. मान वळवून पचकन थुंकला, त्यावर पायानं माती ढकलली. त्याच्या पायांची नखं नख्यांसारखी होती – लांब, राखाडी आणि टोकदार.

मला खरंतर भीती वगैरे वाटत नव्हती. हा माणूस माझ्या माहितीतला होता. त्याला ओळखणारे लोकही मला माहीत होते. तो माझ्यासोबत काहीतरी चुकीचं करण्याची हिंमत कसा करेल?

''काळजीचं काही कारण नाही. माझी बायकोपण येईल सोबत. विचार तिला, तिथेच उभी आहे बघ.'' त्यानं आमच्या जवळच पाठ करून उभ्या असलेल्या एका किडकिडीत बाईकडे हात करत म्हटलं. ती आमचं बोलणं ऐकायलाच उभी होती हे कळत होतं.

''बघ, आम्हालाही आता उशीर होतोय. त्या दलालाला गाठायला आम्हाला निघायला हवं.'' त्याचा आवाज आता बदलला होता. ''तुला यायचं असेल तर आत्ताच आलं पाहिजे. आत्ता जमणार नसेल तर मग एकदम पुढच्या वर्षी!''

पुढच्या वर्षी! पुढच्या वर्षापर्यंत तर मी म्हातारी होऊन जाईन. कदाचित मरूनच गेले असेन. इथेच राहिले तर शान राज्याच्या सैन्यात जाण्यापलीकडे आयुष्यात फारकाही घडामोड होईल असं चित्र नव्हतं. जंगलामध्ये मारले गेले तर. याहून भयानक म्हणजे – आत्ता जसा दिवस ढकलत होते, तसाच जीवनाच्या अंतापर्यंत ढकलावा लागेल. पहाटे वाळकं गवत गोळा करायचं. सूर्योदयाच्या सुमारास तांदूळ सडायचे. कोंबड्यांची घाण आणि वाळकी पानं काढून अंगण साफ करायचं. दिवसभर कागदाच्या कारखान्यात मान मोडून काम करायचं. मग घरी यायचं ते स्वयंपाक वाट बघत असणार. धुणी-स्वच्छता, आवराआवर करून दिवस मावळणार आणि झोपतानाही चिडलेल्या डो डो सेंगला झेलायचं.

एकदा मला काम मिळालं आणि माझी मी समर्थ झाले की डो डो सेंगला माझी औषधालाही आठवण येणार नाही याची मला खात्री होती.

उलट माझी पीडा टळल्याचा आनंदच होईल. तिनं ते कितीदातरी बोलून दाखवलं होतं. माझ्या दुर्मुखलेपणाला आजकाल ती दुष्ट शिष्टपणा म्हणू लागली होती. तिच्या नजरेत आता मी लहान, अवखळ मुलगी नव्हते. तिला अमेरिकेला पोहोचवण्याचं तिकीट म्हणून आता ती माझ्याकडे बघत नव्हती. "अजून अपेक्षा तरी काय करणार! माशाला उडायला नाही शिकवता येत."

"उपकाराची जाण म्हणून नाही," तिची अजून एक टिप्पणी असायची. "तुमच्या वयाकडे बघून हिला काही दया येईन, तर त्याचं नाव नको." यावर मला काही बोलता यायचं नाही. इथून पळ काढायचा असेल तर डो डो सेंगचं वय हा फार मोठा मुद्दा होता माझ्यासाठी!

छे! तिला माझी आठवण वगैरे येणार नाही. मी तिला सगळी कारणं नीट सांगितली की तिला काही वाटायचं नाही.

दलालाकडे कागदाचा तुकडा तयारच होता. "हा घे, चल आटप लवकर. लिही. मी कोणालातरी सांगेन सेंगकडे तुझी चिठ्ठी पोहोचवायला."

मी बर्मीमध्ये लिहिलं. मला बर्मीमध्ये लिहिता येतं हेदेखील यानिमित्तानं मला तिच्यापर्यंत पोहोचवता आलं ना – इंग्रजीच्या नावाखाली मी बर्मीकडे दुर्लक्ष करतेय असं हल्ली सारखं बोलायची मला. हिनंच मला कधी काळी सांगितलं होतं की इंग्रजी शिकणं माझ्यासाठी फार फार महत्त्वाचं आहे. मी काम शोधण्यासाठी जात आहे आणि लवकरच परतेन इतकंच लिहिलं मी तिला. तिनं माझी काळजी करू नये आणि तिनं माझ्यासाठी आजवर जे काही केलं त्याची परतफेड करण्यासाठी मी लवकरच येईन असंही लिहिलं.

मातकट चंद्रप्रकाशात सारा प्रवास झाला. रस्ते खडूनं आखल्यासारखे दिसत होते. आम्ही एकामागे एक खेडं पार करत चाललो होतो – दलाल पुढे, मी मध्ये आणि त्याची काहीच न बोलणारी बायको शेवटाला. "जरा लक्ष देऊन पाऊल उचल. रस्ते घसरडे आहेत." तो मला सारखं सांगत होता.

आपण लोकांबद्दल किती गैरसमज करून घेत असतो! हा लबाड दिसणारा माणूस किती चांगला वागत होता. अख्खी रात्र चालत मला मार्ग दाखवत होता. केवळ मी त्या नोकरी देणाऱ्या बाईकडे वेळेत पोहोचावं म्हणून सारी धडपड करत होता. प्रत्येक पावलावर माझी काळजी घेत होता.

त्याची बायको मात्र दगडासारखी होती. एक शब्द बोलेल तर शपथ! बोलणं सोडाच माझ्याकडे बघायला तयार नव्हती. इतका कसला हिला माज होता कोण

जाणे! मी कुठेतरी पोहोचण्यासाठी किमान प्रयत्न करत होते. योद्धा लढाईवर जातो तशी मी माझ्या आयुष्याच्या लढाईवर निघाले होते. एका क्षणात माझं आयुष्य वाऱ्यावर टाकून चालू लागले होते. माझं म्हणून जे काही होतं ते सारं मागेच ठेवलं होतं. माझी पावलं लास्काच्या दिशेनं पडत होती.

कारखान्यात काम करण्यासाठी शाळा सोडायच्या आधी माझा जो शिक्षक होता तो तरुण मनुष्य होता. चेहऱ्यावर कायम खिन्न भाव. त्यानं विद्यापीठातून पदवी घेतली होती. तो सारखा फुटक्या नशिबाची आठवण करून द्यायचा. 'आपण सारे गुलाम आहोत, आपण सारे हुकमाचे ताबेदार आहोत.' तो म्हणायचा. पहिल्यांदा मला वाटलं की तो 'राजा'बद्दल बोलतोय. राजांकडे त्यांच्या छत्राखाली असलेल्यांच्या जीवन-मरणाचे दोर असत. त्यांच्यासमोर सारे शेतकरी, कामकरी दबून असत. राजांच्या दबावानं सारे सेवक अक्षरशः गुडगे जमिनीला टेकवून आणि कधी पार लोटांगण घालून क्षमायाचनेच्या तयारीत असत. पण आमचा शिक्षक त्या राजाबद्दल बोलत नव्हता. तो जगाबद्दल बोलत होता. केवळ खेड्याबद्दल नाही. 'आपण सारे गुलाम म्हणूनच जन्मलो आहोत. आपण गुलामगिरीच्या जगातच राहतो आहोत.' तो अगदी ठामपणानं म्हणायचा.

माझा त्याच्यावर एक क्षणभरही विश्वास बसला नव्हता. जगात कुठेतरी खरंखुरं स्वातंत्र्य अस्तित्वात असणार. मला अशा स्वातंत्र्याची प्रत्यक्ष ओळख नसली तरी त्या स्वातंत्र्याचं गाणं मी ऐकलं होतं. फॉर नेहमी ते गाणं लावत असत.

मला मुक्त जीवन हवं अन् ताजी हवा हवी,
इतक्या श्रमांनंतर आता जरा निवांतपणा हवा,
चाबकाचा तो फटकारा जसा युद्धातला गोळीबार,
हिरवीगार शेतं आणि निळंशार आभाळ,
अन् धक्के, अन् धोका अन् जीवन अन् प्रेम –
अन् लास्का.

मॉरकडून मी लास्काचं वर्णन ऐकलं होतं. अमेरिकेतल्या या राज्यात कायम हिमवर्षाव अन् बर्फ असे, असं ती सांगायची. त्या लास्काबद्दल माझ्या मनात फार फार अपेक्षा होत्या. ते लास्का जिथे कुठे आणि जे काही असेल ते असो, तिथे गुलामगिरी आणि गरिबीचा अंशही नसणार अशी माझी खात्री होती.

आमच्या लास्काच्या दिशेनं जाण्यासाठी आम्ही कोणत्यातरी मार्गाला लागलो होतो. तिथे पोहोचण्याच्या आशेनं माझ्या अंगावर काटा फुलला होता. रात्र काळीशार होती. धोक्याची होती पण तीच उद्याची आशा घेऊन येणार होती. मी त्या काळ्याकभिन्न रात्रीची ती अस्वस्थता पीत राहिले – चंद्राचा गहिरा प्रकाश, रात्रीच्या थंडीचा कडाड – सारंकाही. -त्या सगळ्या वातावरणाची एक झिंग चढली, सगळं

भासमय वाटू लागलं. माझे पाय थकले होते, पण मन तरंगत होतं, श्रांत होतं. जसं की काळ थांबला होता.

दुसऱ्या दिवशी सकाळी आम्ही बसमध्ये चढलो. सगळ्यात शेवटची जागा रिकामी होती. ''जा तिथे बस, झोप थोडा वेळ.'' तो म्हणाला.

मी बसले आणि जरा जागा करून घेत आडवी झाले ती एकदम सूर्य पुरता वर आल्यावरच डोळे उघडले. तेव्हा बस रस्त्याच्या कडेला थांबत होती, करकचून ब्रेक लावल्याचा आवाज आला. समोर थोडी दुकानं दिसत होती.

मी त्या माणसासोबत चहाच्या दुकानांच्या दिशेनं मोर्चा वळवला. तिथे काळे पायजमे घातलेले तीन म्हातारे कवड्यांचा खेळ खेळत बसले होते. मला वाटलं होतं की, दलालाची बायको येईलच मागून, पण मी जे पाहिलं त्यानं मात्र गोंधळून गेले. ती बसमध्ये चढत होती. आम्ही ज्या बसमधून उतरलो, ती बस सुरू झाली होती. काय होतं आहे ते समजायच्या आत बस नजरेसमोरून दिसेनाशी झाली.

दलाल आता टेबल सोडून टपरीवाल्याशी गप्पा मारायला गेला होता. तिथे उभा राहून चहा घेत होता. ''बस, आपली बस गेली! तुझी बायकोपण गेली त्यात बसून!'' मी ओरडले.

''तिला परत जायचं होतं,'' तो चहाचा कप टेबलावर ठेवत शांतपणे म्हणाला. ''तसंही इथून पुढे जायला आपण बस नाही घेणारोत, आपण टॅक्सीनं जाणारोत.''

टॅक्सी? आपण जिथं जायचंय त्याच्या जवळ पोहोचलोय का म्हणजे? मग ठीकय. म्हणजे काळजी करायची गरज नाही. मला भूक लागल्याची जाणीव झाली. माझ्यासमोरचा चहा बघून फार छान वाटलं. दलालाच्या हातातल्या चहासारखा माझा चहा पातळ आणि कडक नव्हता. घट्ट आणि दुधाळ होता. मी घोट घेतला. तो फार गोड होता. त्याची चव फारच विचित्र होती.

''चहा विचित्रच लागतोय.''

''हं, तू आजवर कधी थाई चहा प्यायली नाहीयेस ना, म्हणून.''

''थाई चहा?'' मला धक्का बसला, ''म्हणजे म्हणायचंय काय तुला? आपण थायलंडमध्ये आहोत?''

त्यानं रस्त्याकडेच्या दुकानावरील पाट्यांकडे बोट दाखवलं, ''बघ ना.''

माझ्या डोक्यात आता मात्र गोंधळ झाला होता. ''पण आपण थायलंडला जाणार आहोत हे माहीत नव्हतं मला, तू थायलंडबद्दल काहीच म्हणाला नव्हतास. तू म्हणाला होतास की आपण ताऊंगईला चाललोय.''

''ताऊंगई?'' तो हसला, ''ताऊंगईमध्ये काय काम असणार? लोकांची उपासमार होतेय तिथं, सगळ्या चांगल्या नोकऱ्या थायलंडमध्ये आहेत.''

''पण थायलंड!'' मी पुन:पुन्हा म्हणत राहिले. ''पण मी थायलंडला निघालेय

हे माहीत नव्हतं मला!'' थायलंडला न जाण्याचं कारण माझ्या डोक्यात फेर धरून नाचू लागलं होतं. डोळ्यांची उघडझाप करत, डोळ्यासमोरची अंधारी घालवण्याचा प्रयत्न करत मी चहाचा अजून एक घोट घेतला. आता चहाचा गोटमिट्ट घोट बरा लागत होता – गरमागरम आणि तहान शमवणारा!

दलाल आता उभा राहिला. मला उभं राहायला त्यानं मदत केली. ''चल, टॅक्सी आली आहे.''

मी जागी आहे की स्वप्नात तेच मला उमजत नव्हतं. माझा तोल सावरत नव्हता. कसंबसं स्वत:ला आत ढकललं आणि मान टाकून दिली.

मिटलेल्या डोळ्यांनी मला उंचच उंच जाणारी शिडी दिसत होती. ती आभाळापर्यंत जाऊन पोहोचली होती. विचित्र गोष्ट अशी की माझं डोकं शिडी चढत होतं.

अठरा

अंग कडक झालं होतं, थरथरत होतं. मी एका रिकाम्या शेतात मधोमध पडले होते. थंडी बोचकारत होती. मळमळत होतं. उलटी करावीशी वाटत होती. पण त्यासाठी मान वळवावी लागली असती. इतकी लहानशी हालचालही अशक्यप्राय वाटत होती. अस्वस्थ वाटत होतं. अचानक लक्षात आलं, माझं शरीर जमिनीवर नव्हतंच. दोर कापलेल्या तराफ्यावर होते, मी समुद्रात ओढली जात होते.

दोन्हीकडून काळ्याशार लाटा कोसळत होत्या. पण तराफा वाट काढतच होता. लाटांचा जोर इतका होता की तराफा वरखाली होत होता, कधी त्यामधून वाट काढत होता. लाट ओसरतानाचा भर पुढे जायचा मार्ग आखत होता. समोर अथांग समुद्र आ वासून उभा होता.

दूरवर किनारा दिसतोय असं भासत होतं. लाट उंच घेऊन गेली की किनारा दिसल्यासारखा वाटे. तेव्हाच मला उमजलं मी आता कधीच किनाऱ्याला लागणार नाही.

पुरुषाचा आवाज- कर्कश- तक्रार करत होता. त्या आवाजानं मला खोल खोल समुद्रातून बाहेर खेचलं. भानावर आल्यावर कळलं, माझ्या अंगावर कपडा नव्हता. मी अंगाखालचं अंथरूण ओढून शरीर झाकण्याचा प्रयत्न केला. त्यावर रक्ताचे डाग दिसले. मांड्यांमध्ये जीवघेण्या वेदना. बरगड्या विलक्षण दुखत होत्या.

दरवाजापाशी उभ्या असलेल्या माणसाचे पाय फेंगडे होते. लालभडक डोळे, चेहऱ्यावर देवीचे व्रण. त्याच्याकडे पाहिलं आणि मन थिजलं. जणू सारंकाही संपलं होतं. 'फाम्मा?' त्यानं पँटचं बक्कल काढत विचारलं. तो थाईमध्ये विचारत होता की मी बर्माहून आले आहे का म्हणून. पण मला ते तेव्हा कळलं नाही?

मी तोंड उघडलं पण तोंडातून भलताच आवाज बाहेर पडला. भयानक स्वप्न पाहून किंचाळत उठावं तसा. ते किंचाळणंही केविलवाणं होतं. अशक्त आणि कळवळणारं.

"फाम्मा! यू नो स्पीक?" तो इंग्लिशमध्ये म्हणाला. त्याच्या बोटाचं टोक बंदुकीच्या नळीसारखं माझ्याकडे रोखलेलं होतं. त्यानं पॅण्ट जमिनीवर पडू दिली. त्यानंतर तो माझ्यावर येऊन कोसळला. माझ्या चेहऱ्यावर काहीतरी जोरात आपटलं – त्याच्या गळ्यातल्या साखळीला लटकवलेलं काहीतरी. मी ते ढकललं आणि साखळी त्याच्या कानात अडकली. शिव्या देत त्यानं मला कानापाशी नेऊन जबडा चिमटीत धरला. माझा जीव वेदनेनं कळवळला.

समोरच्या भिंतीवर एका बाईचं चित्र दिसत होतं. तिनं अंगभर दागिने घातले होते, मोरपंखी रंगाचे कपडे. तिचं प्रसन्न हसू, देखणा चेहरा, मला माहीत होतं ही कोण आहे ते, पण आत्ता आठवत नव्हतं.

त्यानंतर मी काय केलं आठवत नाही, पण तो पॅण्ट उचलून ओरडत पळाला, "ओरिस्सा! ओरिस्सा!"

एका बाईनं वैतागलेल्या आवाजात त्याला मोठ्यानं काहीतरी उत्तर दिलं. मग अजून आरडाओरडा. अचानक खोलीत खूप गर्दी वाटू लागली.

त्यांनी एक जडजंबाल वजन पलंगावरून खाली खेचलं. ते खाली पडलं. ते जमिनीवरून ओढत ओढत नेलं. ते हलूही न शकणारं वजन म्हणजे मीच होते.

"फाम्मा?" तो परत आला होता. पट्टा भिंतीला धडकला आणि माझ्या पायाशी येऊन थबकला. मी पट्ट्याचं बक्कल पाहिलं. धातूचा एक चौकोन, त्याला टोकंही होती. त्यानं पट्ट्यानं पहिल्यांदा मारलं त्यानं फारसं लागलं नाही, बोचलं नाही, कारण तो बक्कल हातात घेऊन मारत होता. मग मात्र पट्ट्याच्या मारानं जीव जातो की काय अशा वेदना होऊ लागल्या. तो मला दिसेल तिथे मारत सुटला होता.

ते सारे मला ओरडू नको असा धाक घालत होते. पण ते शक्यच होत नव्हतं. माझं मन, देह सारंकाही आक्रोश करत होतं. तो थांबवणं माझ्या इच्छेवर नव्हतं. मी दार उघडल्याचा आवाज ऐकला. प्लीज, प्लीज, या इथे, बघा काय चाललंय ते! मला वाटतं मी असंच काहीतरी ओरडत होते. ते सारे माझ्याकडे बघताहेत याचंही भान उरलं नव्हतं. भीतीनं थिजलेली, नग्न आणि रक्तानं भरलेली. किमान मला तसं बघून तरी कोणी मदतीला धावेल.

कोणीच आलं नाही. फक्त कोणीतरी गेलं वाटतं. दार जोरात बंद झालं. मग पुन्हा उघडलं. कोणीतरी पुन्हा बाहेर गेलं.

"फाम्मा!" आवाज आता घोगरा झाला होता. खूप ओरडल्यानं होतो तसा – खरंतर ओरडत होते मी, "यू गो!" त्यानं पलंगाकडे बोट दाखवलं.

या वेळी तो वैतागत माझ्या अंगावर येऊन आदळला. मी भिंतीवरच्या चित्राकडे मान वळवली. थायलंडची राणी! आत्ता आठवलं, ती थायलंडची राणी होती. तेच तेजस्वी, प्रसन्न हसू, चमकदार केस, मोरपंखी रेशमाचा पोशाख, दागिने- राणी सिरीकित.

आता त्याचे पंजे माझ्या ओटीपोटात रुतत होते. तो पुन्हापुन्हा काहीतरी चोळत होता. खूप प्रयत्न करत होता. एखाद्यानं चाकूला धार लावावी तसं.

माझं तोंड कडवट झालं होतं. थोड्या वेळानं मला गिळता किंवा श्वासही घेता येणार नव्हता. शेवटी एकदाचं त्याला जमलं असावं. तो घुसला माझ्यामध्ये. जोराची वेदना आणि मग पुन्हापुन्हा तेच करत राहिला. शेवटी कधीतरी थकला आणि मग जीव गेल्यासारखं माझ्यावर अंग टाकून दिलं.

तो बाजूला पॅण्ट घालत होता. तेव्हा मी ओकले. पलंगावर, जमिनीवर, सगळीकडे. तो वळला, कपडेही न चढवता दिसेनासा झाला.

निळं बाटीक घातलेली एक बाई मू मू माझ्यापाशी आली. तिनं मला पलंगावरून उठायला मदत केली. अंघोळ कुठे करायची ते दाखवलं. मी जोरकस शॉवरखाली तडमडत उभी होते, तेव्हा ती पडद्याच्या दुसऱ्या टोकाला माझ्यासाठी टॉवेल धरून उभी होती. "व्हाय यू बॅड?" ती पुन:पुन्हा म्हणत राहिली, "व्हाय यू मेक ट्रबल? कुथोमर, ही अँग्री, ही टेल बॉस. बॉस, ही बिट यू. यू स्टे गुड, यू वर्क गुड, यू फक गुड, यू बी ओके."

माझ्या पायातून तांबडं पाणी वाहत होतं. मग गुलाबी मग पुन्हा लालभडक. हे रक्त कधी थांबणार, माझ्या डोळ्यातलं पाणी कधी थांबणार. काहीच कळत नव्हतं. सगळं जग थांबलंय, संपलंय अशी गच्च गाठ मनात बसत होती.

यातली सगळ्यात वाईट, चुकीची आणि संतापाची गोष्ट अशी की, मी प्रतिकाराचा प्रयत्नही करत नव्हते. अशा परिस्थितीत कोण आणि कसा प्रतिकार करेल? मी... नाही प्रतिकार करत. मी स्वत:शीच म्हणायचा प्रयत्न केला, मी शरण जातेय, देवा, मी शरण जातेय!

खूप आधी, खूपच आधी मी एकदा शेतकऱ्यांना नावेत खेचर चढवताना पाहिलं होतं. नाव म्हणजे शीड असलेली होडी होती ती. नदीच्या पाण्याचा चांगलाच जोर होता. शिडाच्या टोकावर एक मोठं भोक होतं. त्यातून एक दोर गेला होता. तो झाडाला बांधला होता.

खेचरालाही दोरानं बांधलं होतं. त्याच्या नाकातनं दोर गेला होता. शेतकरी दोर ओढत होते. खेचर वेदनेनं कळवळत होतं, वेदना आणि भीतीनं उड्या मारत होतं. माणसं ओढतच होती, खेचर उड्या मारत होतं. पण ही लढाई बरोबरीची नव्हतीच.

थकलेलं खेचर मुकाट्यानं होडीत चढलं. मोठमोठ्या डोळ्यांचं, नाकातून रक्त वाहत होतं.

काय मूर्खपणा हा, असा विचार माझ्या मनात आला. सुरुवातीला खेचरानं मानलं असतं आणि मुकाट्यानं होडीत चढलं असतं तर-

बाटीकचे कपडे घातलेल्या त्या बाईनं माझ्या हातात टॉवेल ठेवला. शिवाय गुलाबी, कॉटनचा डगलाही दिला. मी अजूनही मुसमुसत होते. टॉवेल दांडीवर टाकला. डगला चढवला. तिच्यामागे गेले. एका दारावर तिनं दोनदा टकटक केलं – आत येऊ का विचारतो त्यापेक्षा जोरात – काहीशा अधिकारानं – आणि ती आत गेली. मी तिच्यामागे.

तिथे पलंग मांडले होते, प्रत्येक पलंगांवर दोन-तीन मुली बसल्या होत्या. मला न्याहाळण्याच्या उद्योगासाठी त्यांनी गप्पांना पूर्णविराम दिला. ही खोली म्हणजे रुग्णालय होतं असंच वाटत होतं. दोन्ही भिंतींच्या कडांना पलंगाची रांग, अगदी माझ्यासारखेच गुलाबी कपडे घातलेले रुग्ण, शिळ्या अन्नाचा आणि जंतुनाशकाचा एकमेकात मिसळलेला वास. छतावर रुग्णालयासारख्या पडद्यांच्या दांड्या होत्या. फक्त तिथल्यासारखे पडदे नव्हते.

बाटीकवाल्या बाईनं ओळीतल्या शेवटच्या पलंगाकडे बोट केलं. तिथे मेणबत्त्या लावलेली पूजा करायची जागा होती. जवळच केळी आणि मोगऱ्याची फुलं सडत होती.

"तुझा पलंग," ती म्हणाली, "फक्त झोपण्यासाठीच हां." तिनं चक्क प्रेमळपणानं माझ्या पाठीवर थोपटलं. तिचा हात लागताच मी वेदनेनं कळवळले, "सॉरी, सॉरी." ती म्हणाली.

"खुन् ओरिस्सा!" ती बाई जायला निघाली तशी मुलींच्यातल्या एकीनं म्हटलं.

"काय हवंय तुला?"

अच्छा! म्हणजे ओरिस्सा हे बाईचं नाव होतं तर. तो माणूस जेव्हा ओरडत होता तेव्हा मला काहीतरी वेगळाच अर्थ आहे या शब्दाला असं वाटलं होतं. म्हणजे, आभाळ कोसळतंय, किंवा जगाचा शेवट होतोय, किंवा आता तुम्ही माणूस नाही. असं काहीतरी.

नंबर वन, असं म्हणायला त्यांना आवडायचं.

"मी, नंबर वन." ते म्हणायचे.

हे असले नंबर वन यायचे आणि जायचे. त्यांच्याकडे एक लाल चपटा असायचा. त्यांना समाधान देण्याचा परवानाच तो – त्यांना हव्या त्या पद्धतीचं समाधान. नंबर वनला कंडोम हातात देऊन तो वापरण्याची विनंती करण्याची हिंमत कोण करणार? नंबर वन केव्हाही बंदूक काढून तुमच्या कानशिलात लावू शकतो, 'भडवे, तुझं काम कर. काय करायचं ते मी ठरवणार.' असं म्हणू शकतो हे तर माहीतच असायचं.

असे नंबर वन डझनावारी यायचे, शेकड्यानं यायचे, बारा तास, आठवड्याचे सातही दिवस – पाळी चालू असताना फक्त विश्रांती, आणि

गर्भपात केल्यानंतरचे दोन दिवस सक्तीचा आराम. बस तेवढाच.

त्या सगळ्यांचं समाधान कसं करायचं ते मी शिकून घेतलं. म्हणजे जवळपास सगळ्यांचं. त्यातल्या काहींच अर्थातच कधीच समाधान व्हायचं नाही. ते वैतागून ओरडायचे, "फाटकी आहेस तू, घाणेरडी." हं, ते खरं होतच म्हणा.

एकदा धीर करून मी तिथे नेमकं काय आहे ते पाहिलंच. या लोकांनी हातात धरायचा आरसा दिला होता. अर्थात मी जे पाहिलं ते बघायला दिला नसावा.

पुढे कित्येक वर्ष मी जेव्हा बायकांच्या आतल्या भागांबद्दल पुस्तकं-मासिकात वाचत असे, तेव्हा मी त्या दिवशी पाहिलेल्या गोष्टींशी त्या शब्दांचा संदर्भ जोडत असे. ओलसर ओठ – फुलांच्या पाकळ्या, पक्ष्याचं घरटं, मांजरीचं पिल्लू. काय काय म्हणायचे त्या जागेला!

त्या दिवशी पाय फाकवून आरसा धरत मी जे काही बघण्याचा प्रयत्न केला, ते गुहेसारखं दिसत होतं. अशी गुहा मी एकदा डो डो सेंगबरोबर पाहिली होती. इनल तलावाजवळ होती ती गुहा. आम्ही त्या कपारींमध्ये आत-आत जात राहिलो. कपारींवरून पांढऱ्या-राखाडी रंगाचे ओघळ वाहत होते. थोड्याच वेळात आम्ही अगदी निमुळत्या वाटेला लागलो.

अंग चोरून चालावं लागत होतं. शेवटी ही वाट संपली आणि समोर एक थंडगार विवर आलं.

डो डो सेंगनं विजेरीनं छताकडे प्रकाशाचा झोत टाकला. प्राचीन, भग्न अवशेष असावं तसं काहीसं दिसत होतं. कवट्या, सांगाडे, पंख पसरलेली वटवाघळं. तिथल्याच झाडाच्या सालीवर कावळ्याच्या छत्र्यांची चैन चालली होती. जुन्यापुराण्या जहाजाचा सांगाडा पडला होता. त्याभोवती मासेमारांची जाळी असते तितकी दाट कोळ्यांची जाळी जमली होती.

विवराच्या भिंतीजवळ जमिनीलगत एक पाटी होती, 'गु-लान-सोन'

त्याखाली इंग्रजीमध्ये भाषांतर होतं, 'विवराची सीमा.'

"देवा, काय करते आहेस तू?"

मो नावाच्या चिनी मुलीनं मला आरसा हातात धरून नको ते न्याहळताना पकडलं.

"बघतेय." मी आरसा पुसून बाजूला ठेवत म्हटलं.

"बघतेयस! पण काय?"

"गु-लान-सोन."

'मो'च्या भुवया आक्रसल्या, "म्हणजे? पुरळ आलंय का तुला? आग होतेय

का? हसतेयस का तू?'' मो स्वत: कधीच हसायची नाही. फक्त तिच्या आई-वडिलांबद्दल बोलायची तेव्हा थोडी उगाच स्मित करायची, पण तेवढंच. मग तिच्या चेहऱ्यावर कडवट हास्य पसरलं. ''मी प्रतिष्ठित घराण्यातली आहे – तू त्यांचं नाव ऐकलं असशील. माझा बाप भडवा आहे आणि आई बाजारबसवी.''

सॅन सॅन सतत घाबरलेली असायची. ''आपल्याच आई-वडिलांबद्दल असं कसं बोलू शकतेस तू?'' तिनं घाईनं कानावर हात ठेवले. सॅन सॅनदेखील माझ्यासारखीच शान राज्यातली होती. आम्ही एकमेकींशी बर्मीमध्ये बोलायचो. आमच्या खोलीत, त्याला फाम्मा ब्लॉक असं टोपणनाव होतं, आम्ही बर्मीच बोलायचो.

मो हसली. ''पण मी माझ्या पालकांबद्दल असं बोलणं बरं नाही दिसत ना? ठीकय, माझे पालक भडवे आहेत असं म्हणते.''

सॅन सॅननं नजर वळवली. ''किती तिरस्कार.'' ती पुटपुटली. डोळे मिटून तिनं धम्मामधली शिकवण म्हणायला सुरुवात केली. ''त्यानं माझा अपमान केला, त्यानं मला दुखवलं, त्यानं माझा पराभव केला, त्यानं मला लुटलं. असे विचार ज्यांच्या मनात आहेत ते तिरस्कारापासून मुक्त होऊ शकणार नाहीत!''

''अशी का उभी आहेस तू?'' मोनं तिला वसकन विचारलं.

प्रार्थना थांबवून सॅननं पायांकडे पाहिलं आणि म्हटलं, ''म्हणजे कशी?'' तिनं मखमली सपाता घातल्या होत्या. पाय एकमेकांना जोडले होते.

''लंगड्यासारखी.''

सॅन सॅननं पुन्हा कान झाकून घेतले. ''तिरस्कार किंवा हेटाळणी करत कोणाचं वाईट चिंतू नका!''

''हे बघा,'' ओरिस्सा दोघींना बाजूला सारत, शांत करत म्हणाली, ती आमच्यात सगळ्यात मोठी होती. ''कशाला तिरस्कार करायचा? तुमचे आई-वडील अनोळखी माणसं आहेत असा विचार करा बरं. तसं केल्यानंच भावनिक ओढ कमी करता येऊ शकते. कारण तिरस्कार हीदेखील एक भावनाच आहे. तिनं तुम्हाला जन्म दिला, त्याच्यामुळे तुम्हाला जन्म लाभला हे सारं विसरून जा. ती सगळी सामान्य माणसं आहेत. इतरांपेक्षा कोणी वेगळी नाहीत. इतरांसारखेच चोर, खोटारडे आणि भडवे आहेत इतकंच. असा विचार केलात तर मग तुम्हाला तिरस्कार नाही वाटणार त्यांचा.''

तसा विचार केला तर मग सगळ्या नंबर वननादेखील एकसारखं वागवणं फायद्याचं होतं. वाटेवरचा समोर आलेला अनोळखी, त्याहून जास्त काही नाही. काही जण मात्र सभ्यतेला धरून वागायचे. त्यामुळे कृतज्ञही वाटायचं आणि गोंधळायलाही व्हायचं. ते भरभक्कम बक्षिशी द्यायचे त्यामुळे कृतज्ञता वाटायची आणि त्यांचा तिरस्कार करणं सोपं वाटायचं, निराळी भावना मनात आली की

गोंधळायला व्हायचं.

"मुलींनो, मेट्टा सुट्टा म्हणा." सॅन सॅनचे सल्ले संपत नव्हते.

"माझ्यानंतर तुम्हा म्हणा बघू. जगात असलेले सर्व जीवित प्राणी- कोणत्याही अपवादाशिवाय, शक्तिहीन वा ताकदवान, मोठे, छोटे किंवा मध्यम आकाराचे, बुटके, उंच वा जाडगेले, दिसणारे किंवा दिसूही न शकणारे, जवळचे किंवा दूर असलेले, जन्मलेले सारे आणि जन्मणारे सारे – साऱ्यांना आनंद लाभो."

साऱ्यांना आनंद लाभो, मी तिची नक्कल करत म्हटलं.

मी शेवटी साऱ्या क्लृप्त्या शिकलेच. त्यांनी सांगितलं, वाक- मी वाकले, गुडघे टेक- मी टेकले, त्यांनी फर्मावलं चोख- मी चोखलं! नदीवरच्या त्या खेचरासारखा हट्टीपणा करण्यात तरी काय अर्थ होता. दोराची खेचाखेच नुसती, जे टाळणं शक्य नाहीये ते टाळण्यासाठी जिवाचा आटापिटा करायचा कशाला? इतकं घाबरून जाण्याचीही काही गरज नव्हती. बुडण्याच्या भीतीपेक्षा प्रत्यक्ष बुडणं काही जास्त भयंकर नाही. बुडण्याचा वेग खूप असतो, बुडण्याच्या भीतीला सीमाच नसते. ही भीती एकदा मनात ठाण मांडून बसली की संपलं सारं. केवळ मन हीच समस्या आहे. मन, पण हेच मन सुतासारखं सरळ होऊन तुमच्या आज्ञेत राहू शकतं.

मनाला तयार करता येतं. त्याला शरण आणता येतं. त्याला भीक मागायला लावता येतं. मन पर्वतही हलवू शकतं, मेलेल्याला नाचवू शकतं.

एक नंबर वन मला त्याच्यावर बसायला सांगायचा, म्हणायचा, 'राइड!'

माझ्या मनाला नेमकं माहीत असायचं की आता काय केलं पाहिजे – आमच्याकडे गावात, ती असिता म्हणून तांत्रिक गाढवावर बसून भुतांना पळवून लावायची त्याची मला आठवण व्हायची.

कधी मी मांत्रिक-तांत्रिक असे, कधी परिचारिका. आजाऱ्यांना मदत करणारी. पलंग साफ करणं, अंथरुणं बदलणं, साफसफाई करणं, कचरा टाकून देणं – ही सारी माझी दिवसाची कामं असत. हात धुऊन त्यावर व्हॅसलिन घेणं, ते आवश्यक भागांना चोपडणं हादेखील माझ्या रोजच्या कामांचा भाग होता.

इतरांची सेवा करणारी परिचारिका बनल्यावर त्या इतरांना जराही तोशीस होणार नाही याची काळजी घेण्याची माझी जबाबदारी असायची. जराही उतावीळपणा, कंटाळा दाखवणं शक्य नव्हतं. वर-खाली, वर-खाली, जोरात-जोरात-जोरात, हळूहळू-हळू – हा वरचा आता किती वेळ घेणार, त्याच्यापुढचा किती असा विचार अगदी क्षणभरही मनात येऊन चालायचं नाही. डुकराच्या मांसाची वाफाळलेली भजी तोंडात पडायला किती वेळ लागेल किंवा थंडगार कॉफीचा घोट कधी घेता येईल याचा विचारही मनात येता कामा नये... देवा... हां... शेवटी... हुश्श!

मग सारंकाही साफसूफ करण्याचं काम उरायचं. त्यासाठी आम्ही ते गुडमॉर्निंगवाले पंचे वापरायचो. ते स्प्रिंगरोलसारखे गुंडाळून बांबूच्या टोपाखाली ठेवलेले असत. तिथेच भजी वाफवली जायची. एकदा पंचे समजून चुकून मी खेकड्याचं मांस आणि पातीच्या कांद्याचा स्प्रिंगरोल उचलल्याचं आठवतंय मला!

हळूहळू मला या सगळ्यातली गोम कळली. जे आवश्यक आहे त्यावर मन ठेवायचं. कोणीतरी माझ्या पलंगाखाली सयामी जुळ्यांचं एक पुस्तक ठेवलं होतं – काही ग्राहकांची आवड विचित्रच असायची – मी डेझी आणि व्हायोलेटबद्दल वाचलं. त्या टेक्सासच्या होत्या. संभोग करताना चाललेल्या क्रियेकडे आपलं लक्ष जाऊ नये याची क्लृप्ती मी त्यांच्याकडून शिकले.

"आम्ही लक्ष देणं बंद केलं." व्हायोलेट म्हणाली की, डेझी होती ती?

"कधी आम्ही वाचतो, कधी झोपतो, दुसरी काय करते आहे याबद्दल जाणून न घ्यायला आम्ही शिकलो आहोत. अगदीच कामाचं असेल तरच माहीत करून घेतो फक्त."

टेक्सासच्या त्या सयामी जुळ्या जर हे करू शकतात, तर त्यात मला न जमण्यासारखं काहीच नव्हतं. मी माझ्या कामाशी काम ठेवलं, समोर जे काही चालू आहे त्यातून मन काढून घेतलं – हाताचं काम, ओढाओढी, चोखाचोखी, संभोग, रेकणं, डुरकणं, विव्हळणं, जमणं-न जमणं – सारं माझ्या नाकाखाली चालू असलं तरीही.

या मुलींना अजून माझ्यासारखं जमत नव्हतं – अगदी लहान पोरी, किंवा ज्या साध्या होत्या – त्या वेदनांना शब्द द्यायच्या – अंधारी येईल इतक्या वेदना, वेदनेनं बेशुद्धी आली वगैरे.

खरं सांगायचं तर त्या वेदना अंधारी आणणाऱ्या नव्हत्याच. काय होतं आहे ते स्पष्ट दिसत होतं. फारच स्पष्ट दिसत होतं. जग थांबलेलं कळत होतं, पुन्हा सुरू झालेलं कळत होतं. पुनःपुन्हा, डोळ्यादेखत, ते जग या अनंत विश्वामध्ये गरगर फिरतंय हेही कळायचं – फक्त मी त्यासोबत फिरत नसायचे. वेदनांच्या स्वतंत्र, लहान चक्रात गटांगळ्या खात असायचे.

मुली वेदनांनी बेशुद्ध व्हायच्या हेही तितकसं खरं नव्हतं. तीदेखील एक युक्तीच होती. मेल्याचं सोंग घेत पडून राहायचं – मांजराच्या भीतीनं कबुतर अचल पडून राहतं तेव्हा असंच म्हणतात ना? अर्थात, पंख लावलेला तो उंदीर जसा काही असं पडून फिनिक्स व्हायच्याच तयारीत असतो. फिनिक्स त्या क्षणाची वाट बघत असतो, मांजराचं लक्ष नसताना पसार होण्याची.

पण आम्ही फिनिक्स नव्हतो. केवळ कबुतरं होतो.

एकोणीस

दोन कामांच्या मधल्या वेळी आम्ही एका खोलीत बसायचो, त्याला डेपो म्हणायचो. डेपोत टीव्ही बघायचो, जास्त करून मालिकाच, कधी जपानी कार्टून.

डेपोमध्ये आम्ही गप्पा मारायचो – कोण इथे कसं पोचलं, कोणाच्या मित्रांनी-नातेवाइकांनी दलालाचं काम केलं, कोणाला नोकरी, शाळा, नवरे मिळून देण्याची वचनं देत, खोटं बोलत या वाटेवर आणून सोडलं.

इथेच आम्ही एकमेकींना नियमांची आठवण करून द्यायचो. कोणालाही नाही म्हणायचं नाही. त्याचं पूर्ण संपेपर्यंत थांबायचं. कधीही तक्रार दाखल करायची नाही. (त्यामुळे केवळ अटक, कैद व्हायची आणि त्यापेक्षाही वाईट म्हणजे बेकायदेशीर आलेला म्हणून परत पाठवलं जायचं.) आणि कधीही... कधीही तुमच्यावरचं कर्ज फेडल्याशिवाय पळून जायचा प्रयत्न करायचा नाही, याची एकमेकींना आठवण करून द्यायचो. अर्थात, आमच्यावर नेमकं कर्ज किती होतं हे कळायचा काही मार्ग नव्हता.

डेपोत बसून आम्ही पडद्यापलीकडे चाललेलं नव्यानं आलेल्यांचं ओरडणं ऐकायचो, त्यांच्यावर ओरडताना ऐकायचो, त्यांना रक्तबंबाळ होऊन परतताना बघायचो – सर्वांत वाईट म्हणजे थोड्याच वेळात ओरडणं, रडणं बंद झालेलं असायचं.

डेपोत बसून आम्ही साबण, शांपू, लिपस्टीक, नेलपॉलिशच्या किमतींची चर्चा करायचो – ॲन्टिबायोटिक्सबद्दल बोलायचो आणि गर्भपातांबद्दलही... प्रत्येक गिऱ्हाइकाची काय ऐपत असेल याचे अंदाज बांधायचो – कोणाला सूट मिळाली असेल, कोण जोखीम ठरेल, कोणाला किती टक्के मिळाले असतील... बाईच्या भोकाची किंमत किती असेल यावर आम्ही बरेचदा चर्चा करायचो. एका बाईला कितीवेळा कुमारिका म्हणून खपवता येऊ शकतं याबद्दल मतं मांडायचो (चार वेळा – असा आमचा निष्कर्ष होता – २४० थाई बात किंवा बारा डॉलर- डॉलरला जास्त मागणी असायची.)

डेपोत बसून आम्ही अजूनही काही निष्कर्ष काढले. दिवसाला चौदावेळा संभोग

करता येतो, महिन्यातले अठ्ठावीस दिवस... मासिक पाळीच्या वेळी दोन दिवसांची सुट्टी. गर्भ राहिला तर तो पाडायचा आणि एक दिवसानंतर पुन्हा संभोगांचं गरगरतं चक्र... संभोगाचा रेटा... पुढनं... मागनं... वरनं... एक पाय वर करून... चिनी, जपानी, भारतीय, आणि अर्थात थाई, सौदी, सिंगापुरी, कोरिअन, स्विडीश, जर्मन, इटालिअन्स आणि अर्थात अमेरिकन्स...

डेपोमध्ये आम्ही आमची कमाई मोजायचो. जुगार खेळताना कार्ड मोजतात तशी. प्रत्येक लाल कार्ड म्हणजे चार डॉलर. त्यातल्या एक तृतीयांश आमचा हिस्सा असायचा. तोही आमच्या नावावरचं कर्ज चुकवण्यासाठी जायचा. काही निकडीचे खर्च आणि मधल्या वेळचं खाणं घेण्यासाठी आमची मदार मिळालेल्या बक्षिसीवर असे. (शिध्यामध्ये फक्त दोन वेळचं जेवण मिळायचं.)

आजारांची माळ सुरू झाली की पाण्यासारखा पैसा लागतो हे आम्ही ऐकून होतो. गर्भरोधक इंजेक्शनं, संसर्ग होऊ नये म्हणून अँटिबायोटिक्स, गर्भ पाडायच्या गोळ्या, जखमा-ओरखाड्यांवर मलमं, पावडरी, आमची हेल्थ-कार्ड सारखी तपासून घ्यावी लागायची, त्यासाठीच्या चाचण्या! यादी संपायचीच नाही. आम्ही एकमेकींची हेल्थ-कार्ड बघायचो, आठवड्याच्या नोंदींची तुलना करायचो. गुलाबी कागद (म्हणजे निगेटिव्ह) म्हणजे आमच्यासाठी चांगली बातमी असे, पण तपकिरी रंगाचा कागद म्हणजे सक्तीची विश्रांती. ही हेल्थ-कार्ड्स म्हणजे आमच्यासाठी सर्वांत महत्त्वपूर्ण ऐवज होता. या धंद्यात तगून राहायचं असेल तर निरोगी आणि सुरक्षित राहणं हा कळीचा मुद्दा होता.

AID या रोगासाठी आमची काही वेळा तपासणी व्हायची, म्हणजे ते तसं म्हणायचे तरी. हा रोग म्हणजे काय, या चाचण्या कधी होणार, झाल्यावर त्यातून निष्पन्न काय व्हायचं याचा आम्हाला कधीच पत्ता लागायचा नाही. त्या काळात AID म्हणजे नुसती अफवा होती, अंधश्रद्धाच होती म्हणा. कोणीतरी म्हटलं की या नावाचा व्हायरस आहे, कोणीतरी म्हटलं की, सूक्ष्मदर्शकयंत्राखाली ठेवलं तर शिंग असलेल्या अमिबासारखा दिसतो. तुम्हाला हे छोटे राक्षस डोळ्याला दिसू शकतात म्हणे, पण आम्हाला काळजी करण्यासारखं काय होतं त्यात? भसाभस इंजेक्शनं घेऊन आमची रोगप्रतिकारक शक्ती चांगलीच झाली असणार, असं आम्ही गृहीत धरायचो.

या सगळ्या गदारोळात कधी मन विचारांच्या गर्तेत गरगरत राहायचं. प्रत्येक कागदाचा कपटा, कार्ड, पैसे... या साऱ्याला अर्थ काय आहे? या साऱ्याची किंमत किती होते? आकडे, तिकिटं, शिक्के – या साऱ्यांची बेरीज किती होणार? त्याचा नेमका काय फरक पडणार? नेमकी किती रक्कम झाली की माझी सुटका होणार? माझ्या बाईपणाची ठोस अशी किंमत आहे का काही? की मोठ्या मुलींची दीडशे

डॉलर आणि अकरा वर्षांच्या मुलीची दोनशे?

आकड्यांवर तरी कशाला विश्वास ठेवायचा म्हणा? जिवाच्या आकांतानं पै-पैचा हिशेब ठेवून थोडातरी फरक पडणार आहे का? कर्ज किती, त्याचा परतावा किती हे विचारणंही हास्यास्पदच. जंगली लू विचारायचे ना, धापणाऱ्या गाड्या म्हणजे यंत्रपशू आहेत का? ते गवत खातात का? गाडीचे दिवे म्हणजे त्यांचे डोळे आहेत का? अगदी या प्रश्नांइतकाच आमच्यावरचा कर्जाचा प्रश्नही हसावं असाच!

माझ्यावर नेमकं 'कर्ज' होतं तरी किती आणि कसलं? ते मालकालाच माहीत असावं फक्त. तो कधीतरी मला आकडेवारी सांगेल. कधीतरी, त्याला जरा वेळ मिळाला की नक्की तो मला सर्व काही समजावून देईल, पण मालक कायम व्यस्त असायचा. फारफार व्यस्त असायचा. पाच कुंटणखाने आणि दोन जुगाराचे अड्डे चालवण्यात त्याचा इतका वेळ जायचा.

माझी वेळ यायला अजून वेळ होता.

ज्या मुलींना त्यांची गिऱ्हाइकं बाहेर घेऊन जायची त्यांच्याकडे बघून मला हेवा वाटायचा. बरेच नंबर वन त्यांच्या कार्डला घेऊन संध्याकाळी शहरात जायचे. पुरुषांना त्याकरता आगाऊ पैसे आणि ओळखपत्र ठेवायला लागत असे. मग हाती आलेली मुलगी संध्याकाळभर त्यांचीच. त्यांना हवं ते करावं त्यांनी सोबतच्या मालाबरोबर.

मग या नशीबवान मुली नखरा करून तोऱ्यात बाहेर जायच्या. नाचायला, दारू प्यायला, मजा करायला. येताना बरंच काही घेऊन यायच्या. कॉकटेलच्या ग्लासवर लावलेल्या छोट्या छत्र्या, स्ट्रॉ, बारमधनं उचललेले काचेचे शॉट-ग्लास, काडेपेट्या, हॉटेलच्या लॉबीत ठेवलेली चॉकलेटं, लहान-सहान शंभर गोष्टी.

एकदा एकीनं कागदाचा कपटा आणला. तिला तो एका अमेरिकन बाईनं दिला होता म्हणाली. ती बाई मानवी हक्कांसाठी काम करणारी वकील होती. तसं लिहिलं होतं तिनं दिलेल्या बिझनेस कार्डवर.

कागदाच्या कपट्यावर एकच ओळ लिहिली होती : कर्जफेडीच्या धाकानं बळजबरीनं काम करून घेण्यावर आंतरराष्ट्रीय कायद्यानुसार आणि थाई पिनल कोड ३४४ नुसार बंदी आहे.

"पोलिसांना फोन करू या." कोणीतरी म्हणालं. आम्ही सगळ्या हसलो. पोलीस तर आमच्यासाठी रोजचेच होते. तेच तर आमच्या खोल्यात आत-बाहेर करायचे. आत्ता गिऱ्हाइकं म्हणून, आत्ता अधिकारी म्हणून. त्यांच्याकडे वॉकीटॉकी, बंदुका आणि काठ्या असा सारा तामझाम असे.

काही दिवसातच मीदेखील बाहेर भटकायला जाऊन आले. ही अशी संध्याकाळची

भटकंती या मुली म्हणायच्या तितकी काही मजेची नाही वाटली मला! या पुरुषांना दारू पिऊन तर्र होईपर्यंत शरीर गरम करायला कोणीतरी हवं असायचं. बस, बाकी काही नाही. दारू पिऊन झिंगले की भाड्यानं घेतलेल्या खोलीपर्यंत न्यायला कोणीतरी लागायचं. तिथे गेले की घोरण्याची घरघर सुरू!

माझं इंग्लिश बरं असल्यानं मला परदेशी गिऱ्हाइकं मिळाली. त्यात एक शीख होता – तट्ट पिणारे आणि थांबवणं अशक्य असलेले – त्यानं एकदा तर मला इतक्या वेगानं स्पोर्ट्स कारमध्ये नेलं की मी जवळजवळ अपघातातच सापडले होते. जीव गेलाच असता.

सिंगापूरहून आलेला तो चिनी व्यावसायिक – त्यानं काट्याकुट्यांनी भरलेल्या कुठल्यातरी शेतात नेलं. तिथे डासांची भुणभुण इतकी की शांतताच मिळेना. माझ्यावर वाकलेला असतानाच त्याच्या पार्श्वभागावर डासांनी जो काही हल्ला चढवला की त्याचे हात डासांना हकलवण्यात गुंतले.

त्या जर्मन माणसानं मला सॅन्डविच बॉक्समध्ये शी करायला सांगितली. ते खोकं त्याला फसवणाऱ्या व्यावसायिक भागिदाराला पाठवायचं होतं म्हणे. (त्याचं स्वत:चं शौच या कामासाठी का चालणार नव्हतं हे मला आजवर कळलेलं नाही. त्याला हवी तशी आणि तेवढी शी करणं मला जमेलच असं नाही, असं म्हटल्यावर त्याचा चेहरा बघण्यासारखा झाला होता.)

एका चिकित्सक जपानी माणसानं स्वच्छतेसाठी स्वत:चा खोका आणला होता. त्यात वापरून टाकून द्यायची कापडं, कसलीकसली द्रावणं, अनेक क्रीम्स होती. तो मला त्याच्या रिकाम्या ऑफिसमध्ये घेऊन गेला. त्याला घाई होती. एकीकडे कार्यभाग साधताना तो घड्याळाकडे बघत होता. मग अचानक त्याच्या हालचालींना अजूनच वेग आला. ओंजळभर पुरुषार्थ दाखवण्यापूर्वी त्यानं मला सांगितलं की, गाडीत त्याची बायको वाट पाहते आहे, तो बाहेर गाडीचं इंजीन सुरू ठेवून आल आहे.

एक अमेरिकन चांगला पीळदार शरीराचा होता. डोक्यावर केसांचा पत्ता नाही. कानात हिऱ्याचं कानातलं – तो माझ्याकडे क्षमायाचना करत होता – आत्तापर्यंत केलेल्या सर्व पापांबद्दल! "मार मला, त्रास होईल असं काहीतरी कर." तो विव्हळला. माझ्या पायाशी पडून गयावया करू लागला. त्याच्या डोक्याचा गोटा माझ्या पायाशी आणि निर्वस्त्र कुल्ले हवेतच गोल काढू लागले. "मार मला, कृपा कर, मार मला!"

हा माझ्यासमोरचा माणूस कुत्र्यासारखा वागत होता. रंगूनच्या रस्त्याकडेला भुकेलेली कुत्री पडलेली असतात तसा वाटत होता. रस्त्याकडेला नजर टाकली तर अशी अर्धमेली कुत्री कशीबशी डोळे उघडून तुमच्याकडे बघत असताना दिसतातच.

नखांनी जमीन उकरत असतात, शक्ती गेलेली असते तरी मागचा पाय उचलून अस्तित्व ठळक करण्याच्या प्रयत्नात दिसतात.

माझ्यासमोरचा का कुत्तरडा ना मोठा माणूस होता ना राक्षस. माझ्याकडे दयेची भीक मागत होता आणि मी त्याला काय क्षमा करणार? पण तो म्हणत होता तशी त्याला क्षमा करणं माझ्या हातात आहे, अशा समजुतीनं मला क्षमा करायची नव्हती – मी त्याला वेदना कराव्या अशी त्याची मागणी होती – आणि ती नाकारण्यातच माझा विजय होता.

मी त्याची मागणी नाकारू शकत होते हा एक भाग झालाच पण थोडं धाडसानं सांगते, त्यातला काही भाग आत्मसन्मानाचाही होता. त्या नकारानं मला त्या राक्षसापासून स्वत:ला काहीसं वेगळं काढणं शक्य झालं. माझ्या शरीरात ज्या अवयवांना काही भावना उरल्या होत्या ते भाग मला या राक्षसापासून निराळे ठेवता आले. असा नकार देऊन माझ्या पदरी काय पडणार याची मला कल्पना नव्हती असं नाही. पुढच्याच क्षणी वेदना मागणारा, वेदना देणारा होण्याची शक्यता होतीच. माझ्या नशिबानं हा प्राणी लहान मुलासारखा रडत राहिला. माझं त्याच्यावर प्रेम आहे का विचारत राहिला.

अर्थातच, माझं प्रेम होतं त्याच्यावर. मी त्याला पुन्हा पुन्हा सांगितलं. तो इतरांसारखा नव्हताच मुळी. या वाक्यानं त्याचा आत्मा जरा थंड झाल्यासारखा वाटला.

हं, पण या वाक्यानंही मला बक्षिसी दिली नाही ते वेगळं!

आम्हाला भावना नसतातच असं समजणं त्यांना सोयीचं वाटायचं. ते आमच्या सलगीनं वागण्याचा निराळा अर्थ घ्यायचे. एका अर्थानं त्यांचंही बरोबर होतं. भावना न दाखवता काम करणं हाच आमच्या धंद्याचा प्राण होता. त्यासाठी आम्ही कितीतरी क्लृप्त्या लढवायचो, कितीतरी गोष्टी तयार करून स्वत:लाच सांगायचो, कंटाळ्यापासून स्वत:लाच वाचवायला आम्ही अनेक खेळ तयार करायचो. हो! कंटाळा घालवायला.

त्यांची पाठ वळली की आम्ही बरंच काही बोलायचो. आमच्या परीनं त्यांचा बदला घ्यायचो.

"त्या म्हाताऱ्यासोबत झोप अमला." आम्ही बांगलादेशी मुलीला म्हणायचो. ती फार छान नकला करायची.

"कोणता म्हातारा? इथे बरेच म्हातारे येतात."

"तो म्हातारा गं, तरसासारखा. मेल्याची भूक संपतच नाही कधी."

"ओह, तो!" अमला खोल श्वास घ्यायची, डोळे फिरवायची, खतरनाक कुत्र्यासारखी गुरगुरण्याचं नाटक करायची, आमची हसता हसता पुरेवाट व्हायची.

ओरिस्सा आमच्या गटाची मुख्य होती. कारण काय माहीत नाही पण तिनं मला पंखाखाली घेतलं. ती हळूहळू माझ्याशी बर्मीमध्ये बोलायला लागली. सुरुवातीला माझ्याशी तोडक्या-मोडक्या इंग्रजीत वसवसायची ते बंद झालं. ओरिस्साची स्वतंत्र खोली होती. स्वत:ला खोली मिळवण्याइतपत ती चतुर होती. तिला हव्या त्या गोष्टी तिनं बरोबर जमवल्या होत्या. एक दिवस तिनं मला त्या खोलीत बोलावलं. तिनं कुठूनतरी दोनवर एक मोफत बूट आणले होते ते दाखवायला! "तुला होत असतील तर घे तू हे बूट." ती मला बुटाचा एक जोड देत म्हणाली. बुटांचं डिझाईन असं होतं की पाहणाऱ्याला वाटावं बुटांना केवळ तळवे आहेत, पट्ट्या, लेस नाहीच काही. वरून बघताना काही दिसतच नव्हतं.

ओरिस्साची खोली म्हणजे एक गोदाम होतं. तिथे प्रवासाला तयार असलेली कितीतरी खोकी, पाकिटं दाटीवाटीनं बसली होती. एका भिंतीला लागून बांबूच्या काठीवर मांस वाळवायला ठेवलं होतं. त्या लटकणाऱ्या मांसाच्या तुकड्यांवर एक माशी घोंघावत होती. दुसरीकडे पलंगावर लाल कमळ आणि गडद गुलाबी ड्रॅगन अन् फुलांची नक्षी असलेली चिनी गोधडी अंथरली होती. ओरिस्सानं पलंगाच्या एका कोपऱ्यावर थोपटलं आणि बसायला सांगितलं. "तू मला बहिणीसारखी आहेस." पायातल्या सपाता काढून आरामात बसत ती म्हणाली. "तुझ्या वेदना समजतात मला. मी जे दु:खं भोगलं, तेच तूही भोगते आहेस. पण इतकं दु:खं वाटून घ्यायची काही गरज नाही. विश्वास ठेव माझ्यावर. गिऱ्हाइकाचं मन सांभाळ, तमाशा करू नकोस, पैन् पै गाठीला लाव, एक दिवस तू कर्जातून मोकळी होशील बघ!"

सगळ्यांनाच माहीत होतं, ओरिस्साच्या शब्दावर विश्वास ठेवण्यात अर्थ नव्हता. ती मैत्री दाखवायची, उदार होती, ती आम्हाला आवडावी ही आमच्यापेक्षा तिची गरज होती. ती इथे मुक्काम ठोकून बसलेली मालकाची खबरी होती. तिचा गुबगुबीत, लहान मुलीसारखा चेहरा घामानं थबथबला होता. तिनं हातातल्या कागदी चतकोरानं घाम टिपला. रुमालाचा चौकोन मोडून त्याचा त्रिकोण केला, तो नाकाच्या कोपऱ्यात ठेवून तिथला घाम पुसला. चेहऱ्याचा रंग पुसला जाणार नाही अशा बेतानं तिचं सारं काम चालू होतं. त्रिकोणाला अजून एक घडी पाडून ती वरच्या ओठांवरचा घाम टिपायच्या उद्योगाला लागली.

"तुला एक गोष्ट सांगायचीय, हे बघितलंस?" पलंगावर लवंडत, हनुवटी छातीशी नेत, डोक्याकडे बोट करत ती म्हणाली.

जांभळट रंगाच्या केसांच्या पुंजक्याआड व्रण असल्याच्या खुणा दिसल्या. "उवा?"

“चेष्टा करू नकोस, मी काय काय पाहिलं आहे, सहन केलं आहे ते तुला कळावं म्हणून दाखवते आहे. मी जे सांगतेय त्यावर तुझा विश्वास नाहीच बसणार. पण तरी सांगते तुला.”

“सुरुवातीला...” एका पायानं सपातांशी खेळत ती माझ्याजवळ सरकली. तिचे तळवे खाऊन खाऊन फुगलेल्या आळीसारखे गुबगुबीत होते. “त्यांनी मला पहिल्यांदा इथे आणलं, तेव्हा मी अक्षरशः वेडी झाले होते.” तिच्या चेहऱ्यावर स्वप्नाळू भाव होता, जणू ती तिच्या बालपणात जाऊन पोहोचली होती.

“एक गोष्ट बरी झाली म्हणजे माझं डोकं खलास झालं नाही. दिवस-रात्र मी भिंतीवर डोकं आपटत राहायचे. मी तसं करणं थांबवावं म्हणून त्यांनी मला इतकं मारलं. माझ्या पाठीला टोक असलेला बांबू लावून ठेवला. झोपणंच काय मला साधं बसणंही मुश्कील झालं होतं. त्यानं माझ्या वागण्यात काही फरक पडला नाही, मी माझा हट्ट सोडत नव्हते. मी खाणं सोडलं, झोपणं सोडलं, जवळजवळ वर्षभर मी तोंडातून शब्द काढला नव्हता. मुकी... मुकी झाले होते मी. मी एकटी असायचे, तेव्हा स्वत:शीच बोलायचे – तेही फक्त मीच माझा आवाज विसरू नये म्हणून... हो, मी बोलणं थांबवलं होतं, पण भिंतीवर डोकं आपटणं थांबवलं नव्हतं.”

“मी न थांबता डोकं आपटून घेते आहे हे बघून त्यांना वाटलं माझं डोकं पुरतं फिरलं आहे. म्हणून मग त्यांनी मला वेगळ्या ठिकाणी ठेवलं. दोन मजली घर – घराभोवती तारांचं कुंपण – घराच्या भिंती नेहमीसारख्या भक्कम नव्हत्या – त्यांना वाटलं आता या भिंतीवर मी डोकं आपटलं तरी काही होणार नाही.”

“मग मी पहिल्यांदा पळून जायचा प्रयत्न केला. कुंपणापर्यंत कशीबशी पोहोचले, झुडपांतून घराभोवती सुरक्षा म्हणून ठेवलेल्या कुत्र्यांनी रक्त काढलं माझं, मला फरफटत नेलं. त्या लोकांनी मला परत खोलीत आणून टाकलं. या वेळी काठी नाही तर चाबूक काढला त्यांनी... आणि तुला सांगू? या वेळी मला माझाच आवाज ऐकू आला, दयेची भीक मागणारा. मी पुन्हा बोलू लागले होते.”

ओरिस्सानं खांदे उडवले. “पण रडायंच कशाला? मी काही दुःखाची गोष्ट नाही सांगतेय. मी तुला म्हणून काहीतरी महत्त्वाचं सांगतेय. अगं, आपल्यासमोर कायम पर्याय असतो गं, बोलायचा – न बोलायचा, खायचा – न खायचा, नशीब मान्य करायचा – न करायचा. हे जेव्हा कळतं ना तेव्हा आपल्याला एक एक दिवस रेटायचा पर्याय निवडता येतो.”

“किती दिवस झाले या गोष्टीला?” मी धीर गोळा करत विचारलं.

“इथे? पाच.”

“पाच वर्षं! इतके वर्ष कशी तग धरून राहिलीस तू?”

"काम आहे हे आपलं!"

ती तिच्या परिस्थितीची कारण देत राहिली आणि मी खाली नजर लावून बसले. हे काम 'चांगलं' आहे. ती आता हे काम करतेय कारण तिनं तो 'पर्याय' निवडलाय.

हो, तिनं निवडला होता खरा हा पर्याय. तिला पैसे जमवता येत होते, खोकी भरून कपडे घरी पाठवता येत होते. तिनं पाठवलेल्या पैशातून तिचं पडकं घर पुन्हा तग धरू लागलं होतं. इतकंच काय पण तिच्या गावातल्या देवळाचीही डागडुजी झाली होती. यापेक्षा चांगलं काम तिला कुठून मिळणार होतं? इथे तिला मित्र-मैत्रिणी होते, स्थिती तशी बरी होती, पोलीस संरक्षण होतंच. इथे तिचं भविष्य उज्ज्वल वगैरे होतं.

सुरुवातीला तीदेखील आमच्यासारखी फक्त कर्ज फेडण्याचा विचार करत दिवस ढकलायची. मग एक दिवस 'बॉस'नं तिला एक पर्याय सुचवला. तिनं जर तिची जागा भरायला एक मुलगी आणली तर ती जाऊ शकते.

ती आनंदानं तयार झाली, पण अशी मुलगी मिळणार कुठे?

पुन्हा बॉस मदतीला आला. म्हणाला, अर्थात तुझ्या माहितीच्या जागी, तुझ्या घराच्या आसपास, त्याच भागात जाऊ शकतेस तू परत. तिला जे लोकं माहीत होते, त्यांच्यावर तिचा विश्वास होता – कोणा मैत्रिणीला, नातेवाईक मुलीला काम मिळेल अशी आशा दाखवून आणलं तर!

या पर्यायाचा स्वीकार करणं अवघड होतं. त्यापेक्षा पळून जाणं सोपं नव्हतं का?

तिच्या मनातले विचार ओळखल्यासारखं बॉसनं तिला पळून जाण्याचा विचार करणंही किती व्यर्थ आहे ते सांगितलं. तो केवळ या एकाच कुंटणखान्याचा मालक नव्हता. अनेक कुंटणखाने त्याच्या नावे चालत होते. त्याचे खबरे सगळीकडे पसरलेले होते, पोलिसांशी ओळखी होत्या. जागेवरून न हलता काही मिनिटात तो ओरिस्साला शोधून काढू शकला असता. ती पळून जाणार तरी कुठे? हातात ना कसली कागदपत्रं, ना पुरावा! तिचं म्हणणं पोलिसांनी नाही ऐकलं तर? एकदा का ती त्या जाळ्यात सापडली की बॉसशिवाय कोण तिला सोडवायला येणार होतं?

ओरिस्सा मुकाट्यानं गावी गेली. चेहरा कोरा ठेवून खोटं बोलली, चकचकीत भेटी घेऊन गेली, येताना दूरच्या नात्यातली एक मुलगी गाठीला बांधून घेऊन आली.

परत आल्यावर बॉसनं तिला निराळंच गणित सांगितलं. तो ओरिस्साचा प्रवासखर्च, स्थानिक कर, औषधं मोजायला विसरला होता म्हणे. ते पैसे फेडण्यासाठी राहणं तिला भाग होतं – पुढच्या वर्षीपर्यंत सारे पैसे फिटले असते. मग अजून एक मुलगी आणली की तिचा हिशेब मिटला.

तो दिवस उगवला. ओरिस्साचं कर्ज फिटलं होतं. ती आता जायला मोकळी

होती. पण मग तेव्हा तिला जाण्यासाठी काही कारणंच दिसेना – जसं आत्ताही तिला जायचं काही कारण दिसत नव्हतं. तिच्याकडे 'चांगलं' काम होतं, ती पैसा साठवत होती, गावातल्या देवळाची डागडुजी करून पुण्यही जमवत होती.

"मी कोण आहे माहीतेय," ती उत्साहानं म्हणाली, "मी ना, नॅट आहे. मुक्त आत्मा – काय म्हणतात त्याला – देवळामधल्या संपत्तीचं रक्षण करतो तो..."

नॅट म्हणजे काय हे मला नाही तर आणखी कोणाला माहीत असणार?

रक्षण करण्याच्या कामापेक्षाही महत्त्वाचं काम होतं की त्यांना – जगणाऱ्यांना भुलवायचं, त्यांच्या इच्छांना भडकवायचं. असे बिचारे जीव मिळाले की मगच या नॅटचा आत्मा मुक्त राहत असणार. माणसाची हाव आणि वखवखीनं लडबडलेल्या जगात मुक्त विहरत असणार.

माझी वेळ आली की मी या पाशात अडकणार नाही. शक्यच नाही ते. कधी काळी माझं कर्ज फिटलं तर मी नव्यानं आयुष्य जगायला लागेन. कात टाकलेल्या सापासारखा नव्यानं जन्म घेईन.

चार वर्षांनंतर माझा दिवस आला – हातात गुलाबी कागद होता – माझ्या कर्जमुक्तीचा परवाना – पण त्या दिवशीचा सूर्य रोजच्यासारखाच उगवला. पदक नाही, समारंभ नाही, गाणी-नाच काहीच नाही. एक निराळी भावना मनात दाटत होती. स्वातंत्र्याच्या भीतीची. मला मिळालेल्या 'स्वातंत्र्याचं' मी करू तरी काय? कुठे जाऊ? अजून चांगल्या कुंटणखान्यात? रस्त्यावरचं जिणं जगू की दलालाच्या हातची बटीक बनू? मला माहीत असलेल्या कोणत्याच जागा आता ओळखीच्या वाटेनाशा झाल्या होत्या. सारं जग कुंटणखान्यासारखं दिसत होतं.

मॉर म्हणायची ते आठवलं, आनंद हा ध्रुव ताऱ्यासारखा असतो. त्याच्या प्रकाशानं आशा वाटते खरी, पण तो दूरच असतो. भासमान असतो. ध्रुवताऱ्यासारखंच आनंदाचंही आहे. तिथे प्रत्यक्षात पोहोचता येत नाही.

ध्रुव तारा, उत्तर ध्रुवावर लास्का, रंगून – सारंच जर कल्पनेतलं आहे तर मग ते कितीही जवळ-लांब असलं तरी काय फरक पडणार? की ती जगं माझ्यापासून आता शेकडो मैल लांब गेली होती? कधीच माझ्या हाती लागणार नव्हती? मी मेले होते का? की एकदा मेल्यावर पुन्हा मेले होते? अनेकदा मरतच होते. आठवणार नाही इतक्या वेळा मेले होते का मी?

कदाचित माझा आत्मा फुलपाखरू असेल, जंगली लूंची श्रद्धा असते तसा. पृथ्वीवर आल्यावर पंख फडफडवण्याची धडपड करणारा. कुठल्या स्वर्गात माझ्यातल्या आळीतलं फुलपाखरू झालं आहे हे कळलं असतं तर किती बरं झालं असतं. आनंद, स्वातंत्र्य, शांतता या शब्दांचे रंग लागले असते माझ्या पंखांना तर!

तुरुंग नसलेले पण बंदी असलेलेही काही कैदी असतात. प्राणिसंग्रहालयातला जिराफ नाही का, त्याला बाहेर जाता येऊ नये म्हणून त्या कुंपणाचा काही उपयोग नसतो. त्यांच्या जागेभोवती चकचकीत पांढरी रेघ ओढलेली असते. कारण माहीत नाही, पण जिराफ कधीच पांढरी रेघ ओलांडत नाहीत.

नाही, प्रत्येक तुरुंगाला गज असण्याचीही गरज नसते. काही ठिकाणी खडूनं काढलेला गोल, एखादा पडदा, गुलाबी कागदाचा कपटा इतकंच पुरे असतं.

वीस

ही लहानखुरी स्वागतिका मिन्झू, न सांगता कधीपण खोलीत घुसते. म्हणजे तिचं येणं मला अगदीच आवडत नाही असं नाही – तिच्या येण्यानं लंबेलांब दुपारी जरा छोट्या होतात. हल्ली ती काहीशी शांत असते. त्या दिवशी माशा मारतानाच्या वेळी जशी वेड्यासारखं करत होती, तसं नाही वागत आताशा! मला खायला, प्यायला इतक्या गोष्टी आणत असते – आइस केक, आंबा, पपई, ताजा उसाचा रस नाहीतर बालिश स्क्रॅपबुक्स किंवा मग त्याहून बालिशपणानं तिनं गोळा केलेल्या वस्तू – संपत्ती तिची!

येताजाता माझ्यासाठी औषधी वनस्पतींच्या पुड्या आणत असते. त्या थर्मासमध्ये गरम पाण्यात टाकते. मी काय पिते आहे असं तिला विचारलं की तिच्या अंगावर वेगवेगळ्या भागांवर हात ठेवून मला काहीतरी सांगण्याचा प्रयत्न करते. काय दुखलं की काय पिल्यानं काय बरं होईल हे सांगत बसते. मला वाटतं वेगवेगळं म्हणत दर वेळी तेच ते देते मला. त्याची चव तर नेहमी तशीच लागते : कडवट आणि जुनाट.

माझी काळजी घेणं गरजेचं आहे असं तिला वाटतं, हे तिच्या वागण्यातून अगदी स्पष्ट दिसतं. ती इतक्यांदा येते की तिची बाकीची कामं कधी आणि कशी करते हाच मला प्रश्न पडतो. बाहेर फिरायला जावं म्हणून इतकी मागे लागते माझ्या की विचारता सोय नाही. भुक्कडशा दुकानात नाहीतर पुलाजवळच्या कोणत्यातरी टपरीपाशी. ती आग्रह करायला चुकत नाही आणि मी निग्रहानं नाही म्हणायला. सकाळी चहासाठी टपरीपर्यंत जाणं आणि परत येणं इतकंच मी दिवसभरात चालू शकते. ती माझी कामं करायची तयारी दाखवते, मला काही हवं असेल तर धावायची तिची तयारी असते. माझे कपडे धुवायला नेते. वाळवून, इस्त्री करून, घड्या करून आणते.

खरंतर या मुलीला तिचं इंग्रजी सुधारायचंय. त्यासाठी माझ्याकडून सराव हवाय – शिवाय संधी मिळेल तेव्हा तिला चित्रविचित्र कपडे मिरवायचे असतात. मणी, चकत्या, कापडांचे तुकडे डकवलेली विनोदी जाकिटं, केप्री आणि टँक टॉपची

इतकी विचित्र रंगसंगती ही मुलगी कुठून शोधून काढते याचीच कमाल वाटते मला! कदाचित माझ्यावर नजर ठेवायचे तिला पैसे मिळत असतील. पण आता जियांग नाही, मग कोण दुसरं? कोणीच नसणार.

हां, खरंच की, यान डिंग – मला सीमापार पोहोचवण्यासाठी व्यवस्था करणारा हाच तो मनुष्य. तर हा आत्ता शहरात आला होता, जियांग गेला म्हणून असणार. अर्थात, हा माझा अंदाज झाला. त्यानं मला न्यू प्रॉस्पॅरिटी ब्रिज हॉटेलमध्ये रात्री जेवायला बोलावलंय.

एकवीस

"नो टेस्ट!"

न्यू प्रॉस्पॅरिटी ब्रिज हॉटेलमध्ये शिरले, मला खाजगी डायनिंग हॉलकडे जायला सांगितलं, तिथे पोहोचते तोवर "नो टेस्ट, नो टेस्ट" असा यजमानांचा आरडाओरडा कानावर पडला.

मी येताना इतका गोंधळ उडाला होता की अजून माझी धाप थांबली नव्हती – पहिल्यांदा लिफ्ट रेस्टॉरंट शोधायला वर खाली करत होती, मग यान डिंगला शोधायला. सहा मजले पार केल्यावर कोणीतरी रेस्टॉरंटच्या सर्वांत वरच्या मजल्याच्या एका कोपऱ्याकडे बोट दाखवलं.

"काय आहे तरी काय हे?" तो कोणा एकाला बोलत नव्हता बहुधा, एकंदर सर्वांवरच आरडाओरडा करत होता. उशीर झाल्याबद्दल माफी मागणारे माझे शब्द त्याच्या शब्दांत विरघळून गेले. छतावर निरनिराळ्या प्रकारची खोटी दागिन्यांसारखी चित्रं चिकटवली होती. "ही चित्रं बघा! ड्रॅगन! ताडाची झाडं! अल्पसंख्याक मंडळी डिस्ने पोशाखात! साडीतल्या या मुलींकडे बघा! पुरुषांच्या डोक्यावर फेटे! आहोत कुठे आपण? भारतात की चीनमध्ये? म्हैस! फिनिक्स पक्षी! चित्रकाराच्या डोक्यात आणि काय काय भरलं आहे?"

तो नक्की कोणावर वसकतो आहे कळत नव्हतं, पण तो फारच मोठ्यानं ओरडत होता. कानावर आदळत होते शब्द!

"येमेनी संस्कृतीची काही झलक दिसत नाही यात, सारा चिनी प्रभाव! किती भडक- बटबटीत." तो कोकलला. "रुची नाहीच अगदी. वाईट कसली औषधालाही नाही म्हणावं लागेल. येमेनीज आवडायला हवं तुम्हाला, रुचायला हवं, कोणी सांगणार नाही तुम्हाला काय आवडून घ्या, काय विचार करा. बरं, तू काय घेणार?" त्यानं पहिल्यांदाच माझ्याकडे थेट पाहिलं.

"पाणी चालेल."

अच्छा! हा होता तर प्रसिद्ध यान डिंग. कोणीतरी सिल्कचे कपडे घातलेला,

सोन्याचे दागिने चढवलेला ऐटबाज माणूस असेल असं मला वाटलं होतं. नायलॉनचा गोल्फ टी शर्ट घातलेला, साठीचा माणूस असेल अशी तर अजिबातच अपेक्षा नव्हती माझी! त्याच्या टी शर्टवरचं डिझाईन मात्र हळदीच्या डागांसारखं वाटत होतं.

"बीअर? वाइन? कोकाकोला तरी घे."

त्याचे शब्द बाहेर पडतात तोच वेटरनं तत्परतेनं कोकाकोलाची बाटली उघडली. ग्लास भरले. वेटरचा एक हात काम करत होता, एक पाठीशी जणू बांधला होता. पांढरे हातमोजे घातलेले अजून तीन वेटर दारापाशी आज्ञेची वाट पाहत उभे होते.

"बिचारे, साधे वेटर आहेत. अन्नपाणी वाढणारे. साउंड ऑफ म्युझिकमधल्या एक्स्ट्राजसारखे कपडे का घालायचे त्यांनी? असो, ते जाऊ दे, आपण मेन्यूकडे नजर टाकू या."

तो मुख्य वेटरबरोबर पदार्थांविषयी बोलू लागला. मी त्याच्याबद्दल ऐकलेल्या गोष्टी आणि समोर दिसणारा माणूस यांची सांगड घालण्याचा प्रयत्न करू लागले. हा पूर्वेकडच्या देशातला अत्यंत श्रीमंत माणूस होता. मादक पदार्थांचा व्यापार करणारी बडी धेंडं आणि त्यांच्या मागावर असणारे सरकारी अधिकारी यांच्यात वाटाघाटी घडवून आणण्याचं त्याचं काम होतं.

तो अजून मेन्यूच वाचत होता. म्हणाला, "हरणाचं गुप्तांगं कसं बनवलेलं आवडतं तुला? उकडलेलं, तळलेलं, रश्यामध्ये शिजवलेलं की परतलेलं? हा इथला खास पदार्थ आहे बरं! चल, या वेळी परतलेलं खाऊन बघू या. काय म्हणतेस?" मग वेटरबरोबर अजून चर्चा, वेटर अदबीनं मेन्यूवर वाकलेला, हात बांधलेले, जणू घाईची लागली असावी.

"श्रीयुत यान," वेटर दिसेनासा होताच मी शब्द गोळा केले, "मला तुम्हाला..."

"तुला माझे आभार मानायचे आहेत. काही गरज नाही. विल आणि मी जुने मित्र आहोत."

"मी खरंच कृतज्ञ...."

"त्याचीही काही गरज नाही! अजिबात गरज नाही! बर्माहून आलेल्या तरुण मुलीला मदत करण्यात मला आनंदच आहे. बर्मी लोकं उत्फुल्ल असतात. बर्मी जनरल्स मात्र तसे नसतात हा भाग वेगळा! हा, हा..." हास्याचा गडगडाट करत तो म्हणाला, "त्यांना चार्म स्कूलमध्ये धाडलेलं नसतं बहुधा!"

"हे घे! चहाचा तामझाम आला एकदाचा!" हॅरम पॅन्ट आणि बोलेरो घातलेला एक मुलगा तांब्याच्या किटलीत चहाचा सरंजाम घेऊन येताना दिसला, तसा तो मोठ्यानं म्हणाला. या किटलीला तीन फूट लांब नळी होती. चहा घेऊन आलेला मुलगा ती नळी माशांसाठी गळ धरतो, तशी धरून अदबीनं उभा होता. आमच्या रिकाम्या कपांमध्ये वाफाळता चहा पडला. एक-दोन थेंब टेबलावरच्या कापडावरही सांडले.

"छान!" यान डिंग ओरडला, मग त्या मुलाकडे वळून काहीतरी म्हणाला, त्याचं बोलणं ऐकून तो मुलगा कसनुसा चेहरा करून मागे वळला. "ही नळी वापरतोस तशी स्वत:ची वापरलीस तर बऱ्याच बायकांना खूश करशील पोरा असं म्हणालो मी त्याला... हां... तर मी या रंगूनमधल्या जनरलबद्दल बोलत होतो – त्यांची मुळातच काहीतरी समस्या आहे. पण कोणी बोलणार नाही त्याबद्दल – त्यांना वाटतं देशात त्यांचं राज्य आहे, पण खरं सांगायचं तर बर्मा हा काही देश नव्हे, कधीच नव्हता. ब्रिट्सनी असा समज पसरवला की, हा एक देश आहे. सतत वाद घालणाऱ्या मठ्ठ लोकांच्या म्होरक्यांना वेठीस धरायचं तर त्यांना देश वगैरे म्हटलं की सोयीचं जातं ना! बरं ते जाऊ दे. हा देश कधी होता सांग बरं? हां?"

आरोप केल्यासारखा तो माझ्याकडे बघत

होता. मी काहीतरी बोलेन म्हणून वाट बघत होता. पण मला काही बोलायला सुचत नव्हतं. विल माझ्याकडे बरेचदा अशा नजरेनं बघायचा. त्याचा परिणाम म्हणजे मी मूग गिळून गप्प बसायचे.

पण यान डिंग माझ्या उत्तरासाठी थांबलाय असं तर दिसत नव्हतं. तो तोंडातली सिगार न ओढता नुसतीच चावत बसलाय. आता चावलेला सिगारचा भाग न्याहाळत चेहऱ्यावर वैतागाचा भाव!

"तर मी म्हणत होतो की हे जनरल्स खरंच उत्फुल्ल नसतात. ते एका खोट्या जगात जगतात. कोणत्यातरी मोहजालात गुरफटलेले असतात. त्या मोहजालाचे तुकडे होऊ नयेत म्हणून लोकांना छळत बसतात. फार विचित्र आहे सारं. त्यांना हाव असते. पैसा हाच त्यांच्यासाठी सर्वस्व असतो. तुझ्या लक्षात आलंय का हे? फार वाईट आहे सारं."

"वा! हे आलं बघ युनानी डुकराचं मांस! हा पदार्थ पाहिला की मला माझ्या जुन्या शिक्षकाची आठवण होते. कुनमिंगमध्ये असताना तो शिकवायचा मला. ब्रिटिश होता. अफूची सवय होती त्याला. तो आम्हाला शेतांवर घेऊन जायचा सहलीला. मला त्या सहली फार आवडायच्या कारण आम्हाला चिलीम ओढायची आयतीच संधी मिळायची. मी त्याला म्हणायचोदेखील की, घरी बनवून देत जाईन तुम्हाला चिलीम. काहीच अडचण नाही." आमच्याकडे अफू असायचीच. आमच्याकडे आलेल्या पाहुण्यांना आम्ही नेहमी द्यायचो. तीन चिलमी देण्याचा प्रघातच होता आमच्याकडे. कमी-जास्त चालायचं. काय छान सवय आहे. फारच फायदेशीर! अफूवर बंदी नव्हती तेव्हाची गोष्ट सांगतोय हां मी! या मिशनरी लोकांनी, तंबाखू मळेवाल्यांनी अन् साम्यवाद्यांनी बोलबाला करण्याआधी. त्या साऱ्यांनी आपापल्या फायद्यासाठी बोंबाबोंब केली.

"बरं ते जाऊ दे. तर या शिक्षकाला डुकराचं मांस फार आवडायचं. अं......

डुकराचं मांस, युनानी पद्धतीचं. काय चविष्ट आहे! 'लुकलस. तुला माहीतेय लुकलस कोण होता ते? नाही? रोमन राजा होता. फार निराळा, फार हुशार राजकारणी होता. पट्टीचा खादाड होता. प्रचंड खायचा. एकदा पंगतीला कोणी पाहुणे नव्हते म्हणून त्याच्या स्वयंपाक्यानं साधंसं खाणं वाढलं. साधं म्हणजे लुकलसच्या दृष्टीनं साधं! झालं! लुकलसनं स्वयंपाक्याला विचारलं, 'तुला माहीत नाही? आज लुकलसबरोबर पंगतीला लुकलस बसणार आहे. इतका चांगला पाहुणा शोधून तरी सापडेल का तुला?' ते मला फार आवडलं. एकट्यानं जेवायचं. काय मजा!''

माझ्यासारख्या व्यक्तीबरोबर जेवायचं हे त्याला काम वाटत असावं. पण तरी तो प्रयत्नपूर्वक चांगला यजमान बनण्याचा प्रयत्न करत होता. ''तू वांब अजिबात चाखला नाहीयेस, आवडत नाही का तुला?''

''कधी काळी मी वांब पकडण्याचं काम करायचे.'' मी म्हणाले.

''मग तर तुला आवडायलाच पाहिजेत वांब, नाही? हे दही खाऊन बघ मग, कडधान्य आहेत त्यात. तुमच्याकडे असं पिवळसर दही मिळतं, हो ना? तुम्ही लोकं आणि आमच्यात कितीतरी गोष्टी सारख्या आहेत. फक्त खाणं-पिणंच नाही, तर स्वभाव वैशिष्ट्यसुद्धा! युनानी लोकांसारखं लू'देखील टोकाचे हट्टी असतात.'' माझ्यावरचा ताण हलका करायचा तो प्रयत्न करत होता पण ही तुलना काहीच्या काही वाटत होती.

''भयंकर! नाटक आहे हे सारं!'' मायक्रोफोन चालतोय की नाही बघताना बोलावं तशा आवाजात तो म्हणाला. ''छे! पण हे नाटक अल्पसंख्यांकांसाठी – थोडक्यांसाठीचं आहे. काही शंकाच नको. हान चिनी लोक अल्पसंख्याकांसारखा पोशाख करून नाटक वठवतायत. मी स्वत: अल्पसंख्याक आहे. हो माझे लोक म्हणजे यी. का? तुला काय वाटलं मी हान चिनी आहे? ना ना. या साऱ्यात काही गंमत शोधता आली नसती तर मला हा सारा धंदा फार त्रासदायक वाटला असता. तुला नाही हे विनोदी वाटत? हे बघ, मी या वेटरला दार उघडायला सांगतो, म्हणजे तुला कळेल मी काय म्हणतो आहे! सुरीसारख्या खांबावर चढण्याचा अन् आगीच्या ज्वाळांतून उडी मारल्याचा खेळ आपल्याला चुकवायचा नाहीये.''

उघडलेल्या दारातून मला केवळ दोन बायका दिसत होत्या. त्यातल्या मोठ्या बाईनं भरतकाम केलेला लाल रंगाचा पारंपरिक चिनी पोशाख घातला होता. ती मायक्रोफोनवर काहीतरी सांगत होती. तिच्या बाजूला भलीमोठी फुलदाणी धरून, हिरवागार झगा घातलेली मुलगी उभी होती. झग्यातून तिच्या मांड्या दिसत होत्या.

''लिलाव! किती कंटाळवाणा प्रकार! शंभर वर्षांपूर्वीच्या फुलदाणीचा लिलाव करताहेत हे! हास्यास्पद आहे सारं!''

"हां, तर मी म्हणत होतो... काय बरं म्हणत होतो मी? विसरलो बघ!"

हा माणूस जियांगबद्दल बोलायला सुरुवात करणार आहे की नाही?

"जियांगबद्दल मला फार वाईट वाटतं." मी पुटपुटले.

"हो हो, आपणा सर्वांनाच त्याचं वाईट वाटतंय. काय भयानक धंदा हा! लज्जास्पद अक्षरशः!"

यान डिंगला आता फारच मोठ्या आवाजात बोलावं लागत होतं. मुख्य डायनिंगमध्ये मोठमोठ्यानं बोलणारे घोळके जमा होत होते. "फारच वाईट बातमी. फारच अस्वस्थ झालो मी. पण मला फार आश्चर्य वाटलं असं मात्र नाही म्हणणार. जियांग चांगला माणूस होता. विश्वासाचा आणि भरवसा करण्यासारखा. पण तो खोल खोल रुतत चालला होता. त्या गर्तेतून जरा बाहेर येऊन थांबला तेव्हा त्याला विचार करायला वेळ मिळाला असणार. मी त्याला औषधी वनस्पतींचा चांगला उपयोग होतो म्हणून सांगितलं होतं. औषधी वनस्पती आणि उपचारांसाठी युनान म्हणजे मक्का आहे म्हण ना! पण तो बिचारा पोरगा, त्याला त्याचे भोग होते, आजार होते. तो जास्त जास्तच निराश होत गेला. त्याची भूकही कमी झाली. त्याचं आयुष्य वाया गेलं या विचारानं तो निराशेच्या गर्तेतून कधी बाहेरच नाही आला."

"मी ऐकलं की त्यानं एकच व्हिडीओ वारंवार पाहिला. बटालियन कमांडरनं बर्मी जनरल्सबरोबर तह करताना सह्या करतानाचा व्हिडीओ. हा माणूस तो व्हिडीओ पुन:पुन्हा पाहत होता. रडत होता. पश्चात्ताप होऊन रडणारे कॅथोलिक करतात तसं केल्यावर मग काय होणार दुसरं? अर्थातच, आयुष्य अर्थहीन वाटणार मग. तसंही आयुष्य अर्थहीनच असतं. मग कशाला स्वत:ला संपवण्याचा तरी त्रास घ्यायचा? आयुष्य स्वत:हूनच संपवतं तुम्हाला. जियांग सरळ विचार करू शकत नव्हता हेच खरं. अर्थात, कसा करावा त्यानं शहाण्यासारखा विचार? लहान असताना ख्रिश्चन धर्मात गेला, आयुष्यभर साम्यवादी विचारांना धरून राहिला, मग पापं धुण्यासाठी बौद्ध झाला. याहून अधिक काही सांगण्याची गरज आहे का?"

यान डिंगचे शब्द संपले आणि तो पुन्हा सिगार न्याहाळू लागला. "तू त्याच्या कॉम्रेड्सना भेटली आहेस का?" सिगारची चावलेली बाजू तोंडाला लावत तो म्हणाला. "हद्दपारीमुळे ते इथे राहतायत. त्यानं तुला भेटायला नेलं का त्यांना? नाही? न्यायला पाहिजे होतं. तुसडे आणि म्हातारे बर्मी साम्यवादी पक्षाचे नेते. त्यांनीच बरं का, त्यांनीच तुमच्या लोकांना प्रशिक्षण दिलं. लू म्हणजे त्यांचे हक्काचे लढवय्ये. त्यांच्या सैन्याचा कणा- अर्थात, ते सर्व कट-कारस्थानांच्या आधीचं सांगतोय मी. तुला त्या कारस्थानांबद्दल माहीत आहे ना?"

"थोडंच माहीत आहे, रुसी-रुसीनवानची लढाई ना?" जियांगचं बोलणं लक्षपूर्वक ऐकलं नाही याचं वाईट वाटून मी म्हणाले. माझ्या या प्रश्नानं मला काही

गोष्टी माहीत आहेत असं यान डिंगला वाटलं असेल पण मी इतकं तरी विचारू शकले कारण मला कंटाळा आणणाऱ्या जियांगच्या बोलण्यात हा शब्द अनेकदा यायचा. त्यामुळे दुर्लक्ष आणि कंटाळ्यापलीकडे जाऊन ही लढाई माझ्या ओळखीची झाली होती.

"हो, कारस्थानाच्या आधीची लढाई ती. तिथे जियांग जखमी झाला होता."

"जखमी? खूप जखमी झाला होता का?"

"अर्थातच, जबर जखमी झाला होता. तो सुदृढ नव्हता. तुझ्या लक्षात नाही का आलं? हे सारं झालं त्यात त्याला दोष नाही देता येत. आणि ते करायचंच असेल तर त्यानं केलं ती पद्धत फारच बरी म्हणायची. त्यात एक प्रकारचा नेटकेपणा होता."

"मी राहते तिथल्या स्वागतिकेनं सांगितलं की त्यानं स्वत:ला गोळ्या घालून घेतल्या."

"बरोबर! रुग्णालयामध्ये."

"रुग्णालयात?"

"हो. काहीतरी उपचार करायला तिथे गेला होता. तिथे त्याला वाट पाहायला सांगितलं. त्यानं पिस्तुलाभोवती पडदा गुंडाळला आणि ठो – थेट तोंडात."

आम्ही काहीच न बोलता खूप वेळ बसून राहिलो. "हे सारं सांगून मीच तुझी भूक घालवली ना! खा ना काहीतरी. आता पुढे बराच काळ तुला इतकं चांगलं जेवण नाही मिळणार."

जियांग गेल्यानंतर मी चापून खाते आहे हे कळल्यावर तो काय म्हणेल असा विचार मनात आला.

"हे तरी खाऊन बघच, तळलेली अळी. लसूण आणि मिरी फार छान लागते यात. युनानी लोक फार हुशार असतात, तुला नाही वाटत? अळ्यांपासून जेवण बनवायचं म्हणजे काही चेष्टा नाही. तू तर काहीच खात नाहीस, काही पेय तरी घेच."

आम्ही हातही न लावलेल्या अन्नाच्या ताटल्या वेटर उचलून नेऊ लागला. त्यानं अजून पदार्थ असलेल्या ताटल्या आणल्या. त्या आधीपेक्षा छोट्या होत्या, पदार्थही आधीपेक्षा लहान आकाराचे होते.

"आता हे, हे म्हणजे आयुष्यातल्या सगळ्या प्रश्नांवरचं रामबाण उत्तर आहे. म्हणजे अनेक उत्तरांपैकी एक हे औषधी आहे बघ!" आमच्यासमोरच्या लहान प्याल्यांमध्ये सोनेरी रंगाचं द्रव्य ओतलं गेलं. त्यानं प्याला नाकाला लावून वास घेतला, मग माझ्यापुढे आणला.

मी लहान घोट घेतला.

“नाही नाही, असं नाही. हे असं प्यायचं.” त्यानं दुसरा प्याला भरला आणि एका दमात रिकामा केला.

मीही एका घोटात प्याला रिकामा केला. घसा इतका गरम झाला की मला श्वासच घेता येईना. मी आधारासाठी टेबलाची कड पकडली. “मिस्टर यान, मिस्टर डिंग... मिस्टर यान डिंग...” मी शब्द शोधत राहिले. “तुम्ही माझ्यासाठी फार त्रास घेतला आहे. तुमचे आभार कसे मानावे मला कळत नाही. मला... मला घरी नाही जायचं...” शब्द अडखळू लागले. माझी जीभ मला साथ देईनाशी झाली.

क्षणभर तो गोंधळून गेला. “नाही जायचं?” मी मान हलवली.

“एका दृष्टीनं तेही समजण्यासारखं आहे. तू घरी चालली आहेस पण तिथे आता काहीच नाही. ते खेडं, तो परिसर... सगळंच नाहीसं झालं आहे. तुझ्या जन्मभूमीचा काही मागमूसही राहिला नाहीये. अजून जरा दक्षिणेकडे गेलीस तर तिथे तुला एखाद्-दुसरं खेडं उरलेलं दिसेल. पण आधीसारखं काहीच नाही तिथे आता. शिवाय तिथे आता एकही तरुण दिसणार नाही तुला. सगळे बुड्ढे दिसतील, बायका दिसतील आणि हां, लहान मुलं दिसतील. पण धडधाकट पुरुष म्हणशील तर औषधालाही सापडणार नाही.”

समोरच्या टेबलावर डोकं टेकवावं अशी इतकी इच्छा झाली पण ती आवरत मी म्हणाले, “इथे कोणाचातरी वाढदिवस आहे वाटतं. ते चिनीमध्ये वाढदिवसाच्या शुभेच्छा देताहेत कोणालातरी.”

यान डिंग म्हणाला, “नाही, नाही, वाढदिवस नाही कोणाचा. ते नव्या वर्षाबद्दल शुभेच्छा देताहेत. प्रवासी आलेत ना बरेच, त्यांच्यासाठी. चिनी नववर्ष नाहीये तसं, पण वायटूकेची हवा सगळीकडेच आहे ना सध्या!”

वायटूके. मी तर विसरूनच गेले होते. एका शतकाची समाप्ती. मानव आणि निसर्ग एकविसाव्या शतकाकडे वाटचाल करणार आता!

मला पिरॅमिड्सची आठवण झाली – किती अनोळखी वाटतेय आता पिरॅमिडची आठवणही... त्या काळी – एक महिना झाला का त्याला? टीव्ही वर नाइल नदीवरचा एक कार्यक्रम पाहून मी विचार करणं थांबवू शकत नव्हते. नाइल नदी पाहून पिरॅमिड्सचेच विचार असायचे डोक्यात. तेव्हा ‘बँकॉक पोस्ट’मध्ये जाहिरात पाहिल्याचं आठवतंय- ‘नवीन वर्षाची सुरुवात पिरॅमिडवर सूर्योदय होताना करू या.’

मी त्याचं कात्रण काढून ठेवलं आणि विलला दाखवलं. त्यानं मान हालवली. “पिरॅमिडवर सूर्योदय! हे लोक शतकाच्या पहिल्या सूर्योदयावर भरपूर पैसा कमावणार.”

“मला त्या सूर्योदयाचं काही पडलं नाहीये. मला नाइल नदी आणि पिरॅमिड बघायचेत.”

“खरंच? खरंच जायचंय तुला तिथे?”

त्याचा विश्वास न बसणंही साहजिकच होतं म्हणा. वर्षं जात होती तशी मी घरकोंबडी बनत चालले होते. प्रवासाची भीती वाटायला लागली होती.

''खरंच जायचंय मला तिथे.'' मी म्हटलं.

''मलापण वाटतंय ही चांगली कल्पना आहे असं,'' त्याच्या आवाजात खूप दिवसांनी उत्साह आला. ''तुला मजा येईल प्रवास करताना. नवीन माणसं भेटतील. काही कंटाळवाणे म्हातारे भेटतीलच पण सगळेच काही तसे नसतील. तुला नवे मित्र मिळतील. मी उद्याच एजंटला फोन करतो. तुझ्यासाठी विमानाचं तिकीट काढायला सांगतो.''

''आणि तुझं काय?'' मी विचारलं.

''मी प्रवासाला? काय बोलतेयस? मी इथेच राहतो, नव्या शतकाचं स्वागत करायचे सगळे पैसेकाढू कार्यक्रम बघतो. पण तू न जाण्यासारखं काहीच नाही.''

त्याच्या आवाजात घाई होती कसलीशी. मला दूर पाठवायचं म्हणून डोळ्यात चमक आल्यासारखी भासली. मी आज ना उद्या त्याच्यापासून दूर जाणार हे मला त्याचक्षणी उमजलं. ''नाही रे, ही अशीच एक कल्पना. असंच म्हणतेय मी. खरंच जायचं नाहीये काही.''

''पण का नाही?'' तो उतावीळपणानं म्हणाला.

तो सोबत नसताना पिरॅमिडच काय पण मला काहीच फारसं महत्त्वाचं वाटत नाही, वाटणार नाही हे कसं सांगू याला? कुठे बघू, काय विचार करू हे सांगायला हा नसेल तर त्या बघण्यात, विचार करण्यात काहीच अर्थ नसणार हे याला कसं कळेल? म्हणून मी नुसतीच मान हलवली.

''मी हे आधीच ओळखायला हवं होतं. हे तुझं नेहमीचच आहे. जेव्हा एक पाऊल पुढे टाकायला जातेस तेव्हा लगेच त्या जुन्या चक्रात अडकतेस.''

''तर हां,'' यान डिंग म्हणाला, ''म्हणजे तू घरी जात नाहीयेस तर, तू या बदललेल्या जगात पाऊल ठेवतेयस. ते फार अनोळखी आहे बरं तुला. तुझ्या जमातीचे लोक आता व्यावसायिक झाले आहेत. मोठमोठे व्यवहार करतायत ते! खरेदी-विक्री, मादक पदार्थ, शस्त्रास्त्र, साग, रत्न, हे अन् ते. ही लोकं आता भोळसट नाही राहिली. 'आम्हाला काहीच माहीत नाही, कारण आम्ही आहोत मूर्ख लू...' हे गाणं आता नाही लागू पडणार. तुझा तुझ्याच डोळ्यांवर विश्वास बसायचा नाही.''

''असं असलं तरी...'' यानचे डोळे फारच लाल आहेत. तो खूप रडलाय असं वाटावं इतके. ''असं असलं तरी तुला गेलंच पाहिजे.''

''पण का? का जायचं तेच मला कळत नाहीये.'' मी म्हणाले.

''कारण विलची तशी इच्छा आहे म्हणून.''

“विलची इच्छा काय याला आता काय अर्थ आहे?” मी धिटाईनं म्हटलं.

काही क्षण यान डिंगचा चेहरा मृदू झाल्यासारखा भासला. माझ्याशी काही सौम्य बोलावं असं त्याला वाटत असल्यासारखं दिसलं. पण लवकरच तो शब्दजंजाळात हरवला.

“पण दुसरीकडे कुठे जाशील तू? विलची इच्छा आहे की तू थायलंडला जावंस. ते का हे तुलाही पक्कं माहीत आहे. तुलाही या इतक्या धोक्याच्या जागी राहायची इच्छा नसेल. विलचं बरोबर आहे. तो अशा गोष्टींबद्दल कायम बरोबरच विचार करतो, दारुडा आहे ना! तुला योग्य काय ते दिसत नाहीये कारण तुला ते बघायचं नाहीये. तुला दुर्मुखलेलंच राहायचंय. मला तुझ्याबद्दल सारं माहीतेय. तुझ्याबाबतीत वाईट घडलं हे मान्य आहे मलापण. इतकी चांगली मुलगी असून साऱ्या संधी हुलकावणी दाखवत निघून गेल्या. फार वाईट झालं. पण अन्याय कोणावर होत नाही? न्याय वगैरे विसर सारं. त्यापेक्षा घडलेल्या गोष्टींमधून काही शिकायला मिळतंय का बघ.” उदाहरणादाखल त्यानं दात काढून हसून दाखवलं.

“हे इतकं उदास राहणं काही कामाचं नाही. हे असे कपडे घालूनही काही होणार नाही. तू आलीस तेव्हा मी मनात म्हणालो, हे काय? समलिंगी लू? तशी नाहीयेस तू? नाहीयेस ना? नसणारच म्हणजे. तू लपवतेयस सारं, आणि क्षुब्ध झाली आहेस. असा का विचार करत नाहीस की तुझं खेडं आता नाहीये तिथे, पण तू आहेस. जे काही उरलंय तुझ्यापाशी त्याचा वापर कर आणि कोणीतरी बन. तू तरुण आहेस, तुला बुद्धी आहे, महत्त्वाचं म्हणजे तू जिवंत आहेस. तुला इंग्रजी येतं त्याचा खूप उपयोग होऊ शकतो. त्याचा का नाही काही फायदा करून घेत?

“विल सांगत होता मला की त्यानं कितीही प्रयत्न केले तरी अभ्यास नाही करायचीस तू, विद्यापीठात जायचंही नाकारलस. मी त्याला म्हणालोदेखील, ‘सोडून दे नसेल शिकत तर, तसंही काय शिकणार ती? टोकऱ्या विणायला? माध्यम क्षेत्रात काही? की साहित्य? – सगळ्यात टुकार हं? तिला जे करायचंय ते करू दे. ती स्वत:च स्वत:ला शिकवते आहे. सगळ्यात उत्तम शिक्षण. मी स्वत: लहानपणीच शाळा सोडली होती. लहान असताना हार्वर्डला पाठवलं होतं मला, पण सारा वेळ वाया. माझं अभ्यासात लक्षच लागायचं नाही. इतकी वर्षं आमच्याकडे नोकर-चाकर होते, मला बुटांच्या नाड्याही नाही बांधता यायच्या. मग काय – मला घरी पाठवलं – फार कमीपणा आल्यासारखं वाटलं. सुदैवानं माझे वडील विचारांचं स्वातंत्र्य देणारे होते. त्यांनी फार बाऊ केला नाही माझ्या परत येण्याचा.

“विल आणि त्याचं कल्पनाविश्व – विलला मी इतकी वर्षं ओळखतोय म्हणून सांगतोय तुला – तो अगदी तरुण होता, डोक्याबरोबर केस कापायचा, अगदी तेव्हापासून, व्हिएतनामला जायला फार लहान होता तो, घरी पैसा होता, पण

काडीचं काम केलं नाही. हे मी बोलतोय तेही विचित्रच. पण माझी अन् त्याची तुलना नाही होऊ शकत. माझं घराणं राजेरजवाड्याचं होतं. वडील राजे होते. आम्ही कर्मठ नव्हतो. विल कर्मठ होता फार. फारच जास्त. स्विस आई, न्यू इंग्लंडचे वडील.

"आता त्याला संसार हवाय. त्याच्याच जमातीतली बायको हवीय. चांगली आहे कल्पना, नाही नाही, तुला कमीपणा आणण्याचा उद्देश नाही माझा, चांगली मुलगी आहेस तू त्याला प्रेयसी म्हणून, पण त्याला मन थाऱ्यावर असलेली, पाय जमिनीवर असणारी, डोकं जागेवर असलेली बायको हवी आहे. अमेरिकन आहे ना तो? तुला तर माहीत आहे अमेरिकन कसे असतात? त्यांना बायकोशी बोलायचं वगैरे असतं. मला विचारशील तर मी म्हणेन की बायकोशी बोलायची काय गरज असते?

"विलला तुझी काळजी नाही असं नाही, त्याला वाटतं तुझ्याबद्दल. पण तू म्हणजे एक प्रयोग होतीस असं म्हणता येईल. 'बघा, मी एका जंगली लू बरोबर राहतोय,' असं म्हणायला आवडायचं त्याला! त्याच्यासाठी कौतुकाची गोष्ट होती ती! या प्रयोगात त्याला थोडे दिवस मजा आली. पण शेवटी तू प्रयोगच होतीस – पुरवणी अ. आता पुढे तुझं काय करावं?

"आता तिथून निघून जाणंच ठीक, तसाही खूप उशीर केला आहेस. ते आयुष्यही तुझ्यासाठी निरर्थकच होतं. तिथे बांधून राहायचं, ना धड रखेल, ना धड नोकर. तुम्हा दोघांनाही किती कंटाळवाणं, म्हणजे मला तरी वाटतं तसं, आता तुझं तू बघायला हवंस. एक गोष्ट लक्षात घे की, विलला तू महत्त्वाची वाटतेस, विशेष वाटतेस. स्वत:कडेही तू असंच, विशेष म्हणूनच बघायला हवंस. तुझ्या जमातीतल्या लोकांना तुझ्यासारख्या मुलींची फार आवश्यकता आहे हे तू लक्षात घेतलं पाहिजेस. तू जग पाहिलं आहेस. त्यांना जागं करण्यासाठी तुझ्यासारख्याच मुलीची गरज आहे. ज्या जगानं तुला वाईट वागवलं त्यांच्याकडे डोळे उघडून बघण्याची वेळ आली आहे. एकदा सारी परिस्थिती नीट बघ आणि मग ठरव तुला त्यांच्यासाठी काही करायचं आहे का ते!"

हा यान डिंग म्हणजे विलचा चमच्या होता तर! काय टुकार दळण लावलंय यानं. त्याला विनंती करण्याआधीच मला हे कळायला हवं होतं.

"असो, तू आणि विलमध्ये मी जास्त काही बोलणार नाही. विलनं माझ्याकडे काही मदत मागितलीय एवढं मला कळतंय. मी माझ्या परीनं ती करणार.

"एका आठवड्यात दोन आत्महत्या – याबद्दल काय वाटतं तुला ते मी समजू शकतो. तसा प्रयत्न करण्याची माझ्यात ताकद नाही, धैर्य नाही."

आता आयुष्य संपवायचा हा शेवटचा मार्गही माझ्यासाठी बंद झाल्यानं मला विचित्र रिकामपण आलंय. पण या निष्ठुर मृत्यूला मी माझं हे असं गोंधळलेलं रूप

बघू देणार नाही हे नक्की!

"हो, तुमचं बरोबर आहे," मी मनापासून म्हणाले, "मी तुमचे किती आणि कसे आभार मानू? मी पाऊल मागे घेतलं, मला माफ करा."

त्यानं माझ्या हातावर हात ठेवला. "अगदी समजण्यासारखं आहे. पण सुरक्षेची काळजी करू नकोस. तू चांगल्या हाती राहशील याची खात्री नसती तर तुला परत पाठवलंच नसतं आम्ही. तुला अगदी घरापर्यंत सोबत मिळेल. आणि तुला परत यायचं असेल तर तेव्हाही. माझी दोन माणसं आहेत. अशी कामं करण्यात माहीर आहेत."

"वाइन कोणती होती ती?" मी सरळ उभी राहत म्हणाले.

"तू आलीस तिथेच ठेवली होती, पाहिली नाहीस का तू? मोठ्या बाटल्या – मोठे पेले आहेत ना तिथे. मोठ्या पेल्यांमध्ये वटवागळं, पाली अन् साप ठेवलेत त्यात. फार औषधी असतात. फार उपयोगी. त्यानं काही वेडंवाकडं होतं नाही हे अगदी खात्रीनं सांगतो तुला. चल, चाखू थोडं."

"खाली कसं जायचं माहीतेय का तुम्हाला?" मी आता अगदी छान आहे, काही काळजी वगैरे वाटत नाही मला, असं दाखवायचा प्रयत्न केला.

"खाली कसं जायचं हे मला माहीतेय का? मुली, हे हॉटेल माझ्या मालकीचं आहे."

बावीस

ही साप घालून ठेवलेली वाइन पिऊन माझं डोकं जड झालं होतं. त्यामुळे पुढे बऱ्याच गोष्टी झाल्या. यान डिंगला जियांगबद्दल हजारो प्रश्न विचारायचे होते, ते तसेच राहून गेले. उदाहरणादाखल सांगायचं झालं, तर तो बर्मामध्ये कुठे जन्माला आला हे मला जाणून घ्यायचं होतं. जियांगनं मला सांगितलं होतं की, तो शान राज्यातला आहे म्हणून, पण शान कितीतरी मोठं आहे – त्या सातही राज्यात सर्वांत मोठं. त्यातही कितीतरी जमातींचे लोक राहतात. डोंगरांवर-जंगलात राहणारे पा ओ, अखा, लहू, वा आणि सीमेजवळ लहान जमाती – दरू आणि लू. जियांग यांपैकी कोणत्याही जमातीचा असेल. बर्मा किंवा शानमधला नसेलच. तो बर्मी नव्हता आणि मूळचा शानमधलाही नव्हता. कारण मला हे बर्मी किंवा शानमधले लोक माहीत होते. त्यांच्यात आणि जियांगच्या चेहरेपट्टीत कणभराचंही साम्य नव्हतं. अर्थात, त्यानं मला बोलता-बोलता सांगितलं असण्याचीही शक्यता आहे, मी कानाआड केलं असेल.

जियांगचं बोलणं जरा लक्ष देऊन ऐकलं असतं तर – त्यानं माझ्यासाठी किती केलं होतं. माझ्यासाठी खंडीभर कागदपत्रं तयार करून घेतली होती, मला गुंतवून ठेवणं, खायला घालणं, माझा वेळ चांगला जाईल म्हणून काहीबाही शोधून काढणं हे सारं त्यानं आठवडाभर केलं होतं. त्याच्या आयुष्यातला शेवटचा आठवडा होता तो – जियांग किती आपुलकीनं वागला होता माझ्याशी – आणि यान म्हणतो तसा तो कामाला चांगलाच चटपटीत होता. इतका चांगला आणि सफाईदार काम करणारा माणूस रुग्णालयाच्या खोलीमध्ये डोक्यात गोळी घालून घेईल?

की मिन्झू म्हणते तसं रुग्णालयांमध्ये कायमच मृत्यूचा वास असतो. रक्त आणि हाडामांसांचं जे काही झालं असेल, ते साफ करायलाही ते सदैव तयारच असतात.

स्वत:ला टांगून घ्यायचा माझा हुकलेला, चुकलेला प्रयत्न आठवला. काय विचार करत होते मी तेव्हा? काहीच नाही खरंतर! मी काहीच विचार करत नव्हते.

हे सगळं करणं किती विचित्र आहे, तेही माझ्या मेंदूपर्यंत पोहोचत नव्हतं. जे करायला चालले होते, ते सारंच कदाचित फसेल हेही कळत नव्हतं. बिचारी मिन्झू – तिचाही विचार मनात आला नव्हता. माझ्या प्रयत्नात यश मिळालं असतं, तर माझं लटकणारं शरीर तिनंच पाहिलं असतं. मी जियांगसारखी आपुलकी दाखवणारी आणि कार्यक्षम नव्हते. त्यानं नीट नियोजन केलं, ते नीट राबवलं. हुशार होता तो!

कुंटणखान्यातल्या ओरिस्सानंही सारंकाही योग्यच केलं असं म्हणता येईल. ती जियांगइतकी हुशार नव्हती, हे खरं आहे पण जमवलं तिनं – रुग्णालयातच. सगळे म्हणतात की, तिच्याबाबतीत मादक पदार्थांमुळे सारं झालं. ती शुद्धीत असती तर मदत मागायला ती पोलिसांकडे का गेली असती? तिला पक्कं माहीत होतं की कुंटणखान्यातून पोलिसांना हप्ता जातो. मदत मागायला त्यांच्याकडे जाण्याइतका वेडेपणा नाही, हे तिला समजत नव्हतं असं नाही.

जेव्हा पोलिसांनी तिला परत कुंटणखान्यात जायची जबरदस्ती केली, तेव्हा ती नंतर रुग्णालयात का गेली असेल? – वेड लागलं होतं का तिला?

रुग्णालयाच्या प्रमुखानं तिचं म्हणणं ऐकून घेतलं असं म्हणतात. तिला दुसऱ्या खोलीत बसायला सांगितलं – पोलिसांना फोन केला. ते परत खोलीत गेले तेव्हा ती तिथे नव्हती.

बरेच तास शोधल्यावर ती स्वच्छतागृहात सापडली. काळी प्लॅस्टिकची पिशवी मानेभोवती फासासारखी आवळलेली दिसली.

माझा तर विश्वासच बसेना. ओरिस्सा – स्वत:ला इतकी शहाणी समजणारी – विचारशक्तीच हरवून बसली आणि शेवटी हे केलं तिनं? सगळ्या परिस्थितीत मार्ग काढता येतो म्हणणारी – म्हणजे ती बोलायची ते सारं खोटं होतं तर! सारंकाही खोटं होतं.

सॅन सॅन तर धार्मिक वृत्तीची, कबुतरासारखी पावलं असलेली मुलगी. ती कित्येक दिवस धाय मोकलून आक्रोश करत होती. 'मला मरायचंय!' म्हणत डोळे गाळत होती. शेवटी मो'चा संयम संपला.

"हे घे, अगदी आनंदानं मर!" तिच्या हातात प्लॅस्टिक पिशवी देत मो म्हणाली. सॅन सॅनला इतका धक्का बसला. तिचा थक्क चेहरा बघून आमची हसून मुरकुंडी वळली.

ओरिस्साबद्दल वर्तमानपत्रांत छापून आलं आणि आमच्यासाठी एका अर्थी शेवटाची सुरुवात झाली. लवकरच तिथे गुन्हे अन्वेषण विभागानं शिरकाव केला. आमच्याकडे वारंवार येणाऱ्या, शर्ट खोचत, पॅण्टची चेन लावत बाहेर जाणाऱ्या अन् दुसऱ्या दिवशी गणवेशात रुबाब दाखवणाऱ्या पोलिसांपेक्षा ही माणसं निराळी होती.

ते टेप रेकॉर्डर आणि नोंदवही घेऊन यायचे. आठवडा-दोन आठवडे ते प्रकरण चाललं. ही लोकं विशेष विभागाची होती. लहान मुलींच्या वेश्या व्यवसायप्रकरणी कधीकधी दिसायचे तसे साध्या वेशातले पोलीस होते ते!

हे सारं झालं, पण कुंटणखाना प्रत्यक्ष बंद करण्याचं काम आमच्याकडे येणाऱ्या रोजच्या पोलिसांवरच सोपवलं गेलं. खोल्यांत असलेल्या माणसांना त्यांनी बाहेर काढलं. हे काम करताना डोळा मारत, नंतर या असं सांगायला विसरले नाहीत.

तीस जणांना तुरुंगात नेण्यात आलं. वीस बायका, आठ पुरुष मदतनीस आणि दोन भडवे. पुरुषांना एक-दोन दिवसांत अर्थातच सोडून दिलं. आम्हा बायकांना मात्र दोन वेगळ्या खोलीत ठेवण्यात आलं – तुरुंगाधिकारी अध्येमध्ये चक्कर मारायचा, ओठांवर बोट ठेवून भिंतीकडे बोट दाखवायचा. आधीच्या कैद्यांनी बोललं तर काय शिक्षा होते ते भितींवर लिहिलं होतं – हद्दपारी, अपार कष्ट किंवा थेट मरेपर्यंत मार.

आठवड्याभरानंतर आम्हाला पुन्हा काळ्या गाडीत बसवण्यात आलं. बहुधा दुसऱ्या तुरुंगात ठेवण्यासाठी – इतक्या कमी जागेत झोपावं लागलं, सतत खेटून बसावं लागलं. कुशीवर वळायचं तरी शेजारचा वळण्याची वाट पाहावी लागत होती. एकुणात दोनशे-एक शरीरं एकमेकांच्या सहकार्यावर उभी राहत होती, बसत होती, झोपत होती.

कैद्यांमध्येही एक म्होरकी होतीच. तिला स्वतंत्र पलंग होता. आम्ही उरले-सुरले सारे जमिनीवर – उभे, बसलेले, कसेबसे अंग आखडून झोपलेले – गलिच्छ, वास येणाऱ्या स्वच्छतागृहात जाण्यासाठीपण नाव पुकारलं जायचं. बोटांचे ठसे घ्यायच्या वेळी पण नाव पुकारलं जायचं. तेव्हा अधिकारी आणि कारकून तसे निवांत असायचे. त्यांचे हास्यविनोद चालायचे, विडीकाडी अन् कामंही उरकायचे.

बावीस दिवस त्या घामट-चिमट तुरुंगात आणि मग पुन्हा गाड्यांमध्ये, या वेळी बर्मा सीमेवर.

तेवीस

"देवा, बर्मा नको, बर्मा सोडून कुठेही चालेल."

गाडीत मागच्या बाजूला बसलेलं कोणीतरी म्हटलं. नक्की हा आवाज त्या सिगरेट ओढणारीचा होता. जड आणि खोल.

"ऐकताय ना? तुम्ही सगळ्यांनी नीट ऐका मी जे सांगतेय ते. बर्मी सैन्याच्या तावडीत सापडलात तर काय कराल? पहिलं काम म्हणजे दोर शोधा आणि वेळ न घालवता गळ्याभोवती आवळून टाका. नाहीतर तुमचं काही खरं नाही. पहिल्यांदा ते तुमच्यावर दयामाया न दाखवता क्रूरपणानं बलात्कार करतात. मग केस पकडून खेचत नेतात. तुमची पाठ मोडणार याची अगदी खात्रीच बाळगा. मग बंदुकीच्या टोकावर तुम्हाला चालायला भाग पाडतात. तुम्ही चालत राहता, चालत राहता, अंतापर्यंत चालतच राहता, जंगलामधल्या नरकात उकाड्यानं हैराण होता. तिथे पेरलेल्या सुरुंगांपासून सुटलात, तर त्यांनी तुमच्या डोक्यावर बंदूक रोखावी आणि गोळी घालून ठार करावं अशी प्रार्थना करा. तुमच्यावर दया वगैरे येऊन जिवंत सोडलं तर मात्र तुमची खैर नाही. अंगात शक्ती नाही, धड चालता येत नाही, अशा अवस्थेत जंगली श्वापदं, आग्या मुंग्या, अळ्यांचा तुम्ही काय मुकाबला करणार? तुम्ही जिवंत असताना, डोळे मिटण्याआधीच त्या तुमच्या शरीरात शिरतील."

"चूप! मला अजून काही ऐकायचं नाही." कोणीतरी खेकसलं.

पण तो जड आवाज येतच राहिला, "रडत-खडत तुम्ही कॅम्पपर्यंत पोहोचलात असं समजा. तिथे पोहोचाल आणि मग ते तुम्हाला जीव जाईपर्यंत उपाशी ठेवतील. शेवटचा श्वास घेत असाल तोवर बलात्कार करतील."

कोणीतरी रडायला सुरुवात केली. "पण मला घरी जायचंय."

"तेच तर. तुला कळत नाहीये.' त्या सिगरेटवाल्या जड आवाजानं जडशीळ हसूनही दाखवलं. "तोवर तू पोहोचलीच असशील घरी. तुला भुकेनं तडफडून मरायला ठेवतील, ती जागा तुझ्या खेड्यापेक्षा काही वेगळी नसेल. तू जिथे जन्माला आलीस ना, तिथेच सोडतील ते तुला आणि तू तुझ्या नातेवाइकांना मारण्यासाठी

गोळ्या-बंदुका स्वत:च्या खांद्यावर वाहून नेतेस की नाही बघ! म्हणून म्हणतेय, घाईनं दोर शोधा.''

''पण... पण काही करता नाही का येणार आपल्याला?'' कोणीतरी घायकुतीला येऊन विचारलं.

''तू माझी मदत मागतेयस की नुसतीच गळा काढते आहेस?'' खिडक्या नसलेल्या गाडीत आम्ही सगळ्या बसलो होतो. हा जडशीळ आवाज कोणाचा म्हणून शेवटी मागे वळून बघितलं आणि मला धक्काच बसला. लहानखुरी – तरुण मुलगी, नीटनेटके कपडे, केसात पिवळी ऑर्किडची फुलं.

''तुझ्याकडे किती पैसे आहेत, ते दाखवल्याशिवाय पुढचं बोलण्याचे कष्टच घेऊ नकोस. पण हो, या सगळ्यातून सुटण्याचा मार्ग आहे – पैसे असतील तर.''

''ती कोण आहे?'' मी शेजारी बसलेल्या बाईला विचारलं. संभाषण सुरू असताना ती कडवटपणे मान हलवत होती.

''जळू आहे,'' मागे वळून तिनं राग काढलाच, ''तू जिथे-तिथे तडमडायलाच हवं? सगळ्यात गलिच्छ भडवी आहेस तू, आई बघणार नाही, बहिणी नाही, सगळ्यांना विकशील. इतकं झाल्यावर त्यांच्याकडून कामाचा पैसाही घेशील. आम्हाला घाबरवण्याचा प्रयत्न करू नकोस. ते आम्हाला निवारा मिळेल अशाच ठिकाणी नेतायत. पोलीस बोलताना ऐकलंय मी, सीमेपासचे अधिकारी ठरवतील आता सर्व. तुझ्यासारखे भडवे नाही.''

''निवारा मिळेल अशा ठिकाणी? हॉ, खरं की काय?'' हसता-हसता ठसका लागल्याचाही आवाज आला. ''माझी चूक झाली हो, मला वाटलं आपण स्मशानात चाललो आहोत.''

त्या दोघींचं बरोबर होतं. सीमेपासचं निर्वासित झालेलं एक खेडं होतं, तिथे आमच्या निवाऱ्याची सोय केली होती. स्मशानापेक्षा काही निराळं नव्हतं ते!

मान्सून सुरू झाला होता. नद्या दुथडी भरून वाहत होत्या. पावसाची संततधार सुरू होती. आमच्या डोक्यावरचं छत – चार बांबूंवर ताणून बसवलेलं निळं प्लॅस्टिक वारा आणि पावसानं फडफडत होतं. त्याचा काही उपयोग होत नव्हता. आम्ही चिंब भिजतच होतो. डोक्यावर रुमाल, पंचे असं काहीतरी होतं, पण त्याचाही काही उपयोग नव्हता. सुरक्षा रक्षकांकडे गुढघ्याएवढे बूट होते. आमच्या सपाता चिखलात रुतत खोल गेल्या की तोंडावर पडायला होत होतं. आमची तोंडं चिखलात आपटली की त्यांना हसायला कारणच मिळत होतं. निवारा केंद्राच्या मागे स्वच्छतागृहांचीही अवस्था विदारक होती. तीदेखील भरून वाहत होती. घाणीत विष्ठा, लघवी, पत्र्याचे डबे, वर्तमानपत्राचे बोळे, प्लॅस्टिकचे तुकडे साचले होते.

डोक्यात ऑर्किड माळलेल्या सर्वज्ञ बाईसाहेब – तिचं नाव थाया होतं. ती मागे जाऊन आली. लुंगी पोटरीपर्यंत वर घेतलेली, लुंगीची टोकं पिळून झटकताना म्हणाली, "देवा, घाणीतून, सुरुंगांमधून अन् पडलेल्या हाडांमधून पाय कुठे ठेवायचा तेच कळेनासं झालंय. काय मस्त जागा आहे, वा! फारच छान!"

खरंतर सुरुंग अगदी काळजी करण्याइतके जवळ नव्हते. ते तिकडे पलीकडे होते, बर्माच्या सीमेपाशी. तिथे सरकारशी अजून गनिमी कावा सुरूच होता. पण थायाला अतिशयोक्ती करण्याची सवयच होती. फार नाटकी होती ती. काही का असेना, तिच्या बोलण्यामुळे आमचं लक्ष तरी दुसरीकडे जात होतं, काही प्रमाणात मनोरंजनही होत होतं.

आम्ही पत्ते, चौकड्या अन् टिक टॅक टो खेळायचो. पावसाचा मारा सहन करण्यासाठी कशाततरी मन गुंतवून ठेवणं गरजेचच होतं. सारंकाही पावसातच सुरू होतं. पावसाकडे बघायचो, पावसाचा आवाज ऐकायचो, पावसातच गप्पा मारायचो, झोपायची जागा तरी कोरडी राहावी म्हणून काही क्लृप्त्या एकमेकींना सांगायचो. पण ज्या क्षणी ध्वनिप्रक्षेपकाचा आवाज कानावर पडेल, त्याक्षणी हातात जे काही असेल ते टाकायचो. प्राण कानात जमा व्हायचे.

बर्मी भाषेत प्रक्षेपण असायचं. जवळच्याच कुठल्यातरी केंद्रावरनं प्रसारित व्हायचं. प्रक्षेपणात नुकत्याच परतलेल्या लोकांच्या जन्मतारखा आणि राहण्याच्या जागा सांगितल्या जायच्या. कोणाचे नातेवाईक, कोणा काकाचा मामा कोणाला घेऊन जायला आलाय का ते आम्हाला कळायचं. 'लेकलेकचे पालक. कृपया लक्षपूर्वक ऐका. तुमची तीन वर्षांपूर्वी हरवलेली मुलगी मिळाली आहे. ती सुखरूप आहे आणि घरी येण्यासाठी उत्सुक आहे. तीन आठवड्यांनंतर तिला सीमापार करून ताचिलेक येथे भेटा!'

त्यानंतर वैयक्तिक आर्जवांचं पर्व सुरू व्हायचं – दाटलेले, शरमलेले आवाज. बाईपणाचा धंदा करण्याची पाळी संपलेल्या बायकांचे आवाज. किमान काही काळापुरता तरी करावा लागलेला धंदा – त्या बायका एकामागे एक कुटुंबांना विनंत्या करत. कुटुंबानं त्यांना 'माफ' करावं आणि त्यांच्या बर्मी खेड्यात, कुटुंबात परत घ्यावं म्हणून आर्जवं करायच्या आणि मग त्या वाट पाहायच्या.

त्यांच्या आवाजानं माझ्या मनात निराळेच विचार यायचे. अर्थात ते मी माझ्याकडेच ठेवले. त्या बायकांसारखी कधीच बनणार नाही अशी मी मनाशीच गाठ बांधली होती. कदाचित माझ्यासाठी पलीकडे कोणीच वाट बघत नसणार, इतकंच काय पण डो डो सेंग सोडून माझं नावही कोणाला ठाऊक नसणार याची जाणीव असल्यानं माझ्या मनात तसे विचार येत असतील. पुलाखालून इतकं पाणी गेल्यावर तीदेखील कानाला रेडिओ लावून माझ्याबद्दल काही ऐकायला मिळेल याची वाट बघत

असण्याची शक्यता नव्हती. या रेडिओवर माझ्या गावातल्या कोणाचीच खबर ऐकायला मिळत नव्हती. माझ्यासारखे जंगली लू, बहुधा इतर कुठेतरी राहण्यासाठीच जन्मलेले असावेत, असा विचार मनात यायचा.

"एके काळी मी नृत्यांगना होते, माहीतेय तुला?" थाया माझ्या विचारांची साखळी तोडत म्हणाली. "तू कधी मंडाले कॅन्डल डान्स ग्रुपबद्दल ऐकलंयस का?"

"नाही." मी म्हणाले, मी त्याबद्दल कधीच ऐकलं नव्हतं.

"आम्हाला जपानला पाठवलं, तेव्हा मी त्या गटात होते. ते आमच्या अदाकारीला 'सांस्कृतिक खेळ' म्हणायचे. रंगूनमधला एक जनरल आमच्या प्रवासाची व्यवस्था करायचा. आम्ही शेवटी कुठे नृत्य करायला लागलो माहीतेय तुला? टोकियोतल्या एका खाजगी नाइटक्लबमध्ये. मेणबत्त्यांच्या प्रकाशात नृत्य – सारंकाही हास्यास्पदच होतं. जपानमध्ये कधी एका मेणबत्तीला हात नाही लावला आम्ही. म्हणजे किमान नृत्य करताना तरी असं म्हणतेय मी!

"आणि तू? तुझं काय?" तिनं विचारलं. "तुला शहरात आणायला काय सांगून भुलवलं त्यांनी? थांब, मला अंदाज बांधू दे. हॉटेलमध्ये स्वागतिकेचं काम? श्रीमंत चिनी कुटुंबात दाईचं काम?"

माझं लक्ष दुसरीकडेच कुठेतरी होतं. आमची पुन्हा माहिती घेण्यासाठी आणि आमच्या केसवर पुन्हा बोलण्यासाठी ज्या खोलीत बोलावलं होतं तिथे परदेशी मंडळींचा जथा आला होता.

"आयसीआर!" कोणीतरी कुजबुजलं. देव त्यांचं भलं करो!

आम्ही आयसीआरबद्दल ऐकलं होतं. पाठवणी करण्यासाठी नेमलेली आंतरराष्ट्रीय समिती. पाठवणी व्हावी म्हणून ताटकळणाऱ्या जीवांसाठी वाटाघाटी करण्याचं काम या लोकांचं होतं. दोन्ही बाजूच्या सीमाअधिकाऱ्यांशी बोलणी करणं त्यांच्या हातात होतं.

माझं त्याच्याकडे लगेचच लक्ष गेलं. त्यानं चौकड्यांचा शर्ट घातला होता. खोलीत आल्याआल्याच त्यानं बाकीच्या लोकांपासून स्वत:ला वेगळं काढलं होतं आणि एकटा उभा राहून माझ्याकडे पाहत होता. मी समाजसेविकेच्या खांद्यावरून डोकवून त्याच्याकडे बघत होते, तेव्हा माझ्याकडे कोणीतरी बोट दाखवलं आणि त्यानं माझ्याकडे पाहिलेलं मी हेरलं. त्यानंतर तो खोलीत कशाशीच घेणं नसल्यासारखा फिरत होता. हात खिशात. नाक वर. त्याला सगळे फालतू वाटत होते की काय कोण जाणे. मध्येच कोणाशी तरी बोलायला थांबत होता.

अचानक तो माझ्या समोरच उभा ठाकला. मला न कळणारं काहीतरी बोलत होता.

मी खांदे उडवले. तो हसला, त्याचं समाधान झाल्यासारखं दिसलं, आणि मग

पुन्हा त्या गटात सामील झाला. ते माझ्याबद्दल बोलत होते हे कळत होतं. तो जे काही म्हणत होता त्याला ती लोकं माना डोलवत होती.

रात्री थायानं माझी चेष्टा करायला सुरुवात केली. "तुझ्या या नव्या मित्राबद्दल मला फक्त एक प्रश्न आहे."

"नवा मित्र?"

"तुझा 'समितीचं प्रमाणपत्र' मिळालेला मित्र," काही क्षणांपूर्वी ही मुलगी एका मुलाच्या प्रेमात पडली होती त्याबद्दल सांगत होती. त्याची आई कजाग होती. मला 'समितीचं प्रमाणपत्र' मिळालेली दोन डॉक्टर मुलं आहेत असं ती आई सारखं म्हणायची, तरी मला कळत नव्हतं थाया समितीचं प्रमाणपत्र मिळालेला कोणाला आणि का म्हणत होती ते! समजुतीचा काहीतरी गोंधळ झाला होता माझा.

"तो आयसीआर'वाला – क्लिंट इस्टवूड तुझा, तुझ्याशी बोलायला येत होता ना सारखा." ती म्हणाली. "मी त्या कार्यकर्त्यांपैकी एकाला विचारलं. विल की काहीतरी नाव आहे त्याचं."

"तू कोणाबद्दल बोलतेयस?"

"मी कोणाबद्दल बोलतेय ते तुला चांगलं ठाऊक आहे. सोनेरी केसांचा तो अमेरिकन. त्यानं तुला नाव विचारलं का याची मला उत्सुकता आहे."

"नाही. का? त्यानं विचारायला हवं होतं का मला नाव?"

"हो, म्हणजे तो तुला काहीतरी विचारत होता. तुझं नाव नाही विचारलं त्यानं तर चांगलंच झालं म्हणायचं. तुझं नशीब उघडू शकतं आता, ज्यांना तुमच्याशी काहीएक घेणं नसतं ते तुमचं नाव वगैरे विचारत सुटतात. एकदाचं नाव विचारलं की ते सुटले, इतकाच अर्थ त्या विचारण्याचा. ज्यांना तुमच्याबद्दल खरंच काही वाटतं त्यांना तुमच्याबाबतच्या इतर गोष्टीत रस असतो. त्यांच्यामुळे तुम्हाला बाहेर पडण्याची संधी मिळू शकते."

मी रिकाम्या नजरेनं तिच्याकडे पाहिलं.

"मी काय बोलतेय ते तुला कळतच नाहीये, बरोबर ना?" तिनं विचारलं. "नीट समजावून सांगते थांब तुला. आता बघ, मिनामी सान'नी मला नाव नाही विचारलं."

मी पुढे आपसूकच येणारा प्रश्न विचारावा याची वाट बघत ती थांबली. मग मी विचारून टाकलं. "कोण मिनामी सान?"

"ओह, मिनामी सान – टोकियोतल्या बऱ्याच पुरुषांना आवडायचे मी. नाही नाही, उगाच बढाया नाही मारत. खरंच, त्यातले काही तर मला दागिने भेट द्यायचे. पण मला तिथून बाहेर काढण्यासाठी खुद्द मिनामी साननी पैसे दिले. त्या ऑफिसात तुझा मित्र तुझ्याकडे जसं बघत होता, तसंच मिनामी सान माझ्याकडे त्या दिवशी

बघत होते. मनाशी काहीतरी पक्कं ठरवल्यासारखं – म्हाताऱ्या मिनामी'सानला शेवटी हवं ते मिळालं.

''मला मिनामीबद्दल चांगल्या भावना होत्या. का माहीतेय? त्याचं नाव मिनामी होतं आणि मी नृत्यांगना – मिन्थामी. नावातल्या सारखेपणामुळे असेल कदाचित. पण त्या चांगलं वाटण्याचा फारसा काही उपयोग नाही झाला. कुत्र्यासारखा लाथा घालायचा तो मला, मी बहिरी असल्यासारखा तारस्वरात ओरडायचा. इतक्या जोरात की माझ्या मेंदूला झिणझिण्या यायच्या. सगळ्यात वाईट म्हणजे माझ्या कपाळावर त्याची पत्नी असल्याचा शिक्का बसल्यानंतर तर त्यानं मला पैसा देणंही बंद केलं. माझ्याकडे वरखर्चाला एक दमडी नसायची. काहीही हवं असेल तर मला त्याच्याकडे अक्षरश: भीक मागायला लागायची. मग ते टॅम्पॉन असो नाहीतर मूठभर दाणे.

''सुदैवानं मिनामी साननं मला एकदा त्यांच्याबरोबर बँकॉकला न्यायची चूक केली. त्याच्या व्यवसायाच्या कामासाठी चालला होता तो, एक दिवस मी त्याला सांगितलं की, शहराच्या दक्षिणेकडे माझे काही नातेवाईक राहतात, त्यांना भेटायचंय मला, खरंतर माझं कोणी राहत नव्हतं तिथे. माझं गाव होतं तिथे, पण नातेवाईक असं कोणी नाही. त्याचा माझ्यावर विश्वास बसणार नाही याची मला खात्रीच होती. कसं कोण जाणे पण मिनामी साननं माझ्यावर विश्वास ठेवला. इतकंच नाही तर त्यानं जाण्यासाठी पैसेही ठेवले हातावर. कदाचित त्यालाही माझी पीडा नको झाली असावी.

''नशिबाचा फेरा असा की गाडीत मला एक जोडपं भेटलं. तुझा विश्वास नाही बसणार, पण ते पार दक्षिणेकडच्या, कांचनबुरीपासच्या कुंटणखान्यासाठी काम करणारे दलाल निघाले. त्यांनी मला तिथल्या तिथे काम देऊ केलं. अर्थात, मी ते स्वीकारलं.

''काम तसं फार वाईट नव्हतं. आम्हाला दुपारचं जेवण मोफत होतं आणि दर दुसऱ्या आठवड्याला एक दिवस सुटीही मिळायची. तिथे मी काही महिनेच काम केलं आणि तिथेही छापा पडला. त्यांनी मला बेड्या ठोकल्या. आठवड्यानंतर त्यांनी मला बर्माला पाठवलं – माझ्या गावापासून-घरापासून जवळच. रंगूनजवळ.

''महिनाभर तुरुंगात राहिल्यावर मला तीन वर्षं सक्तमजुरीची शिक्षा दिली गेली. मग मी माझ्या मार्गानं सुटका करून घेतली. मी तिथल्या सगळ्या अधिकाऱ्यांबरोबर झोपले – सहाच्या सहा.

''पहिली संधी मिळताच मी थायलंडमध्ये प्रवेश केला आणि पुन्हा जुन्या कुंटणखान्यात गेले. विचार केला, का नाही? तिथे सगळे मला ओळखत होते. पण माझं नशीबपण असं आहे की, तिथे जेमतेम महिना झाला आणि पुन्हा छापा पडला.

''या वेळी मला छावणीसदृश्य ठिकाणी ठेवण्यात आलं. स्थानबद्धता आहे ही,

तुरुंग नव्हे असं तिथले अधिकारी सारखे म्हणायचे. काही का असेना, त्यांनी मला बर्माला परत पाठवलं नाही हे काय कमी होतं. मी नेहमीप्रमाणे माझ्या पद्धतीनं परिस्थितीतून मार्ग काढला. तसं करणं फारकाही अवघड नसतंच. या वेळी मी पुन्हा जुन्याच कुंटणखान्यात जायचा वेडेपणा केला नाही. नवं ठिकाण शोधलं.

'पुढे काय झालं असेल काही अंदाज करता येतोय तुला? हो, अगदी बरोबर. अजून एकदा पोलिसांचा छापा – आणि आता इथे खितपत पडलो आहोत. कर्म आपलं आणि काय.''

''कधीतरी बोलायची थांबशील की नाही तू?'' खोपटाच्या त्या टोकाकडून धारदार आवाज आला. ''मी मरतेय इथे. मरायला तरी जरा शांतपणा द्याल की नाही?''

''तुला शांतता हवीय? त्या उपटसुंभांना सांग मग, मला नको सांगू.'' थायानं फटकारलं.

छावणीचे रक्षक पाय वाजवत त्यांचं काम करत होते. टेकडीच्या पायथ्याशी निर्वासितांची झोपडी बांधण्याची चूक कोणाची, त्यामुळे सारी छावणी कशी वाहून गेलीय यावर वाद घालत होते. अर्थात, हे निर्वासित तक्रार करतायत याबद्दल त्यांना संताप येत होताच. सैनिकांनी जळण आणि शेकोटीसाठी तिथली झाडं तोडली नसती तर कदाचित छावणी सपशेल वाहून गेली नसती.

''त्यांच्या करणीची फळं भोगतायत, कृतघ्न मेले.'' थाया त्यांच्या बोलण्याची नक्कल करत म्हणाली. तिनं निर्वासितांच्या खोपटांकडे पाहिलं. पावसाचा जोर इतका होता की ती खोपटं धड दिसतही नव्हती.

''हे इतपतच बांधू शकतात. तसंही त्यांना कायमचं असं काही बांधायची परवानगी नाहीये. जमिनीवर बांबूचे तुकडे आणि छत म्हणून प्लॅस्टिक वापरू शकतात ते फक्त.''

''नशीबवान.'' ती आता मजेनं म्हणाली.

''का? नशीबवान का?''

''ते पक्ष्यांसारखे आहेत. त्यांचं सारंकाही हरवलं आहे. अजून काही हरवेल, गमावेल अशी भीतीच नाही. मुक्त आहेत ते.''

आकाश अजून भरलेलं होतं. जरा फिकट पण राखाडी. तारेवर दोन कावळे बसले होते. हवा बदलायची शांतपणे वाट बघत होते. शेतापलीकडे दवाखान्यासमोर, तीन लहान मुलं डबक्यात खेळत होती. एक पाय नसलेल्या, वयानं त्यांच्यापेक्षा जरा मोठा असलेल्या मुलाच्या अंगावर पाणी-चिखल उडवत त्याला चिडवत होती.

दुपारी उशिरानं मी झोपायचा प्रयत्न करत होते. शेजारी थाया जांभया देत होती, आळस देत होती. दोन्हीकडे पाहत मान मोडत तिनं विचारलं,

"तुझं खरं नाव काय आहे?"

"माहीत नाही." झोपेत असल्याचं सोंग घेत मी पुटपुटले.

"स्वत:चंच नाव विसरलीस? खरंच? इतकी वाईट अवस्था झालीय तुझी?"

"माझं खरं नाव कळण्याआधीच मी घर सोडलं."

"म्हणजे?"

"म्हणजे मला माझं बीजनाम माहीत नाहीये. कळलं नाही मला ते कधी."

थाया माझ्याकडे थक्क होऊन बघत होती. "तू म्हणतेयस की..."

"आमच्याकडे तशी पद्धत होती. बाळ जन्माला आलं की आई अफूच्या बीमध्ये बाळाचं नाव सांगते आणि मूल मोठं झालं की ते बी उघडतं आणि मुलाला खरं नाव कळतं."

हे असलं चमत्कारिक कधीच ऐकलं नसल्यासारखी थायानं मान हलवली.

"हं, मग तुझं खोटं नाव काय आहे?"

"ना गा." मी बर्मी हेल काढत माझं नाव सांगितलं.

आता मी उठून बसले. आता संभाषण टाळण्यात काही अर्थ नव्हता. थायानं माझं तोंड तिच्याकडे वळवलं आणि जोरात हसली. "ना गा! हं, फारकाही वाईट नाही. कानाला बरं लागतंय." मग ती पुन्हा मागे सरकली. आम्ही दोघी गुडघ्यांवर हात ठेवून बाहेर सुरू असलेल्या संततधारेकडे बघत बसलो.

"नावं!" जांभई देत थाया म्हणाली, "मला वाटायचं की नावं महत्त्वाची असतात. पण अशा ठिकाणी आल्यानंतर तुम्ही जर नावांची चिंता करत बसणार असाल तर वेड्यांच्या इस्पितळातच जावं लागेल. एबीसी, सीबीए, एक्सवायझी, सीआयए, एनएफडी, सीपीबी. बाकीचे कोण काय नावानं आहे हे आपल्यालाही माहीत नाहीये – आपलीच नावं काय आहेत हे आपल्यालाच माहीत नाही अशी इथे अवस्था आहे. आपण डीपी आहोत का – डिस्प्लेस्ड पर्सन्स? की आपण नुसते, नेहमीचे निर्वासित आहोत? आपण आयआय – इल्लिगल इमिग्रंट आहोत का? की एलएमडब्ल्यू, लिगल मायग्रंट वर्कर? की टीव्ही – ट्रॅफिकींग व्हिक्टीम्स? नेमके आहोत तरी कोण?"

"जे काय असेल ते, आपल्याला सरळ त्या नावानं का नाही बोलवत?" खोपटाच्या दुसऱ्या बाजूनं आत आवाज आला. 'वेश्या क्रमांक २४६८१, वेश्या २४६८२.'

मध्ये झोपलेल्या दोन मुलींचे खांदे हसून हसून हलत होते.

"बघ, पाऊस थांबला एकदाचा," थाया दात काढत म्हणाली. "नदीवर अंघोळ करायला कोण येतंय?" ती मागे ठेवलेल्या बांबूच्या पट्ट्यांमागची प्लॅस्टिकची पिशवी काढत म्हणाली. "हा, इथे आहेत बघ, माझी छोटीशी ऑर्किड. पाणी

बदलायला झालंय आता. पण अजूनही किती ताजी दिसतायत बघ.''

मी तिच्याबरोबर नदीवर जाणार, तेवढ्यात ध्वनिक्षेपकावर माझं नाव ऐकू आलं. मला मुख्य कार्यालयात बोलावलं होतं.

तो होता तिथे. कार्यालयाच्या दारातच उभा होता. मी आत शिरताच त्यानं स्वागत केलं. पुन्हा तो मला न कळणारी भाषा बोलत होता. मला त्याचं बोलणं काहीच कळेना.

''जाऊ दे,'' तो हसत इंग्रजीमध्ये म्हणाला, ''तुझ्या भाषेतली तीन वाक्यं शिकलो होतो, ती म्हणायचा प्रयत्न करत होतो.''

माझी भाषा? मग माझ्या डोक्यात प्रकाश पडला. तो काय म्हणतोय ते समजलं. तो मला माझं नाव विचारत होता – सगळ्या भाषा सोडून लू भाषेत विचारत होता. आता म्हणत होता, ''माझं नाव विल. मी तुझा नवा प्रायोजक आहे.''

प्रायोजक, म्हणजे काय असतं? ''मी बँकॉकमध्ये राहतो. तू गेलीयेस का कधी तिथे?'' त्यानं विचारलं. मी नकारार्थी मान हलवली.

''माझ्याबरोबर येशील का तिथे?'' तो खाली वाकून बोलताना स्वत:च्याच नाकाकडे बघतोय असं वाटत होतं. नजरही भिरभिरत होती.

मी अर्थातच हो म्हणाले – माझी आतुरता न दाखवण्याचा प्रयत्न करत खांदे उडवून, मला फारसा काही फरक पडत नसल्यासारखा रुकार दिला. हा माझी चेष्टा करत असेल तर किंवा परीक्षा बघत असेल तर?

वातानुकूलित गाडीत विचित्र वास भरून राहिला होता. माझ्या ओल्या जीन्स आणि टी शर्टचा असावा बहुधा, दात वाजत होते. डोळे वाहत होते. मी आंधळेपणानं समोर आलेल्या कागदांवर सह्या केल्या. मग त्याच्यामागे गेले. गाडीत बसले. थायाचा निरोप घेण्यासाठी किंवा माझं उरलंसुरलं सामान घेण्यासाठीसुद्धा थांबले नाही.

त्यानं रुमाल समोर धरत म्हटलं, ''ठीकय... सारंकाही ठीक होईल.'' तेव्हा माझा बांध फुटला. नाक वाहतंय आणि डोळे झरतायत ते थंडीनं असं मानणं सोडलं अन् ...अश्रू वाहू दिले.

चोवीस

चियांग राईजवळच्या विमानतळावरून आम्ही बँकॉकला जाणारं विमान घेतलं.

मी पहिल्यांदाच विमानात बसत होते. खिडकीतून खाली बघताना सगळं जग छोटं होत गेलं. हळूहळू दिसेनासं झालं. एक क्षण पृथ्वी प्रकाशानं लखलखली होती, तर दुसऱ्याच क्षणी सारे तारे विझून गेल्यासारखं भासत होतं.

विमान जमिनीला टेकलं तेव्हा वाटलं अर्धा तास झाला. खरंतर दीड तास उलटून गेला होता. पावसानं पुन्हा कहर मांडला होता. रंगूननंतर इतका पाऊस मी आत्ताच पाहत होते.

विलच्या गाडीचालकाचं नाव होतं नीद. तो आमची विमानतळावर वाट पाहत होता. शहरात पोहोचलो तसं सगळीकडे पाणीच पाणी दिसू लागलं. रस्ते, नाले सगळीकडे पाणी साचलं होतं. लोक गुडघ्यापर्यंत पाण्यातून कसेबसे चालत होते. नखशिखान्त भिजले होते. रस्त्याकडेला गाड्या भिजत होत्या. पाणी आत येऊ नये म्हणून दुकानांसमोर वाळूची पोती रचली होती.

बँकॉकला खरंतर सैन्याचा वेढा पडला होता – पण तरी लोक जल्लोश करत होते. रस्ते गर्दीनं फुलून गेले होते. इमारतींमधून मोठमोठ्या आवाजात गाणी ऐकू येत होती. त्या आवाजावर कडी करत गाड्यांचे भोंपू वाजत होते. सगळीकडे दिव्यांचा झगमगाट होता. इमारतींवर, जाहिरातींच्या फलकांवर, भिंतींवर, झाडांच्या फांद्यांवर, नदी आणि जहाजांवर, अगदी क्षितिजापर्यंत दिव्यांचा लखलखाट दिसत होता. दिव्यांनी उजळल्यामुळे अजूनच गलिच्छ दिसणाऱ्या नाल्यांमध्ये लहान मुलं उड्या मारत होती, सूर मारत होती.

"दमली असशील ना?" विलनं बराच वेळची शांतता भंग करत विचारलं. विमान जमिनीला टेकल्यापासून खरंतर पहिल्यांदाच तो माझ्याशी बोलला होता. तो गर्दीला वैतागला होता. शिव्या देत होता. अस्वस्थ वाटत होता. मला त्याच्या घरी आणण्याच्या निर्णयाचा त्याला आता पश्चात्ताप तर होत नसेल ना?

"नाही, दमले नाहीये, जरा..."

"जरा काय?"

माझे शब्दच हरवले होते. काहीच बोलता येत नव्हतं. मी नुसतंच डोकं हलवलं.

"तुला शांत झोप मिळाली की ठीक होशील बघ! पोहोचलो एकदाचे, घर आलं."

त्याच्यामागे दगडी पायवाटेवरून चालू लागले. बागेत नेच्याची बरीच झाडं होती. पानांवरून अजून पावसाचं पाणी ठिबकत होतं. कमानीवरच्या वेलीवरूनही पाणी ओघळत होतं. घरात चकचकीत सागवानी लाकडाची फरसबंदी होती. घरी पोहोचल्यावर त्यानं खिडक्या उघडल्या. एकदाचे घरी पोहोचलो.

बऱ्याच... म्हणजे बऱ्याच वेळानंतर शांतपणे विचार करताना मला एक गोष्ट जाणवली. मी हे घर आधी कधीतरी पाहिलं आहे असं वाटलं मला! एकदाच नाही, बरेचदा मी हे घर पाहिलंय असं जाणवत होतं. स्वप्नात की कुठे? स्वप्नात मी हे घर आलं की आनंदानं विहरत असे. जाता-येता फारशा महत्त्वाच्या नसलेल्या गोष्टी न्याहाळत थांबायचे – उदाहरण म्हणून सांगायचं तर पानावरची आळी किंवा टेबलावर अंथरलेल्या कापडावरची नक्षी. स्वप्नात मी घरापासच्या दाराजवळ पोहोचले होते. दाराला कुलूप नव्हतं.

त्या स्वप्नातच मी आत जाते. कोणीच मला थांबवत नाही. पुढच्या दारातून आत गेल्यावर मी या खोलीतून त्या खोलीत निवांत फिरते. आता पुढच्या खोलीत काय असेल याची मला उत्सुकता वाटत राहते... आणि तिथे... एका व्हरांड्यापाशी अजून एक दार उघडतं. तिथे एक जिना... याचीच तर मी वाट पाहत होते – तिथे माझ्या स्वप्नातल्या स्वप्नातलं घर असतं.

विलनं मला खोली दाखवली. त्याच्या खोलीला लागूनच होती, "कधीही ये माझ्या खोलीत, मी गाढ झोपतो. माझी झोप नाही मोडणार."

त्या रात्री त्यानं आमच्या दोघांच्या खोलीतलं दार किलकिलं ठेवलं होतं. तो पलंगावर स्थिरस्थावर झाल्याची वाट पाहिली आणि त्याच्याजवळ जाऊन कपडे काढू लागले. तो उठून बसला आणि मला थांबवलं. त्याच्या शेजारी बसवून घेतलं.

"थांब, थांब. तुला हे असं काही करायची गरज नाही. हे काही ठरलं नाहीये आपल्या व्यवहारात."

मग व्यवहार काय होता नेमका? त्यानं ते मला अजून सांगितलं नव्हतं. हा अनोळखी माणूस – माझा प्रायोजक की काय ते – यानं मला स्वातंत्र्य बहाल केलं होतं आणि निवारा दिला होता. त्याची परतफेड करण्याचा एवढा एकच मार्ग मला माहीत होता. "हे बघ, खूप रात्र झालीय आणि मी दमलोय. पण एक गोष्ट पक्की लक्षात ठेव. तू इथे माझी गुलाम नाहीस. मला तुझ्या शरीरात काही रस नाही. मी

काय म्हणतोय ते तुला कळेल कधीतरी.''

माझ्या शरीरात याला रस नाही... हा माझी चेष्टा करतोय का?

''झोप,'' स्वत: पलंगावर आडवा होत शेजारी गादी थोपटत तो म्हणाला, ''झोप इथे, माझ्याशेजारी.'' तो पुन्हा माझी चेष्टा करत होता की काय. मला वाटतं, त्यानंतर महिन्याभरानंतर तो शरीरसुखाला राजी झाला. त्याच्या पाठीवर खूप पुरळ उठलं होतं. त्याचा खूप त्रास होतो असं म्हणाला. सकाळपर्यंत पुरळ गेलं होतं. आरशात बघून त्यानं माझ्याकडे हसून पाहिलं. ''म्हणजे ते लोक म्हणतात ते खरं असणार तर... संत मंडळी केवळ सहवासानंही महारोग्यांना बरं करू शकतात.''

''नाही, नाही, म्हणजे तसं नाही म्हणायचंय मला!'' माझ्या चेहऱ्यावरचे भाव बघून तो गडबडीनं म्हणाला. ''महारोगी तुला नाही, मला म्हटलं मी.'' तो माझी चेष्टाच करतोय याची आता मला खात्रीच पटली.

तो श्रीमंत होता. देखणा होता. माझ्या स्वप्नातल्या घराचा मालक होता. तो माझा स्वीकार करायलाही तयार होता. काही प्रश्न विचारत नव्हता. बदल्यात कोणत्याच सेवा मागत नव्हता. हे सारं खरं आहे याची खात्रीच वाटत नव्हती. सारं स्वप्नवत होतं.

त्यानं मला रात्री बाहेर नेलं. बँकॉक दाखवायला. मी तिथे येऊन आठवडा झाला असेल. टकटक, गाड्या, हातगाड्यांच्या गदारोळातून एका अरुंद रस्त्यावरून नीदनं मार्ग काढला. पाऊस कोसळतच होता. आम्ही एका कमानीखाली शिरलो. तिथे टेबलांवर टी-शर्ट ठेवले होते, टोकरीत घड्याळं, गरमागरम तव्यांवर खाद्यपदार्थांची रेलचेल. सगळ्या परिसरात गोंगाट सुरू होता. माणसांचा, वस्तूंचा आणि तडतडणाऱ्या पावसाचा. दलाल-विक्रेत्यांनी कापडाच्या कनातीचा आसरा घेतला होता, पण तिथूनही त्यांचं वस्तूंचं भाव करणं चालूच होतं.

विलनं मला हात धरून तिथल्या पहिल्या बारमध्ये नेलं. संगीताची धूम चालू होती. दिव्यांचा झगमगाट आणि कमीतकमी कपड्यातल्या मुली. विलला तिथला प्रत्येक माणूस माहीत होता. दलाल, व्यवस्थापक, दारू वाटप करणारे, छम्मकछल्लो पोरी आणि तिथे जमलेले लोक. सगळेच त्याच्या परिचयाचे दिसत होते. लोकांना हस्तांदोलन करत, हसत तो पुढे सरकत होता. मला त्याच्या मागे नेत होता. नृत्य थांबवून बिकिनी घातलेल्या मुली त्याला भेटून पुन्हा आपल्या कामाला लागत होत्या. त्यांनी मला नखशिखान्त न्याहाळलं. कदाचित चेष्टेनंच असावं. मी त्याची चाहती होते की मैत्रीण हे त्यांना जाणून घ्यायचं होतं.

विलचं सारं काम होईपर्यंत आम्ही तिथे होतो. मग पुन्हा रस्त्यावर आलो. तिथे दिव्यांनी लखलखणाऱ्या जाहिरातींची झिम्मड उडाली होती. क्लिओपात्रा, क्विन्स

कासल, नेपोलिअन, विनर्स बार, पुसी अलाइव्ह, मॅजिक ग्रिल. आम्ही दाखल झालेला प्रत्येक बार, प्रत्येक कार्यक्रमावर शहरातल्या जल्लोशाच्या खुणा होत्या. छतावर फुग्यांची माळ, जमिनीवर रंगीत कागदांचे तुकडे, कपडे न घातलेल्या मुलींच्या मांड्यांमध्ये रंगीत, चमकदार चमक्या, या मुली माकडासारख्या वरून खाली झोका घेत होत्या.

'कंट्स डुइंग स्टंट्स,' एक विदेशी माणूस म्हणताना मी ऐकलं. शिट्या फेकल्या जात होत्या, बाटल्यांची बुचं उडत होती, चमचे वाकवले जात होते, चॉपस्टिक्स वाकवल्या जात होत्या – सारंकाही या रस्त्यावर वाटलेल्या 'मेन्यू'मध्ये फारच विविधता दिसत होती – पुसी स्मोक सिगारेट्स. पुसी ओपनबार बॉटल. पुसी पिक द डिझर्ट विथ चॉपस्टिक्स. बिगडिल्डो शो. फिश पुश इन साइडहर, लॉन्ग एगप्लान्ट पुश इन टू हर कन्ट, ब्लू मुव्ही फिल्म स्नेक सेक्सी डान्स. बॉय गर्ल फकिंग शो.

स्टेजवरच्या चमकदार प्रकाशामुळे पांढरा रंग झगमगत होता – पांढरे टी शर्ट, पांढरे मोजे, पांढरे दात. स्टेजवर एक झोकदार पायांची नर्तिका कौशल्य दाखवत होती. तिनं हातांवर भार तोलत पाय हवेत टाकले. तिच्या गुप्तांगामध्ये ठेवलेल्या नरसाळ्यातून कोक ओतलं गेलं. टाळ्यांच्या कडकडाटात नर्तिका पुन्हा पायांवर उभी ठाकली. मग वाकून टिशू घ्यायला वाकली. तिनं हे सारं इतक्या नजाकतीनं केलं की मी मान फिरवली. तिनं झिरपणारा कोक टिपण्यासाठी कागद पायांमध्ये ठेवला.

मी दात एकमेकांवर दाबून धरले – पहिल्यांदा रागानं, मग भीतीनं. विलला मला इतक्या अटीतटीनं इथे का आणायचं होतं त्यामागचं कारण कळेना. शरीराचा धंदा करणारं हे जग मला अनोळखी नव्हतं. तो मला धडा शिकवायचा प्रयत्न करत होता का? पण कसला? या धंद्यात मी काही शिकावं असं त्याला वाटत होतं? की आज ना उद्या मला इथेच माझा मार्ग सोपवायचा आहे असं त्याला म्हणायचं होतं?

मी आत्ताच तर या शहरात आले होते. माझ्यासारख्यांना इथे निराळं नाव होतं – क्वाइ वेश्या – म्हणजे गरिबांची वेश्या. इतक्या झगमगाटात माझा निभाव लागणं कठीणच होतं. या चकचकीत जगात मी एक दिवसही तग धरू शकले नसते.

कदाचित हा माझा प्रायोजक दुसरंच काही करण्याच्या बेतात असेल – मांत्रिकासारखं काहीतरी.

मला आठवलं, एकदा दरूमधल्या एका मुलाला विषारी बाण लागला होता. तो काढण्यासाठी मांत्रिकाला बोलावलं होतं.

'बघा,' हातात पातळशी कपची धरत तो म्हणाला होता, 'पहिल्यांदा विषाचा

स्रोत काढून टाकला पाहिजे.' दरूमधला मांत्रिक आमच्या लूमधल्या मांत्रिकापेक्षा निराळा होता. समोरच्याला बरं करायचे त्याचे मार्ग वेगळे होते – दारुड्या जादूगारासारखा नव्हता तो. मंद शिक्षकासारखा म्हणता येईल फार तर.

'पहिलं काम...' त्यानं बाणाचे दोन तुकडे केले.

'दुसरं काम. विषारी बाणाचे दोन तुकडे केल्यावरच त्याच्यामुळे झालेली जखम भरून निघते.'

विलच्या मनात तसंच काही तर नव्हतं. हा सारा वासना आणि लालसेचा उत्सव बघ. हेच सत्य आहे – कालही तेच सत्य होतं. उद्याही ही परिस्थिती बदलणार नाहीये, डोकं जागेवर ठेवून जे आहे त्याकडे बघ, असं तर त्याला सांगायचं नसावं.

त्याच्या अगणित मित्र-मैत्रिणींना भेटताना त्याच्या चेहऱ्यावर जरा स्मित आलं पण त्यापलीकडे काही नाही. तो त्यांच्या कानात वाकून काहीतरी सांगत होता, ते हसण्यात बुडून जात होते, इतक्या गदारोळात तो काय म्हणतोय ते मला ऐकू येत नव्हतं.

शेवटी एकदाचं त्यानं विचारलं, "भूक लागलीय?"

तिथून निघायची मला इतकी घाई झाली होती की मी जोरजोरात मान डोलावली. पास्ट रिफीफी, ब्लू हवाई, मेम्फिस क्विन अशी सारी ठिकाणं ओलांडत आम्ही पुढे गेलो.

त्याच सगळ्या गर्दीत एक रेस्टॉरंट होतं. सगळ्या मजल्यांच्या वर, छतावर. झाडांवर लाल सफरचंदासारखे दिवे चमकत होते. बाहेर रेस्टॉरंटचं नावही झगमगत होतं- गार्डन ऑफ इटीन. तिथे कोपऱ्यातल्या टेबलवर बसून आम्ही मुकाट खाल्लं. एकही शब्द बोललो नाही. लग्नाला खूप वर्षं झालेल्या विवाहित जोडप्यासारखं. किंवा नुकत्याच प्रेमात पडलेल्या युगुलासारखं. किंवा वेश्या आणि तिच्या दलालासारखं.

आम्ही घरी परतलो तोवर पहाट झाली होती. नीदचे डोळे लाल झाले होते. रस्त्यावरच्या गर्दीनंही विश्रांती घेतली होती. घराच्या अगदी जवळ पोहोचलो. समोरून येणाऱ्या बौद्ध भिख्खूंच्या मिरवणुकीमुळे आम्हाला थांबावं लागलं. त्यांची प्रभातफेरी चालली असावी. त्यांचा एकसारखेपणा, एकजिनसीपणा – केवळ इतकंच नाही तर त्यांचा केसविरहितपणाही निराळा दिसत होता. मला त्या सगळ्यांचा अचानक हेवा वाटला. त्यांना कशाचीच फिकीर नव्हती. जगाची तर नाहीच पण स्वत:साठी आजच्या दिवसाचं अन्न काढून ठेवावं याचीही नाही. त्यांच्या त्या सुरक्षितपणाचा मला फार हेवा वाटला. धम्माच्या शिकवणीनुसार, खरंच, आपणच आपल्याला असुरक्षित करतो, निर्वासित करतो.

माणूस स्वत:चाच गुलाम असतो, तो स्वत:लाच निर्वासित करतो – मी

स्वत:शीच म्हटलं. मला निर्वासित होण्यापासून वाचवलेला या वेळी एक निराळा माणूस होता, तरीही.

त्याच्या पलंगावर झोपावं की नाही हे मला पहिल्यांदा कळायचं नाही. मी त्याला स्पर्श न करता झोपून राहायचं आहे, तो मला स्पर्श करू शकेल इतपत अंतर ठेवायचं की नाही – त्याला हात ठेवायला माझ्या पार्श्वभागाची गरज पडू शकते, किंवा डोकं ठेवायला छातीची... की मी इथे झोपायलाच नको? मला येणारी प्रत्येक शिंक आणि खोकला मला दाबता येईल का? काहीही करून मला त्याची झोप मोडायची नव्हती. श्वास घ्यायलाही भीती वाटायची. मग त्यानं मला गदगदा हलवलं, "ना गा, श्वास घे, ना गा! देवा, काय करतेय ही! श्वास घे ना गा.' तो घोरायला लागल्यावरच मला खोल श्वास घेता यायला लागला.

मी माझी जागा ओळखून होते. शक्य असेल तेव्हा मी घराबाहेरच्या न्हाणीत अंघोळ करायचे.

"तू माझ्याशी भलतीच विचित्र वागतेयस," माझ्या वागण्याचं स्पष्टीकरण देण्याचा प्रयत्न केल्यावर तो म्हणाला होता. "तू कुठे अंघोळ करतेयस यानं मला काय फरक पडणारे?"

अशा गोष्टींनी त्याला फरक पडणार नाही हे मला ठाऊक होतं पण मला कोणतीच बाब गृहीत धरायची भीती वाटत होती. एक दिवस मी त्याला विचारलं की त्याच्यापाशी खूप पैसे आहेत का?

"तुला का हे माहीत करून घ्यायचंय? मी देतोय तेवढे पैसे तुला पुरत नसतील किंवा तुला काही हवं असेल तर तसं सांग मला स्पष्ट."

तो जे पैसे द्यायचा ते मला पुरून उरायचे. मला त्याची चिंता नव्हती. पण काय काय विकत घ्यायला त्याच्याकडे पैसे आहे ते मला जाणून घ्यायचं होतं. तो कधीही, काहीही विकत घेऊ शकतो का? माझ्याऐवजी? पण विलला पैशाबद्दल बोलायला अजिबात आवडायचं नाही. तो काम काय करतो याबद्दल बोलणंही त्याला बिलकूल पसंत नव्हतं.

"मी हौसेखातर करतोय सारं."

"हौसेखातर म्हणजे?"

"म्हणजे पैसे मिळावे या हेतूनं काम नाही करत मी."

"पैशासाठी नाही मग कशासाठी?"

"गंमत म्हणून, आवडतं म्हणून, मजा म्हणून."

"मग पैसे मिळवायला काय करतोस तू?"

"माझा स्वत:चा व्यवसाय आहे."

''कशाचा?''

विल हसला. पण त्याला असे प्रश्न विचारलेले आवडत नाही हे त्याच्या चेहऱ्याकडे बघून समजत होतं. ''तू काय माझी उलटतपासणी घेते आहेस? माझा व्यवसाय काय आहे हे काही फार महत्त्वाचं नाहीये.''

''गुप्तहेर आहेस का तू?'' मी त्याला विचारलंच. त्याचे काही मित्र हा शब्द वापरताना मी ऐकलं होतं.

''गुप्तहेर! म्हणजे नक्की काय ते सांग, मग मी सांगतो मी तो आहे की नाही ते!''

''हेर?''

''तुला विचारायचंय ते असं ना तसं विचारतेसच तू. पण नाही, मी गुप्तहेर नाहीये. तुला थोड्या भाषा येत असतील, महत्त्वाच्या जागांवर काम करणारे मित्र असतील, तर सगळे लगेच तुम्हाला गुप्तहेर समजायला लागतात.''

''नाही, मी गुप्तहेर नाहीये.'' त्यानं परत सांगितलं. ''मी विद्यार्थी आहे.''

''विद्यार्थी! कोणत्या विषयाचा?''

''जगाचा – मला बघायला, ऐकायला आणि शिकायला आवडतं.''

''आणि तुला चित्रविचित्र गोष्टींचा संग्रह करायलाही आवडतं, हो ना!'' खोलीत आजूबाजूला नजर टाकत मी विचारलं. विड्याच्या पानाचे निरनिराळ्या नक्षीचे डबे, पाठ खाजवायच्या बांबूच्या पट्ट्या, धातूचे पक्षी, चिनी पद्धतीचे कान साफ करण्याच्या वस्तू – एक ना हजार गोष्टी जमवल्या होत्या त्यानं.

''मी तुला का निवडलं असं वाटतं तुला?'' तो मला चिडवू लागला.

पण मी त्याच्यासारखी विचित्र नव्हते. सामान्य होते. गावातल्या कुंटणखान्यातली एक वेश्या जी आता विलनं ठेवलेली बाई म्हणून राहत होती. तसंही मला ओळखावं, निवडावं असं काही नव्हतं. मी फार मागे मागे राहत होते म्हणून नाही पण मी स्वत:ची जाहिरात करणं थांबवलं होतं.

जाहिरात म्हणजे पुढे पुढे करणं नाही म्हणायचंय, पण एकंदर माझं असणं, विचार करणं, चालणं, बोलणं, माझे कपडे, मी ज्या पद्धतीनं झोपायचे ते सारं- पूर्वी या सगळ्यात झकपक असणार. आता नव्हती.

आता मी पूर्वीपेक्षा अगदी निराळ्या तऱ्हेनं राहायचे. आता मी जे कपडे वापरायचे त्यात अगदी साधी, शिस्तीची आणि वयानं मोठी वाटायचे. मी मुद्दाम तसं करायचे असं नाही, पण आरसा कधीकधी माझ्यातला बदल दाखवायचा आणि मी विचारांच्या गर्तेत हरवून जायचे.

अर्थात, लवकरच अजूनही काही बदल झाले. पूर्वी मी विलबरोबर सगळीकडे जात असे – कॉकटेल पार्ट्या, रात्रीची जेवणं, रेस्टॉरंट, क्लब, बार... हळूहळू मी

त्याच्या शहरभरच्या भटीगाठींमध्ये सहभागी होणं कमी केलं. मी छान तयार होऊन बरोबर जाण्यानं त्याला नक्कीच आनंद झाला असता पण तो पहाटे तीन-चारला परत यायचा तेव्हा त्याचं स्वागत करायला घरी असायचे ते त्याला जास्त आवडायचं. इतक्या रात्रीदेखील त्याला भूक आहे का, काही खायला हवं आहे का असं मी विचारायचे. त्याच्या आवडीचं चिकन सँडविच किंवा पाउंड केक द्यायचे. तो खाताना त्याच्याबरोबर बसायचे. हे सारं त्याला आवडायचं. खाणं झालं की त्याला कपडे बदलायला मदत करायचे आणि झोपवायचे. पँट हँगरला लावायचे, शर्ट आणि चड्डी धुवायला टाकायचे. बूट जागेवर ठेवायचे. पलंगाच्या कडेला बसून त्याला विचारायचे, आज मी कुठे झोपायचंय? त्याच्यासोबत की माझ्या पलंगावर?

सकाळी उठल्यावरदेखील मी समाईबरोबर नाश्त्यासाठी तयार असायचे, हे सारं त्याला हवंहवंसं वाटायचं. समाई आमची नोकर होती. आम्ही कॉफी, टोस्ट तयार करायचो, ताजी फळं कापून ठेवायचो. विल चौकड्यांच्या पायजम्यात नाश्ता करायला यायचा. आल्यावर माझ्या खांद्याला किंवा कपाळाला स्पर्श करायचा आणि मगच कॉफी घ्यायला खुर्चीवर बसायचा.

तो कुठे गेला किंवा कोणाला भेटला, असले प्रश्न मी विलला कधीही विचारायचे नाही. विल नेहमी खरं काय तेच सांगायचा. तो माझ्यासारखा नव्हता. खरं माहीत करून घेतल्याचे वाईट परिणामही होऊ शकतात, अशी शंका जरी आली तरी कच खायचा स्वभाव बनला होता माझा! उदाहरणच द्यायचं झालं तर विल दुसऱ्या बाईबरोबर गेला असं समजलं, या गोष्टीलाही माझी काही हरकत नव्हती. पण ती बाई जर माझी जागा घेणार असेल तर – तर ते सत्य मला अजिबात माहीत करून घ्यायचं नव्हतं.

मला वाटतं विलला माझ्यातला हा गुणदेखील आवडत असावा. तो मला काही सांगेपर्यंत मी धीरानं वाट बघायचे. त्याला प्रश्न म्हणून विचारायचे नाही. मी संयमी होते, पॅटपाँग स्ट्रीटवरच्या उत्साहानं फुदफुदणाऱ्या, सतत बोलणाऱ्या बायकांसारखी नव्हते. अशा बायका युरोपियन जोडप्यांना पीडत असायच्या. त्यांनी कितीही झटकलं तरी जोडप्यातल्या पुरुषाला चिकटायचा प्रयत्न करायच्या. ती एक मुलगी आठवतेय मला. एका जोडप्याला त्रास देत होती. त्यातल्या पुरुषाच्या खांद्यावर हात ठेवत होती, केसात हात फिरवत होती, मांडीवर थाप मारत होती. शेवटी त्यानं तिचा हात धरला, पिरगाळला. वेदनेनं विव्हळत तिनं कसाबसा हात सोडवून घेतला आणि पाठ फिरवून निघून गेली. पुढे गेल्यावर वळून त्याला मधलं बोट दाखवत म्हणाली, 'फकहेड!'

माझ्या मनात तसं वागण्याचे विचार येत नव्हते असं नाही. अजिबातच नाही. कितीतरी वेळा निवांत राहावं, मनमोकळं हसावं, ओरडावं, डोक्याला झिणझिण्या

येईपर्यंत किंचाळावं असं वाटायचं. सतत काय होईल याचा विचार करत राहणं नको व्हायचं. हसायचं नाही, जास्त बोलायचं नाही हे सारं लक्षात ठेवणंही त्रासदायक व्हायचं. पण हसणं, बोलणं माझ्यासाठी कधीच फायद्याचं ठरलं नव्हतं.

माझ्या मनातली भीती आणि प्रश्न मनातच ठेवून मी विल खात होता ते बघत राहिले.

तोंडात घास असताना विल बोलत राहायचा आणि ते मला आवडायचं. तोंड उघडं ठेवून खाणाऱ्या चिनी माणसांसारखं ते गचाळ नाही दिसायचं – चिनी माणसं खूप खातात आणि खूप ओरपतात. ढेकरा देण्यातही त्यांचाच पहिला नंबर... किंवा युरोपियन लोकांसारखं – उदाहरणादाखल तो स्विस फोटोग्राफर घ्या, विल बाहेरगावी गेलेला असताना एकदा राहायला आला होता.

हा प्रसिद्ध फोटोग्राफर रोज सकाळी कापडाची गुंडाळी घेऊन यायचा. त्यात ब्रेड आणि जामची बाटली असायची. पाव कडक, कसल्याशा बिया, दाणे घातलेला असायचा. बिलबिलीत तपकिरी रंगाचा जाम.

खिशातनं स्विस कंपनीची सुरी काढून हा फोटोग्राफर खुनशीपणानं पावाकडे बघायचा. मग त्यातून पावाचा एक तुकडा घेऊन त्यावर जामचा जाडजूड थर द्यायचा. त्याचं तोंड उंदरासारखं होतं. लांब, टोकदार. अन्न कुरतडणारे दात, लुकलुकणारे डोळे. दोन तुकडे खाऊन झाले की तो दाताला लागलेला जाम चाटून घ्यायचा. जामच्या बाटलीला घट्ट झाकण लावायचा. कापडामध्ये पाव आणि जाम गुंडाळायचा. कॉफी घेताना पाव आणि जामची मौल्यवान गुंडाळी मांडीवर ठेवायचा. मग ती गुंडाळी कवेत घेऊन त्याच्या खोलीत जायचा.

विल बाहेरगावहून परत आल्यावर मी त्याला या विचित्र माणसाचं पाव आणि जामचं प्रेम सांगितलं. तो दिवसभर बाहेर असताना पाव आणि जाम चोरून आणावा अशी मला खूप इच्छा झाल्याचंही सांगितलं. मला ते हवं होतं म्हणून नाही, तर मिळालं नाही म्हणून तो किती अस्वस्थ झाला असता हे पाहण्यासाठी.

''तू आणायला पाहिजे होतास पाव आणि ब्रेड,'' विल म्हणाला. ''मी खाताना तू समोर बसून बघत राहतेस तेव्हा काय विचार करतेस ते आता समजलं मला- हा बघा हावरा, कसा दात काढून वचवच खातो आहे, असा विचार करतो आहेस ना?''

नाही, विलला खाताना बघण्याचा अनुभव पूर्ण वेगळा होता. तो खाताना आवाज करायचा, ते आवडायचं मला! त्याच्या दाताखाली आल्या की भाज्यांचा आवाज जणू निराळा येत असे. तो वाहवा करत कॉफी आणि संत्र्याच्या रसाचा आस्वाद घेत असे तेव्हा त्या त्या पदार्थांची चव वाढली आहे असं वाटत असे. विलचा एक गुण सांगायलाच हवा. सोबत बसलेल्या माणसाबरोबर खाणं वाटून घेतल्याशिवाय त्याच्या घशाखाली घास उतरत नसे. प्रत्येक वेळी जेवायला बसल्यावर

तो मला खायचा आग्रह करायचा. खाताना मध्येच भरलेला चमचा माझ्यासमोर करायचा. तो पाव आणि जाम खातो आहे ही कल्पना केली तरी अंगावर काटा यायचा. तो बदलूच नये असं वाटायचं. अर्थात, तो त्याच्या मनातलं काही बोलायचा नाही ते सोडून.

एक दिवस त्याला यायला खूप उशीर झाला. उशीर म्हणजे पहाटच उजाडली. त्यानं मला उठवलं नाही. स्वत:च पेल्यात फळांचा रस काढून घेतला, फ्रीजमध्ये जे काही होतं ते खायला लागला. डायनिंग टेबलवर बसून पेपर वाचत होता तेव्हा मी उठून बाहेर आले. त्यानं मला पाहण्याआधी बराच वेळ मी त्याला पाहत राहिले. त्याचं डोकं पेपरमध्ये बुडलेलं. दिव्याचा प्रकाश त्याच्या डोक्यावर पडला होता. केस चमकत होते. मी कितीतरी वेळ त्याच्याकडे बघत होते. मनातल्या भावनांचा कल्लोळ झाला होता. त्या भावना पूर्णपणानं नवख्या होत्या. पण मग मला त्या दिवसांची आठवण झाली. रंगूनमध्ये मॉर-फॉर आणि पिया जातानाच्या दिवसांची, त्यांच्याबरोबर राहत असतानाच्या दिवसांची, शेजारच्या घरात राहणाऱ्या, हॉलंडहून आलेल्या त्या माणसाकडे मी संधी साधून बघत असायचे. तो एकटा जेवताना त्याच्याकडे चोरून बघायचे. विलच्या डोक्यावर आता पडला आहे, अगदी तसाच प्रकाश त्याच्याही डोक्यावर पडलेला असायचा. दूर दिसणाऱ्या त्या आकृतीशी जवळचं नातं जुळण्याचा काही मार्ग दिसावा अशी मी तेव्हा प्रार्थना करायचे. काहीतरी नाट्यमय करत त्याला संकटातून बाहेर काढावं, जळत्या इमारतीतून बाहेर काढत त्याचा जीव वाचवावा, जीवघेण्या आजारातून अखंड सेवा करावी अशी मी स्वप्न पाहायचे. त्याच्यासाठी इतकं केल्यावर माझा स्वीकार करण्यावाचून त्याच्याकडे पर्याय तरी उरेल का? मग त्याला त्याच्या देशात जाताना- जो कुठला देश असेल तो- तिथे सोबत मला न्यावंच लागेल.

देवानं माझ्या प्रार्थना आता ऐकल्या होत्या. मला माझा संरक्षक, आधारस्तंभ गवसला होता. तो तिथे, त्या टेबलावर बसला होता. आणि मी इथे, नव्या जगात, त्याच्यापाशी होते.

मॉर मला बौद्ध धर्माची दीक्षा देईल अशी डो डो सेंगला भीती वाटायची. त्या दिवसात ती मला बायबलमधल्या गोष्टी वाचून दाखवायची. निरनिराळ्या देवदूतांच्या पातळ्या समजावण्याचा प्रयत्न करायची. गॅब्रिअल, उरियल, मायकल आणि राफेल हे प्रमुख देवदूत. तेजस्वी आणि गूढ! सैतान प्रबळ होता, अग्नीसारखे पंख आणि बलवान! मला काही देवदूतांची गंमत वाटायची. जे फक्त बघे होते ते विचित्रच वाटायचे. हे 'अवलोकन' करणारे देवदूत नजरेत भरतील असे नव्हते. सैतानासारखे बलाढ्य नव्हते, ना मायकल- राफेलसारखे देखणे होते. ते साधेसुधे, माणसांसारखे

दिसत होते. गडद रंगाचे केस, कपाळावर आठ्या, देवदूताच्या पंखांचा पत्ता नाही.

"कारण ते खरंच आपल्यासारखे आहेत," डो डो सेंग सांगत असे. "त्यांनी माणसांसारखं दिसावं अशीच तर व्यवस्था आहे. देवाच्या जवळ जाण्याचा मार्ग ते आपल्याला दाखवतात. चांगलं ख्रिस्ती कसं बनावं ते शिकवतात. त्यातले काहीतरी आपल्यातल्या बायकांना पत्नी म्हणून स्वीकारतात. हे दिव्यदृष्टी असलेले देवदूत आपल्यासारखेच दिसतात पण आपल्यातले नेमके देवदूत कोण हे आपण नाही सांगू शकत. काहीतरी अद्‌भुत घडलं तर त्यांचं असणं उठून दिसतं. त्यांच्या वागण्यातून, दयेतून, त्यागातून आपल्याला त्यांच्या देवत्वाची प्रचिती येते."

"तू कधी कोणा देवदूताला भेटली आहेस का?" मी विचारलं.

"नाही." तिनं नव्हता पाहिला देवदूत. "पण हे बघे देवदूत संख्येनं कमी आणि दूरवर पसरलेले असावेत. ज्यांना फारच गरज आहे त्यांच्यापर्यंत पोहोचत असावेत. 'तुझ्यासारख्यांच्या मदतीला." डो डो सेंग म्हणाली.

"मी?"

"हो तूच. गोंधळलेली आणि प्रश्नांच्या अखंड चक्रात अडकलेली. ना कोणावर विश्वास, ना कुठली दिशा." मला बिचारीला कोणा देवदूताची मदत मिळाली तरच मार्ग दिसेल अशी तिला खात्रीच होती – तो देवदूत मला भेटला होता. त्यानं मला मार्ग दाखवला होता.

आपल्याकडे कोणीतरी बघतंय हे विलला अजिबात आवडायचं नाही – तरी त्याचं माझ्याकडे लक्ष नाही याची खात्री करूनच मी त्याच्याकडे बघायचे.

"बंद कर, भीती वाटते मला तुझी." एकदा त्याच्याकडे बघत असताना तो म्हणाला.

"का? मी काय करतेय?"

"एकटक बघतेयस माझ्याकडे, जसं काही मी कोणी भूत आहे."

माझ्यासाठी तो तसाच होता. अद्‌भुत. पुरुषांबद्दल माहीत नसलेल्या, बोलून सांगता न येणाऱ्या गोष्टी जाणून घेण्याचा मी प्रयत्न करत होते. कावळे पंखांना मुंग्या 'लावून' घेतात, एक तऱ्हेचा उपचार करतात, हे मी टीव्हीवर पाहिलं होतं.

फक्त कावळेच नाही, तर बरेच पक्षी- मुंग्या पसरलेल्या जमिनीवर पंख पसरून, त्या पंखांवर चढण्याची वाट पाहतात. काही पक्षी तर चोचीनं मुंग्या उचलून पंखांवर चोळतात, कोरड्या शांपूसारखं. मुंग्या काही आम्ल बाहेर टाकतात अन् त्यामुळे पक्ष्यांच्या पंखातल्या पिसवा मरतात, म्हणून पक्षी मुंग्या पंखांवर ठेवतात की आणखी काही कारण होतं कोण जाणे! जे काही कारण असेल ते असो, मुंग्या पंखांना लावल्यानंतर पक्षी काही काळ कैफात असतात असं म्हणतात.

कुंटणखान्यात गर्दी करणाऱ्या त्या सगळ्या पुरुषांची अवस्था त्या पंखांवर

मुंग्या टाकणाऱ्या पक्ष्यांसारखी असणार असं मला वाटतं. वेड लावणारी खाज थांबवण्यासाठी त्यांना काहीतरी तात्पुरता उपाय हवा असावा. बायकांना ही खाज काय असते ते कळणारही नाही कदाचित!

माणसाला जंगली जगाचा अंश समजलं तर त्यांच्या वागण्याला तितकासा दोष देता येणार नाही. उत्सुक आणि धाडसी! जंगलात एखाद्या प्राण्याकडे डोळे लावून बसावं तसं मी विलकडे बघत असे. मी जागी, तो झोपलेला. त्या परिस्थितीचा फायदा घ्यायचा म्हणून मी त्याच्याकडे बघत होते असंही नाही. पण अदृश्य जगाला हात लावण्याचं धाडस केल्यासारखं वाटत होतं – लहान असताना मी गाईच्या जिभेजवळ माझा हात नेला होता. तो उष्ण, खरखरीत स्पर्श अजून आठवतो. रंगूनच्या प्राणिसंग्रहालयात ओरांग-उटानच्या भल्याथोरल्या हातात माझा हात देतानाचा रोमांच अजून आठवतो मला! गर्भपात करून बाहेर आल्यावर प्रत्येक वेळी आयाचा हात धरला की असाच भावनांचा उमाळा येत असे. ती बाईसारखी दिसतच नसे. केस छोटे कापलेले, मुलासारखीच दिसायची ती. तिच्या तळहाताचा स्पर्श अजून आठवतो मला, खरखरीत आणि कोरडा. माझ्या शरीराचे धिंडवडे निघत असताना तिचा हात माझ्या कपाळावर असे.

मी माझ्या या 'स्लिपिंग वॉचर'ला फक्त स्पर्शानं चाचपलं होतं असं नव्हे, तर गंध आणि चवही पाहिली होती. मी त्याचे केस हुंगले होते, त्याच्या त्वचेची चव जिभेवर घेतली होती, त्याचे हात हातात घेऊन पाहिले होते – तेवढ्यात त्याला जाग आलीच तर मी दिवा लावायलाच उठत होते, किंवा त्याच्या पायावरचा डास मारायला असे बहाणे माझ्याकडे तयार असत.

अर्थात, त्याला माझ्या देहात 'तसा' रस नव्हता. पहिल्यापासूनच त्यानं हे मला अगदी स्पष्ट सांगितलं होतं. माझं शरीर त्याच्यासाठी महत्त्वाचं नव्हतं. महत्त्वाचं नव्हतं पण आता ते अगदी रसही वाटू नये असं झालं होतं की काय अशी मला शंका येऊ लागली होती. त्याला फक्त घेण्यात रस होता, देण्याचं काही जमत नव्हतं असं वाटू लागलं होतं. मला उत्तेजित करण्याचं, आनंद देण्याचं काम करण्याचं जेव्हा काम वाटू लागलं तेव्हा त्यानं ते करणं सोडून दिलं. या प्रकारचं देहाचं समाधान माझ्यासाठी आनंदप्रद नव्हतं असा त्यानं समज करून घेतला असावा.

पण तशीच वेळ येती तर मी शरीरसुख मिळत असल्याची उत्तम बतावणी केली असती. बाकी काही नाही तरी ढोंग करायला मी शिकले होते. श्वासाला जडपणा आणणं, विव्हळणं, कुत्र्याच्या पिल्लासारखं केकाटणं, किंवा 'येस, येस, येस... येसे!' म्हणत शरीरसुखाची परमावधी गाठली आहे असं ढोंग करणं हे काम काही माझ्यासाठी आता तितकसं अवघड नव्हतं. पण विल माझा आधार होता. माझ्याकडे बघणारा देवदूत होता. त्याच्याशी मी गिऱ्हाइकासारखं वागणं बरोबर नव्हतं.

मग आम्ही एक करार केला, नि:शब्दपणानं. एकमेकांसमोर कोणतंही ढोंग करायचं नाही. खोटं बोलायचं नाही. माझं शरीर त्याच्यासाठी महत्त्वाचं आहे असं ढोंग तो करणार नाही आणि माझं शरीर त्याच्या स्पर्शासाठी आसुसलं आहे अशी बतावणी मी करणार नाही. अर्थात, मी माझ्या वाट्याचं ढोंग, खोटेपणा, नाटक केलं होतं. त्या खोटेपणामुळे विल फार हताश झाला होता. अगदी मुळातूनच एखाद्याला शांत करण्यासाठी जी खरीखुरी जवळीक लागते तिथे पोहोचायलाच मी तयार नव्हते. त्याच्याशी असं वागल्याबद्दल, अंतर निर्माण केल्याबद्दल मलाही वाईट वाटत होतं. हे सगळं घडलं, घडत होतं, पण एक गोष्ट कबूल करायला हवी. मला माझ्या पलंगावर एकट्यानं झोपण्यापेक्षा, त्याच्यासोबत त्याच्या पलंगावर झोपलं की जास्त सुरक्षित वाटायचं. त्याच्याशेजारी झोपावं किंवा न झोपता पडून राहावं, ही माझ्यासाठी सुखाची परमावधी होती.

तरीही आपण त्याला शरीराचं सुख देत नाही ही भावना मला खात होती. असं होण्याची कारणं शोधून मी मनाचं समाधान करून घेत राहिले. माझ्यात जे जे कमी होतं, ते भरून काढण्यासाठी मी प्रयत्न करत राहिले. मला त्याच्याविषयी आदर, भक्ती वाटते ती त्याला का पुरेशी होत नाही? मी मन लावून, कर्तव्यभावनेनं – एखाद्या बायकोनं करावी तशी त्याची सेवा करते ते पुरेसं का होत नाही? मी त्याची सोबत करते, खाणं बनवते, घरची देखभाल करते, मग? हे का नाही पुरेसं ठरत? गाडीचा चालक नीद आणि अर्धवेळ माळी सोडून बाकीच्या सगळ्या नोकरांना मी कामावरून कमी केलं, ती कामं मी करू लागले. त्याचे असंख्य मित्र आमच्याकडे यायचे, त्या मित्रांचे मित्रही यायचे. त्यांना प्रवास करताना आमच्याकडे राहायचं असायचं, त्यांची मी काळजी घ्यायचे. मी या आगंतुक पाहुण्यांसाठी शक्य ते सारं करायचे. त्यांच्या पलंगावरच्या चादरी बदलायचे, त्यांची स्वच्छतागृह घासून-पुसून लख्ख करायचे, त्यांचे कपडे धुवायचे, इस्त्री करायचे, त्यांच्यासाठी जेवण बनवायचे, शहरात कुठे काय मिळेल ते सांगायचे. त्यांना हवी ती दुकानं, ऑफिसं कुठे आहे ते दाखवायचे. विमानतळावर फोन करून त्यांच्या पुढच्या प्रवासाची व्यवस्था करायचे, टॅक्सीची सोय करायचे, बसच्या वेळा सांगायचे. इतकंच नाही तर मी त्यांची बडबड ऐकण्याचं मोठ्ठं काम करायचे. अजून काय करायला हवं?

हे सगळे अनाहूत – विलच म्हणायचा त्यांना तसं- माझ्यासारख्या तिऱ्हाइताशी बोलायला उत्सुक असायचे. त्यांचे शब्दच संपायचे नाहीत. माझ्यासारख्या शंभरशे साठ अनुभव घेतलेल्या मुलीसमोर ते बोलत बसायचे. त्या काळ्या, गलेलठ्ठ अमेरिकन माणसाचं बोलणं मी तासन् तास ऐकत बसायचे. तो म्हणे कॅलिफोर्नियात न्यायाधीश होता, त्याच्या एके काळच्या मैत्रिणीबद्दल बोलत बसायचा. ती लग्न करण्यासाठी य़ोग्य होती असं त्याला वाटण्याचं एक कारण होतं, ती त्याला

भेटवस्तू देऊन अगदी गुदमरवून टाकायची. दुसरं महत्त्वाचं कारण म्हणजे तिची शरीराची भूक न संपणारी होती. त्याला नेमकं मला वर्णन करून सांगणं अवघड जात होतं पण म्हणे तिचं गुप्तांग सतत 'उत्सुक' असे.

त्या बेल्जियम खाणअभियंत्याला निराळीच काळजी होती. त्याच्या मैत्रिणीला संभोगाबद्दल सरमिसळ भावना असाव्या असं त्याला वाटत होतं. शरीरसुखानंतर ती त्याच्या बेंबीवर उलटी करायची म्हणे!

लेइडन विद्यापीठात तत्त्वज्ञानाचा प्राध्यापकाच्या शब्दांनाही मी खूप वेळ कान दिला होता. तो स्त्रियांचा चाहता असल्याचं सांगायचा. पुरुषांपेक्षा बायकांशी बोलण्यात मजा येते, त्यांच्याशी सहज बोलता येतं, त्या अधिक भावनोत्कट असतात असं म्हणायचा. तो एका बाईला भेटला होता, शरीरसुखाचा उत्कट क्षण तिनं कधी अनुभवलाच नव्हता म्हणून आपल्याला वाईट वाटल्याचं म्हणाला. तिला शरीरसुखाच्या त्या उत्कट क्षणाची 'भेट' देणं हे त्याचं काम होतं असं त्यानं मानलं. मग त्यासाठी त्या बाईच्या मागे लागावं लागलं तरी बेहत्तर अशी त्यानं समजूत करून घेतली होती. त्यात पुन्हा तो बायकांचा चाहता असल्यानं, जगातल्या बायकांना शरीरसुखाच्या उत्कटतेची ओळख करून देणारा कार्यकर्ता समजू लागला होता. दिसली बाई की तिची कूस उजवणं हे तो आद्य कर्तव्य समजायचा. त्या बाईबद्दल आपल्याला काय भावना आहेत वगैरे गोष्टी गौण होत्या. आपलं बीज इथे-तिथे वाटणं हे त्याच्या दृष्टीनं फार फार महत्त्वाचं होतं.

नेफरतितीशी बोलण्यात तर मी कितीक वेळ घालवला असेल. मी तिचं बोलणं तासन् तास ऐकत बसायचे. ती सॅन फ्रॅन्सिस्कोची होती. दुधाळ वर्ण, इजिप्तच्या राणीचे दिसावे तसे काळेशार, चकचकीत, खांद्यापर्यंत रुळणारे केस, पुढचे केस भुवईपर्यंत कापलेले. ती इजिप्तची नव्हती पण तिथली पुरातन विद्या तिला अवगत होती. ती केमिस्ट्रीला म्हणायची- केम- म्हणजे 'काळेपणा'. ते म्हणजे पुरातन इजिप्तचं नाव होतं. इजिप्त म्हणजे ज्ञानाचं रसायन. मोक्षासाठी म्हणे या काळेपणात प्रवेश करणं आवश्यक होतं.

प्रकाशाची अनुभूती हवी असेल तर मी माझ्या आतल्या अंधारात डोकावलं पाहिजे असं ती सांगायची. तिच्या मते, आधीच्या जीवनानुभवांना तोंड दिल्याशिवाय मला सत्याची, ज्ञानाची प्राप्ती होणार नव्हती. मी जर तोंडदेखलं, वरवरचं चांगलं वागत राहिले तर नंतर माझा भ्रमनिरास होईल. मी स्वत:तच खोल पाहावं, खोल खोल अंधाराचा वेध घ्यावा असं म्हणायची. मला ती मोत्याची गोष्ट माहीत नव्हती असं थोडंच होतं? आपण सारे पृथ्वीवर तो मोती शोधण्यासाठी आलो आहोत. पण आपण खा खा खातो आणि पी पी पितो आणि मग मोती शोधण्याचं काम करायला विसरतो.

"जागी हो, उठ नाहीतर मग कोसळ! असं कोण म्हणलंय सांग?" तिनं विचारलं. तिचे डोळे आव्हान दिल्यासारखे चमकत होते. "काय हे ना गा? समोर आहे त्याला तोंड दे. तुला काहीच कसं माहीत नाही? हे बघ, अगदी साधीभोळी नोकर असल्यासारखे भाव आणू नको डोळ्यात. इथे जवळ चांगलं ग्रंथालय आहे, तिथे कितीतरी चांगली पुस्तकं आहेत. तू वाचत का नाहीस? हवं तर बायबलपासून सुरुवात कर. त्यात सगळं आहे. तुला रस्ता दाखवण्यासाठी तर सगळंच. ल्युसिफर... ल्युसिफर असं म्हणाला होता – जागे व्हा, उठा नाहीतर कोसळाल आणि तसेच राहाल."

ती स्वत:शीच हसत पुटपुटली, "ल्युसिफरला काय म्हणायचं होतं ते पक्कं ठाऊक होतं." नेफरतितीला ज्या गोष्टींचं खळखळून हसू यायचं त्यात मला फारसं काही हास्यास्पद वाटायचं नाही.

तिनं मला एकदा टॅरोट कार्ड उचलायला लावलं होतं. तिच्या पर्समध्ये कायम या कार्डचा गठ्ठा असायचा. मी निवडलेलं कार्ड हातात घेऊन ती मागे रेलली आणि मोठ्यानं हसली.

"काय आहे? काय आहे त्यात?" मी विचारत होते, तिनं बाकीची सारी कार्डं गोळा केली आणि फक्त मी निवडलेलं कार्ड टेबलवर ठेवलं.

"कोसळणारी वीज? मोठ्या मनोऱ्यावर पडतेय?" मी विचारत राहिले.

"अजून काय? सांग ना, अजून काय?"

"विजेमुळे मनोऱ्याचा कळस जळून गेलाय?"

"अजून?"

"प्रत्येक खिडकीतून आगीच्या ज्वाळा येताहेत. एक माणूस आणि बाई त्यात होरपळताहेत."

"आता एवढं सांगितल्यावर तरी तुला कळलं असेल ना हे कार्ड काय सांगतंय ते! सारे भोग भोगून संपवल्यानंतरच मोक्ष, समजलं?"

पंचवीस

नेफिरतितीनंच माझ्या या आजाराला नाव दिलं होतं. तिचं म्हणणं होतं की, मला लोकांमध्ये जायला भीती वाटते. हा आजारच आहे असं तिचं ठाम मत होतं. 'अगोराफोबिया' होता म्हणे मला. तिनं सांगितलं की, हा ग्रीक शब्द होता. हा आजार झालेल्यांना बाजारपेठेतसुद्धा जायची भीती वाटते. जगात जाण्याची, स्वतःला रिझवतील अशा गोष्टी शोधण्याची भीती वाटते. एवढ्या मोठ्या शहरात स्वतःच्या आनंदाच्या गोष्टी मिळवण्याची तर दहशतच वाटते.

मला बाजारपेठेची भीती वाटते असं कोणाला का वाटावं, याचं मला आश्चर्य वाटत असे. मी जवळच्याच प्रतुनम बाजारात आठवड्यातनं दोनदा तरी जात असे – कधी खाद्यपदार्थ, स्वच्छतेचं सामान तर कधी बागेसाठी काही झाडं-झुडपं आणत असे. एकदा मला हवं असलेलं काहीतरी तिथं मिळालं नाही, तर मी थेट त्या मोठ्या दुकानांमध्येही गेले होते – 'सेंट्रल' की 'दाईमारू' असं काहीसं नाव होतं त्याचं. विलनं मला पहिल्यांदा नेलं होतं, त्यानंतर मी अगदी वाट बघायचे जातुजकला आठवड्याच्या शेवटी जायला मिळेल म्हणून. तशी वाट बघणं, तो उत्साह हळूहळू कमी झाला होता, हे मान्य होतं मला.

गर्दीनं फुललेल्या रस्त्यांवरून वाट काढत आम्ही गेलो होतो. कापडाची, तयार कपड्यांची दुकानं, चपला-बूट, बॅगा, पिशव्या, दागिने, रत्न, वाऱ्यावर डोलणारी, किणकिणाऱ्या घंटा, भिंतीवर लावायच्या शोभेच्या वस्तू, काचेच्या – तांब्याच्या वस्तू – विल वेगानं पुढे जात होता आणि त्याच्या वेगाशी मेळ खाण्यासाठी मी जवळपास धावत होते. थोड्याच वेळात आम्ही पुरातन वस्तूंच्या बाजारात पोहोचलो.

तिथं विल अगदी निवांतपणानं प्रत्येक वस्तू बघत होता. टेबलांच्या खाली जाऊन, अंधाऱ्या कोनाड्यात, कपाटांच्या गर्दीत, आपल्याला कोणी नेईल, अशा आशेवर धूळ अंथरून बसलेल्या तोडक्या-मोडक्या, खराब झालेल्या वस्तूंकडे तो कितीक वेळ बघत होता. अशा पुरातन गोष्टींचं महत्त्व मला सांगण्याचा त्यानं सुरुवातीला प्रयत्नही केला. विशेषतः ज्या वस्तू बर्माहून आल्या होत्या, त्या त्यानं

मला दाखवल्या. जीर्ण झालेलं वेलबुट्टीदार कापड, अत्यंत जीर्ण झालेली जाळीदार पानावरची पत्रिका, काळं पडलेलं चांदीचं भांडं. पण मला त्या सगळ्या उठाठेवीमध्ये फारकाही अर्थ वाटला नाही – जुनाट काहीतरी वस्तू अगदी घासाघीस करून पदरात पाडून घ्यायची आणि करायचं काय, तर तिला धूळ खात ठेवायचं.

एकदा तो कामासाठी बाहेरगावी गेला होता. येताना सोबत काहीतरी घेऊन आला होता. मला ती कधी दाखवेन म्हणून उतावीळ झाला होता. "हे काय आहे माहीतेय?" त्यानं अंगठा आणि तर्जनीमध्ये अंड्याच्या आकाराचं काहीतरी धरलं होतं.

"काय आहे?" मी ती वस्तू माझ्या हातात घेतली. खरंतर मला फारकाही उत्सुकताही नव्हती. पण त्याला मी उत्सुकतेनं ती वस्तू पाहावी असं वाटत होतं म्हणून मी म्हणाले. ती वस्तू उचलून त्यानं माझ्या कानाला लावली. आत काहीतरी खडखडत होतं. "कळलं का काय आहे ते?" मला नव्हतं कळलं.

"हे बीजनाम आहे! तुझ्या खेड्याजवळचंच आहे. सीमेपासच्या बाजारपेठेत मिळालं मला ते! अस्वलाच्या नख्या आणि वाघाच्या दातांपाशीच ठेवलं होतं. त्या विक्रेत्याला हे काय आहे तेपण धड माहीत नव्हतं. 'हे नशीब उघडण्यासाठी...' इतकंच काय ते म्हणाला तो."

"मग तुला कसं माहीत हे काय आहे ते?"

"मला थोडी माहिती आहे लू' लोकांबद्दल, आठवतंय ना?"

हे तो मला उद्देशून म्हणत होता की नाही ठाऊक नाही. की त्यानं लू जमातीबद्दल बरंच वाचलं होतं असं म्हणत होता. मी बोटांनी ती बी घासून पाहिली, खरी आहे की खोटी ते बघायला. असं असतं का ते बीज, डो डो सेंग म्हणाली होती तसं या बीमध्ये लहान मुलाचं नाव सांगतात?

मी ते बी घाईनं विलच्या हातात ठेवलं. मला अचानक ती बी हातात धरण्याची भीती वाटली.

"तुझ्यासाठीच आणली आहे." ते बी पुन्हा माझ्या हातात ठेवत विल म्हणाला. "हे तुमच्यापैकीच कोणाचं तरी असणार. मला खात्रीच आहे अगदी."

"पण माझं नाहीये हे बीजनाम." मी म्हणाले.

"काय झालं ना गा? कसला त्रास होतोय तुला?" मला काहीच उत्तर सुचेना. त्यानं अजून एक प्रयत्न केला. "माफ कर मला. मला वाटलं तुला आवडेल ही भेट. तुला नाही आवडली तर फेकून दे."

मी तसंच केलं.

त्यानं मला त्या पुरातन वस्तूच्या गर्दीतून नेलं तेव्हाही मी त्यात रस असल्याचं नाटक केलं होतं. दुसरं काय करणार होते म्हणा! खरंतर मला बाजाराच्या त्या भागात जायला आवडलं असतं. तिथे सशांना वाघाच्या कातडीची बंडी घातलेली

असते किंवा कोंबडीच्या पिल्लासोबत टिक-टॅक-टो खेळायला मजा आली असती. या पिल्लांना मक्याच्या दाण्याच्या सोंगट्या उचलायला शिकवलेलं असतं. नाहीतर चित्रकार हत्ती बघायला आवडलं असतं. हा चित्रकार हत्ती पिकासोसारखा ब्रशनं फराटे मारत चित्रं काढतो.

मी नेफरतितीला सांगण्याचा प्रयत्न केला की, मला बाजारपेठांची अजिबात भीती वाटत नाही. मला फक्त तिथे कंटाळा येतो. पण तिला माझं म्हणणं काही केल्या पटत नव्हतं. 'अगोराफोबिया' म्हणजे बाजारपेठ किंवा तशा मोकळ्या जागांची भीती असं तिनं मला समजावून सांगितलं. ती काय म्हणत होती, ते मला समजलं नाही. मला मोकळ्या जागांची भीती वगैरे वाटत नव्हती. मला फक्त घरात कोणीच नाही, ते असं वाऱ्यावर सोडून जायला आवडायचं नाही इतकंच.

आपण अगदी थोडा वेळ जरी घराबाहेर राहिलो तर इकडचं जग तिकडे व्हावं इतक्या गोष्टी घडू शकतात. झाडं पडू शकतात, मोडू शकतात, मरू शकतात. ओले कपडे लगेचच्या लगेच वाळत घातले नाहीत तर त्यांना सुरकुत्या पडू शकतात, त्यांना वास यायला लागू शकतो. मांस खराब होऊ शकतं. फळं कुजू शकतात, त्यावर माशा घोंघावायला लागू शकतात. टेबल किंवा जमिनीवर अन्नाचा एक कण जरी पडला तरी मुंग्यांची फौज येते. डास घरभर शिरून उच्छाद मांडू शकतात, घराला आग लागू शकते.

विल तर बरेचदा घरी नसायचाच – तो प्रवासात असे. विमानानं किंवा बोटीनं जाणार असला तरी म्हणायचा 'मी 'ऑन द रोड' आहे.' तो नाही म्हटल्यावर मला सतर्क राहायला नको! घर नीट ठेवणं, आल्या-गेल्याचं सर्व ठाकठीक होतंय ना बघणं, या आगंतुक पाहुण्यांपैकी बरेच तर विललाही अपरिचित असायचे. या लोकांना राहायला जागा मिळाली की झालं असं त्याचं मत!

नेफरतिती मला अगोराफोबिया आहे असं म्हणाली हे मी विलला सांगितलं. तो खांदे उडवून तिचं बोलणंही उडवून लावेल अशी माझी अपेक्षा होती. पण तो म्हणाला, "तिच्या बोलण्यात तथ्य असू शकेल."

"विचार तर करून बघ तिच्या बोलण्याचा," विल म्हणाला, "तू हल्ली अजिबात घराबाहेर पडत नाहीस. घराबाहेर जाऊन काही म्हणता काही करत नाहीस. घरकामात स्वत:ला बुडवून घेतलं आहेस. नसती कामं उकरून काढतेस आणि खपत बसतेस. स्वयंपाकी, मोलकरीण सगळ्यांना कामावरून कमी केलंस. तू सतत राबत असतेस आणि कोणी तुला असं काम करायला सांगत नाहीये. तू ही इतकी टोकाची साफसफाई करण्याची काही गरज नाहीये."

आपला आवाज तापतो आहे हे लक्षात येऊन विल मध्येच बोलायचा थांबला, स्वत:साठी त्यानं अजून एक पेग तयार केला. मग आवाजात शांतपणा आणून

म्हणाला, "माझी कशाचीच तक्रार नाहीये. घर चकचकीत आहे, पाहुणे आनंदात असतात, माझ्या बुटांना पॉलिश असतं, शर्टांना इस्त्री असते. मी कधीही आलो तरी तू माझी घरी वाट पाहत असतेस. इतक्या आरामशीर राहण्याला नाही म्हणणं हे कोणा पुरुषाला अवघड आहे. पण तू माझी नोकर नाहीस, घर सांभाळणारी कामकरीण नाहीस. ना गा, तू माझी बायकोही नाहीस. मी तुझ्याकडून हे सारं का करून घेऊ? मला या सगळ्या कामांच्या ढिगासाठी तू नको आहेस. माझं जाऊ दे, तुझीदेखील स्वत:कडून इतकीच अपेक्षा असणं बरोबर आहे का?"

"इतक्या दिवसांपासून तुला ओळखतो आहे, आता तरी मला कळलं असतं तुला नेमकं काय हवं आहे तर किती बरं झालं असतं. तुला शाळा-कॉलेजात जायचं नाहीये, शिकायचं नाहीये, मी सांगितलेली पुस्तकंही वाचत नाहीस तू. नव्या ओळखी, मित्र-मैत्रिणी करायला उत्सुक नसतेस, तू प्रवास करावास म्हणून मी किती ठिकाणी पैसे भरले, तिथेही जात नाहीस. खरंच सांगतोय ना गा, तुझी शक्ती तुझ्याच भल्यासाठी वापरलीस तर फार आनंद होईल. त्यासाठी मला मिळणारा ऐश आराम घालवायलाही काही वाटणार नाही."

"आत्ता राग आलाय तुला," मला जवळ ओढत, खांद्याभोवती हाताचा वेढा टाकत तो म्हणाला, "मला म्हणत असशील काय हरामी आहे म्हणून. इतकं करते याच्यासाठी तरी."

विलच्या दारू पिण्याच्या कार्यक्रमात विविध टप्पे यायचे. कधी त्याचा रागरंग मनधरणी करण्याचा असायचा. कधी तो तुकड्या-तुकड्यात बोलायचा. अगदी शॉर्टहॅंड लिहून घ्यावं तसं. मला त्या अडखळत्या शब्दातून अर्थ काढणं मुश्कील व्हायचं. आत्ता म्हणाल तर तो अगदी सुतासारखा सरळ, सुबोध बोलत होता आणि माझ्या प्रतिसादाची वाट पाहत होता. माझ्या डोक्यात फक्त एकच विचार – तुला माहितेय मी का वाचत नाही ते. कारण त्यानंतर तू माझी उलटतपासणी घेतोस, ते अजिबात नाही आवडत मला.

तो माझ्याकडे बघत होता, उत्तराच्या प्रतीक्षेत दिसत होता. "मला नेमकं किती आणि काय कळलंय हे तुला माहीत करून घ्यायचं असतं. त्यावर माझे काय विचार आहे हे जाणून घ्यायचं असतं. ती वेळ आली की मला अगदी परीक्षेला बसल्यासारखं वाटतं. मी नापास होणार याची खात्रीच वाटायला लागते."

"पण अपयशाचीच इतकी खात्री का म्हणून? इतका पराभवाचाच विचार का करायचा? मला फक्त तुला पुस्तक कसं वाटलं त्याबद्दल बोलायचं असतं. याला संवाद असं म्हणतात."

अर्थातच मला या 'संवादां'ची भीती वाटायची.

"मी काही परीक्षेला बसवत नाहीये तुला. हे सारं जे चाललंय, हे ... हे

आयुष्य... हे...'' तो अचानक म्हातारा अन् थकलेला दिसू लागला, म्हणाला, ''जाऊ दे, चल, झोपायला जाऊ.''

पण तो काय म्हणत होता मला उमजत होतं. आता अधिक काम करायला लागणार होतं. अधिक श्रम घ्यावे लागणार होते. माझी गरज निर्माण करायला आणि ती तशीच राहावी म्हणून प्रयत्न करावे लागणार होते.

मला खरं खरं काय हवं होतं ते विलला माहीत नाही असं कसं होईल? मला एकच गोष्ट हवी होती – त्याच्यासोबत राहायचं होतं.

मी मूर्खांच्या नंदनवनाची राणी होते. अर्थात त्याची मला कल्पना नव्हती असंही नाही. हे सारं फार काळ – कायमस्वरूपी चालणार नाही हे मला आत कुठेतरी माहीत होतं. हळूहळू विल जास्त काळासाठी बाहेर राहू लागला. अमेरिका, युरोप, कधी दक्षिण पूर्व आशिया. प्रवासात असताना तो मित्रांना भेटायचा – बायकांना, मैत्रिणींना. मला ठाऊक होतं.

माझ्याआधी काही जणी होत्या. अर्थातच, काही तर घरी राहत होत्या. लाना, हाँगकाँगमधली मॉडेल. ती मनगटाच्या शिरा कापून घेण्याची धमक्या द्यायची, आणि शेवटी तिनं तेच केलं. म्हणजे अगदी शब्दश: नाही पण एका मोठ्या सौदी कंपनीची जनसंपर्क अधिकारी म्हणून काम करू लागली. मिलिंडा फिलिपिन्समधली पत्रकार होती. सतराव्या वर्षांची असल्यापासून तिनं व्हिएतनाम युद्धाच्या बातम्या दिल्या होत्या. तेव्हापासून ती फक्त पत्रकारांची खाकी जाकिटं घालायची.

विलची एक खास मैत्रीण होती. तिची विलच्या आयुष्यात फारच खास जागा होती. हे त्यानं मला अगदी सुरुवातीला सांगितलं होतं – त्याची बालपणाची मैत्रीण. त्यानं तिच्याशी लग्न करावं अशी सगळ्यांची अपेक्षा होती. त्यानं तिच्याशी लग्न केलं असतं- किंवा नसतं केलं- ते एकदाच नाही तर त्यापेक्षा जास्त वेळा एकमेकांना लग्नाचं वचन दिलं होतं. पण शेवटच्या क्षणी कधी विलनं तर कधी तिनं कच खाल्ली होती.

हे सारं माहीत असल्यानं असेल कदाचित पण मला हे ठाऊक होतं की आज नाही तरी उद्या ते दोघे लग्न करतील. अर्थातच मग माझी रवानगी केली जाईल. तसं बघायला गेलं तर मला या गोष्टीची स्पष्टता होती. बरेच दिवस होती. एखादी गोष्ट घडेल याची तुम्हाला कल्पना असणं निराळं आणि ती घडेलच असा विश्वास असणं निराळं. तो या बाबीचा किती गंभीरपणानं विचार करत होता हे मला निश्चितपणानं ठाऊक नव्हतं – तो या सगळ्या मैत्रिणींची आठवण मात्र नेहमी काढायचा माझ्यासमोर आणि मी सारंकाही मान्य असल्याची बतावणी करायचे.

''ना गा, तू एक लक्षात घेतलं पाहिजेस की कोणतीच गोष्ट कायमस्वरूपी

नसते. कोणी कोणाचं नसतं. तुझ्यावर माझा मालकी हक्क नाही. जेव्हा तुला मदतीची गरज होती तेव्हा मी तिथे होतो इतकंच. कोणाही सभ्य माणसानं जे केलं असतं तेच मी केलं. विशेष काही नाही. तू माझ्याजागी असतीस तर हेच केलं असतंस. पण मदत करणं म्हणजे मालकी हक्क दाखवणं नव्हे.''

असं नुसतं म्हणतोस तू. माझ्या मनात कडवट विचार आले. तू असं म्हणतोस कारण तू मालकी हक्क दाखवू शकतोस, कशावरतरी मालकी दाखवणं आणि न दाखवणं तुझ्या हातात आहे म्हणून.

जगाच्या पाठीवर कुठेही पाहिलं तरी लोक एकमेकांवर मालकी हक्क गाजवत असतात. आमचं खेडं शामान असिताचं गुलाम होतं, डो डो सेंगच्या खेड्यात जाण्यापूर्वी दरू मुखियाच्या बायकोनं माझ्यावर मालकी गाजवली होती. त्यानंतर कुंटणखान्याची मालकी होती माझ्यावर, आता विलची. त्याला मान्य करायचं नव्हतं पण हेच खरं होतं.

''तू आयुष्यभर कोणाचीतरी बटीक म्हणून राहणार आहेस का?'' मी त्याची सेवक नाही असं काही क्षणापूर्वीच म्हणून त्यानं माझ्यासमोर प्रश्न टाकला. ''माझ्याकडे बघ. नजर चुकवू नको.'' माझं डोकं हलकेच हातात धरून त्यानं त्याचं कपाळ हलकेच आपटलं. ''मी हा असाच आहे, बेफाम दारू पिणारा अस्वस्थ फिरस्ता.''

'आणि तू जशी आहेस तशीच आहेस.' असं म्हणत तो वाक्य पूर्ण करणार असा अंदाज बांधून मी त्याच्या पुढच्या शब्दांची वाट बघू लागले. माझा अंदाज सपशेल चुकला, तो म्हणाला, ''मी जर आत्ताच काही निर्णय घेतला नाही तर असाच एकटा राहीन. लोक म्हणतातच ना की पुरुषानं चाळीस वर्ष गाठेपर्यंत लग्न केलं नाही तर मग तो एकटाच राहणार. माझं वय वाढतच आहे. असंच टाळत राहिलो तर इतके वर्ष वाट बघणारी माझी प्रेयसीही तिचा मार्ग शोधेल.''

''ठीकय, बघू नकोस माझ्याकडे, पण किमान ऐक तरी. तू आपलं आपलं जगायला शिकलं पाहिजेस ना गा. तू तरुण आहेस, सारं आयुष्य पडलं आहे समोर, जरा मोकळा श्वास घेत जग, असं सतत कोंडल्यासारखे दिवस ढकलू नकोस.''

मी मान खाली घालून ऐकते आहे हे बघून त्यानं तोंडाचा पट्टा सुरूच ठेवला. ''तुला तर माहीतच आहे मी कधीच तुझ्याशी खोटं बोललो नाहीये.''

मग? त्याचा तुला अभिमान वाटतोय की काय. माझ्या मनात विचार आला. एखाद्याशी खोटं बोलणं हे काय जगामधलं सर्वांत वाईट काम आहे? कसा एखाद्या न्यायाधीशासारखा बोलतोय, सगळं कसं सरळ साधं असतं का आयुष्यात. एकदा मी टीव्हीवर पाहिलं होतं, पाश्चिमात्य जीवनशैलीसंदर्भात बोलताना एक जपानी माणूस सारखा 'निळाई' असं म्हणत होता. स्पष्टतेचा अत्याग्रह, सत्या-असत्याचा

आग्रह, टोकाचा हट्टीपणा, हे सारं वर्णन करताना तो हे सारं 'निळाईचं' लक्षण आहे असं म्हणत होता.

अशीही वेळ होती जेव्हा विल 'निळाई'त बुडलेला होता. अगदी पक्का 'ब्लू' – प्रामाणिक, कठोर आणि ब्लू'च!

"मला तुला इथे नाही ठेवायचंय." तो कठोर शब्दांत म्हणाला. "तू माझी नाहीस. आपल्या दोघांना अनेक गोष्टी करायच्या आहेत. निराळ्या गोष्टी करायच्या आहेत. आपण आपापलं आयुष्य जगायला सुरुवात केली पाहिजे. तुला तुझा भूतकाळ आहे, घर आहे, कुटुंब आहे – सारं तुझ्याकडून हिरावलं गेलं. तू परत जाणं गरजेचं आहे. त्यांना शोधणं आवश्यक आहे. तू स्वत:चीच नव्यानं ओळख करून घ्यायला हवी. तू कशी होतीस ते जाणून घ्यायला हवंस." तो अडखळला, म्हणाला, "तू वाट चुकली आहेस."

वाट चुकलेली. अशा दयेच्या शब्दांचा मला तिटकारा वाटायचा. बौद्ध म्हणतात तसा एक दयाळूपणा असतो, तो प्रेमळ वाटतो आणि काही दयाळूपणाचे पापुद्रे असतात, ते सामोरे आले की किंचाळावसं वाटतं. हा माणूस काय म्हणतोय ते त्याचं त्याला तरी कळतंय का? वाट चुकलेली. घरी जा आणि बघ तुझा भूतकाळ म्हणे.

जसं काही मी कोण आहे ते मला माहीत नव्हतं. मी ना गा होते. पूर्वी जंगली लू होते. आता साध्वीच्या वेशातली वेश्या.

शेवटी व्हायचं ते झालंच. एक दिवस, अगदी निश्चित सांगायचं तर घरी आणल्यावर बरोबर दहा वर्षं तीन महिन्यांनी विलनं मला घर सोडण्याबद्दल सांगितलं. फक्त दहाच दिवस. काहीशा संकोचानं सांगितलं, पण क्षमायाचनेचा सूर वगैरे नाही.

अर्थातच त्याच्या म्हणण्याला प्रत्युत्तर न करता मी होकार दिला. माझ्यापुढे पर्याय काय होता? तो बाजारपेठेत घासाघीस करायचा तेव्हाचा त्याचा चेहरा आठवला मला. असं अखेरचं बोलायचा की नाही म्हटलं तर फटक्यात निघून जाईल. आपल्याला काहीच फरक पडत नाही असा चेहरा असे त्याचा. शिवाय मी तर कोणतीच घासाघीस करण्याच्या परिस्थितीतही नव्हते. समोर आला तो पर्याय स्वीकारला. हा माझा पराभवच होता. त्यातल्या त्यात यश म्हणायचं तर मी तो स्वीकारताना काही फरक पडत नाही, असा भाव चेहऱ्यावर वागवला.

दहा दिवसांचाच तर प्रश्न आहे. मी स्वत:ला समजावलं. कपाटं रिकामी केली, पोटात खड्डा पडला होता, ती भीती दाबून टाकत मी रिकाम्या मनानं खोक्यात सामान भरू लागले. हात चालतच नव्हता, त्या आवरण्यात काही जीव नव्हता. एखाद्या गुन्हेगारानं आपल्या गुन्ह्याच्या खुणा पुसाव्या तसं काहीसं मी करत होते.

खुन्नस आल्यासारखं माझं सारं सामान खोक्यांत भरलं. कपाटात रचलं. जायच्या वेळेला खांद्याला लावायच्या दोन पिशव्यात गरजेपुरतं सामान घेतलं.

सारंकाही आवरलं, बाजूला ठेवून दिलं, साफ केलं, तेव्हा लक्षात आलं की विलही माझ्यापासून काहीतरी लपवत होता. तो मला सारंकाही सांगत नव्हता. मी कितीही संयम धरून नाश्त्यासाठी त्याच्यासमोर बसले तरी तो गुळणी धरून होता. हे सारं त्यालाही अवघड जात असणार. ते मला कळत नव्हतं असं नाही. मला जायला सांगताना त्याला काहीच वाटलं नसेल असा विचार क्षणभरही माझ्या मनात आला नाही – त्यानं हे सारं सहज घडतंय असं दाखवण्याचा अटोकाट प्रयत्न केला तरीही... 'हेलन येतेय.' असं माझ्या डोळ्याला भिडवून त्यानं सांगितलं तरीही.

नीदनं मला सोडलं. मी निघताना घरी कोणीच नव्हतं. विल कामाला गेला होता. एरवी मी बाहेर निघाले की मला गाडीपर्यंत सोडायला येणारी आमची कुत्रीसुद्धा आज दारापाशीच थांबली होती. उन्हाच्या काहिलीनं तीदेखील पेंगुळली होती, त्यांनी डोळे मिटून घेतले होते, अगदी किलकिले असलेच तरी त्यांनी काही दिसत नसल्याचा बहाणा केला.

मी बँकॉकमध्येच शहराच्या दुसऱ्या भागात चालले होते. माझ्याकडच्या सामानानं भरलेल्या दोन भल्याथोरल्या पिशव्या बघता कायमचीच निघाले आहे असं वाटत होतं. कुणास ठाऊक, कायमचीच निघाले असेन. इथून कायमचं जाण्याची भावना मनात घर करू लागली. मला एक तऱ्हेनं सुटल्यासारखं वाटलं. आता मी हे सारं पुन्हा कधीच बघणार नाही. या सगळ्यासाठी आता माझा जीव कधीच तुटणार नाही. हे आयुष्य पुन्हा मिळावं अशी न होणं, असं वाटणं हा खरंच आनंदाचाच भाग होता असं समजायचं का?

कुणास ठाऊक, माझं आता खरोखरच काही भलं होणार असेल. सर्व तऱ्हेच्या भुरळ पाडणाऱ्या गोष्टी जमवून हे शहर नटून बसलं होतं. दागिने, कपडे, नायलॉन, रेशीम, प्लॅस्टिक, फुलं, फळं, भाज्या, मसाले – सारं कसं सुंदर मांडून ठेवलं होतं. डोळ्यावर विश्वास बसू नये इतकी विविधता आणि इतक्या प्रमाणात वस्तू होत्या.

पण शहर सोडून जाणं तितकसं सोपं नव्हतं. खूप वेळ जाणार होता – या जीवघेण्या गर्दीतून गाडी पार करायची म्हणजे सोपं काम नव्हतं.

"आपण बाहेर पडून चालू नाही का शकत?" एकदा असंच गर्दीच्या वेढ्यात सापडलो असताना मी विलला विचारलं होतं.

"कशासाठी?" गाडीच्या मागच्या बाजूचा दिवा वळवत, खाली वाकून वाचायला काहीतरी शोधत तो म्हणाला होता. "आपण असा प्रयत्न केलेल्यांच्या हाडांवरून चालू फक्त. बाकी काही होणार नाही."

घाई करून काहीच उपयोग नव्हता. गर्दी तुंबली होती. गर्दीचा वेग असेल किंवा

नशिबाचा फेरा – जगातलं सारंच कसं होणार हे आधीच ठरलं असेल तर मग प्रयत्न तरी कशाला करा? कदाचित घाई न करणं हेच शहाणपणाचं ठरेल. पण हे सारं घडत असताना तितकं सोपं वाटत नाही. अर्धोन्मीलित डोळ्यांची ती कुत्री बघतच असणार, नीददेखील आरशातून मागे बघतच होता. त्यानं या गर्दीला कोणताच आवाज दिला नव्हता. गाडी चालण्याचा आवाज तर नव्हताच, पण बाहेरचं सारं जग माझे भोग बघायला उत्सुक नव्हतं.

मी मोलच्या घरी पोहोचले. विलनं मला सांगितलं होतं की मला त्याच्याकडे जायचं आहे. तो ब्रिटिश होता. काहीसा उदास दिसत होता. काचेची तावदानं असलेल्या, गुरगुरणाऱ्या वातानुकूलित यंत्राच्या आवाजाच्या सोबतीनं खुर्चीत सिगरेट फुंकत बसला होता. त्याचं ज्या थाई राजकुमारीवर प्रेम होतं ती कोणतंही कारण न देता त्याला सोडून गेली आहे, असं दिसत होतं. ते दोघे एकमेकांसाठी दिवाने झाले होते. त्याचं तिच्यावर प्रेम होतं. मग एक जड श्वास घेत त्यानं सांगितलं होतं की ती विवाहित होती.

"का केलं असेल तिनं असं?" पुढच्या काही दिवसात मोलनं मला हाच प्रश्न वारंवार विचारला होता. त्याला काय सांगावं मला कळायचं नाही. आजूबाजूला पसरलेल्या छायाचित्रांमध्ये तिच्या अस्तित्वाच्या खुणा असायच्या. दागिने, रेशमाचे कपडे, उंच टाचांचे देखणे बूट – तो म्हणत होता तितकी ती सुंदर असावी.

पण त्याच्यासारखंच मलाही बऱ्याच गोष्टी कळत नव्हत्या. या हृदयशून्य सुंदरीसारख्या बऱ्याच जणी पाहिल्या होत्या मी, हॉटेलं, क्लबच्या लॉबीमध्ये. पुढच्या वाट पाहण्याकडे धावायचा ओढा असायचा या सुंदर बायकांचा. आपल्याला काय हवं हे त्यांना पक्कं ठाऊक असतं...

पण मोल विचारत राहिला. "काय हवं असतं तुम्हा बायकांना? खरंखुरं काय हवं असतं?" त्यानं त्याची प्रेयसी आणि मला एका पातळीवर आणून ठेवलं म्हणून मनाला गुदगुल्या झाल्या हे नाकारता येणार नाही. तशाही आम्ही एकाच खंडातल्या होतो, आमची त्वचा आणि केसांचा रंगही सारखाच.

मोल माझ्याशी आदरानं वागायचा. अंतर ठेवून असायचा. त्याच्या मित्राचा, विलचा विषय निघण्यापूर्वी टाळायचा. त्यानं मला इथे राहायला का पाठवलंय, माझं आता काय करणारे, या विषयांपर्यंत पोहोचायचाच नाही.

एक दिवस सकाळी मला स्वयंपाकघरातल्या टेबलावर एक चिठ्ठी मिळाली. नारा – मी आज घरी नसेन, माफ कर. सकाळी भेटू. मोल.

नारा? त्याला माझं नावपण माहीत नव्हतं. पण, मीदेखील मोलला कधी त्याचं खरं नाव विचारलं नव्हतं.

व्हिस्कीचे पेग रिचवत, आपल्या दुःखाची उजळणी करत तो रात्रीच्या रात्री जागा

असायचा, तेव्हा त्याच्या बोलण्याकडे मी लक्ष देऊन ऐकत असे. संयमानं तिथे बसत असे. मी तासन्‌तास त्याची वाट पाहायचे. तो कुठे असेल याचा विचार करायचे. 'ते' कुठे असतील याचा विचार करायचे. विल आणि हेलन.

मोल घरातून गेला होता. आता मला करायला काहीच काम नव्हतं. ऐकायचंही काम नव्हतं. मी मोलच्या घरातल्या रिकाम्या खोल्यात फिरत बसले. मोलच्या वस्तू हातात घेऊन त्याकडे नव्यानं बघण्याचा प्रयत्न केला. विल आणि हेलन घर कसं सजवतील याचा विचार करकरून वेड लागलं आणि मग मी दमून सोफ्यावर अंग टाकलं.

मला किती वेळ डुलकी लागली होती कोण जाणे, फोनच्या आवाजानं जाग आली.

"काय गं पोरी, काय चाललंय?"

"विल! हॅलो!" मी झोपले होते, स्वप्न बघत होते हे त्याला कळू नये म्हणून मी आवाज सहज ठेवण्याचा प्रयत्न चालवला.

"काय करते आहेस? मोल कुठे आहे?"

"तो नाहीये. उद्या येईल." मी म्हटलं.

"काय? तुला एकटीला सोडून गेलाय? त्याच्याशी बोलतोच मी आता." तो किंचित हसत म्हणाला. दारू पीत असावा. आवाज जड झाला होता.

"मी सहजच फोन केला होता. चक्कर टाकतो."

"आत्ता?"

"हो, आत्ता. म्हणजे गर्दी इतकी आहे की तासाभरात पोहोचतो."

मी फोन ठेवला. स्वप्नातून पुरती जाग आली नव्हती आणि जागेपणी काय बोलले ते स्वप्नातल्यासारखं वाटू लागलं होतं.

माझ्या स्वप्नात पुन्हा पुस्तक आलं होतं. मी त्यात काहीतरी शोधत होते. नेहमीप्रमाणे, मला काय हवं होतं ते मिळत नव्हतं. मग मला कळलं काय होत होतं ते. पुस्तकातली पानं एकमेकांना चिकटलेली होती. बोटानं पान उलटत मी ती सुटी करण्याचा प्रयत्न केला. आणि मग – मला हवं ते दिसलं. ती पत्र काही विचित्र भाषेतली होती. पण मला त्यात फक्त दोनच अक्षरं दिसत होती. ना गा. माझं नाव.

मी स्वप्नात विचार केला, ही नोंदींची वही आहे – लू सां'नं लिहिलेली. प्रत्येकाची नावं लिहिणारा देव म्हणजे लू सां. तोच प्रत्येकाच्या मृत्यूच्या तारखेचीही नोंद करतो.

तेवढ्यात फोन वाजला होता. नको त्या माहितीपासून माझी सुटका झाली होती.

तो आत आला आणि माझ्याकडे न बघता, मला मिठीत गोळा करत डोक्यावर

ओठ ठेवले. मग तो बारकडे वळला. स्वत:साठी व्हिस्कीचा एक पेग भरला. एक घोट घेऊनच माझ्याकडे पाहिलं.

आम्ही समोरासमोर बसलो. त्याची नजर पेल्यावर खिळली होती. चहा हलवत तळाशी राहिलेली पानं बघत राहावं तसा तो व्हिस्की हलवत होता.

माझी खोली ठीक आहे ना हे विचारत होता. त्यानं मला एकच प्रश्न तीनदा विचारला. मग मोठी जांभई दिली. ''चल, जरा डुलकी काढतो.''

मी त्याला माझ्या खोलीकडे घेऊन गेले. त्यानं कपडे काढले आणि पलंगावर अंग टाकलं. क्षणात गाढ झोपी गेला. मी त्याचे कपडे उचलून खुर्चीवर ठेवले. बूट खुर्चीखाली ठेवले. त्याच्याजवळ झोपायला गेले. त्याच्या छातीवर डोकं ठेवलं. त्यानं माझ्या खांद्याभोवती हातांचा वेढा घातला.

''मला आज तुझ्या पलंगाखाली सोन्याचा ड्रॅगन दिसला. तुझी आठवण झाली म्हणून भेटायला आलो.''

मी क्षणभर गोंधळले. मग आठवलं. तो माझ्या पितळ्याच्या पट्ट्याबद्दल बोलत होता. त्याला ड्रॅगनचं बकल होतं. निघायच्या आधी पलंगावर काही राहिलंय की नाही हे बघायचंच राहून गेलं होतं. पण मुळात तो माझ्या खोलीत गेलाच कशाला?

पण तो गेला होता. माझ्या खोलीत जाऊन, पलंगाखाली काय आहे ते पाहिलं होतं. काय कारण होतं देव जाणे. मी मागे सोडून दिलेलं काहीतरी त्याला मिळालं होतं. ते उचलून त्यानं निरखलं होतं. मग त्याला माझी आठवण आली होती. हेलन अजून शहरात असताना तो मला भेटायला आला होता.

त्याच्या श्वासाच्या मंद लयीवरूनच मला कळत होतं की तो गाढ झोपला होता. पण मला त्यानं झोपायला नको होतं. त्यानं जागं राहून मला बघावं असं वाटत होतं.

मी उठले, कपडे काढले आणि पलंगापाशी गेले.

''विल! विल,''

''काय?'' तो पुटपुटला. मी कपडे घातलेले नाहीत हे बघून म्हणाला, ''ओह!'' पण त्याच्या आवाजात शब्दातला आनंद नव्हता.

''मी काय करू सांग मला! तू म्हणशील ते करेन मी विल! तू म्हणशील ते! फक्त सांग मला.''

तो हलकेच हसला. ''तुझ्या डोक्यावर फटका मारू का जोराचा? मग झोपशील का तू?''

''तू म्हणशील ते! तुला काय हवं ते कर तू माझं!''

मी ओणवी झाले. आधी हातानं आणि मग ओठांनी. मी खूप प्रयत्न केला त्याला उत्तेजित करण्याचा, पण त्यानं माझ्या केसातून हात फिरवला, हलकासा उसासा ऐकू आला, मांडी उचलली. तो उत्तेजित होणार नव्हता. तो तसाच पडून राहिला.

पण मी चंगच बांधला होता. मी माघार घेणार नव्हते. त्याचे हात उचलून माझ्या स्तनांवर ठेवले. मग त्याच्या ओठांजवळ नेले. त्यानं मान वळवली तेव्हा मला एखाद्या आईच्या दुधाला मुलानं मान फिरवल्यानंतर वाटेल अगदी तसंच वाटलं. मी त्याच्या अंगावर ओणवी झाले. त्याला घट्ट धरून ठेवलं.

"अगं, अगं, याची काही गरज नाही." तो म्हणाला.

घामानं निथळत मी म्हणाले, "मला सांग काय करू विल, तू नुसतं सांगण्याचा अवकाश आहे, मी ते करेन."

त्यानं मला निग्रहानं दूर लोटलं. "ऐक, तू तीन दिवसात घरी येशील. फक्त तीन दिवस. काय घाई आहे?"

"माझ्यासोबत राहा की." मी अक्षरशः गयावया केली.

"ना गा, मी नाही राहू शकत." त्याला आता वैताग आला होता. त्यानं कपडे केले, "तुला माहीतये ते!"

सव्वीस

इंग्रजी शिकव असा माझ्यामागे लकडा लावणं मिन्झूनं आता सोडलं होतं. त्याऐवजी ती बर्मी भाषेचा सराव करत होती. अर्थात, तिथेही फार उजेड पडत होता अशातला भाग नाही. आज तिनं मला सांगितलं की, जियांगच्या मधमाशा वाऱ्यावर सोडल्या आहेत.

मधमाशा?

"हो, मधमाशा!" माझा आश्चर्यमुग्ध चेहरा पाहून तिनं पुन्हा म्हटलं. अच्छा! ज्यांना कोणी नाही त्यांचं पुढे असं करतात का रुग्णालयात?

ओह, आत्ता माझ्या डोक्यात प्रकाश पडला. बर्मी भाषेत मधमाशा आणि राख या शब्दांत सहज गोंधळ होण्यासारखा आहे, हे माझ्या लक्षात आलं. तिला राख म्हणायचं होतं. तेव्हा माझ्या लक्षात आलं की, त्याचं दहन केलं होतं.

"म्हणजे दफनविधी नाही झाला?" मी शब्द गोळा करत विचारलं. एखादा माणूस चुटकीसरशी जगातून नाहीसाच होतो म्हणजे काय! शरीराची राख होते, ती वाऱ्याबरोबर दूरदूर जाते, चिनी पद्धतीनुसार जशीकशी राख कुठे टाकत असतील. एखाद्या कुंड्यामध्ये थोडी राख नाही ठेवत का ही लोकं? मेलेल्या व्यक्तीच्या नात्या-गोत्यातल्या कोणाला जतन करायची असेल तर!

"हो, दफनविधी नाही झाला." बर्मी लोक बोलताना नेहमी होकारार्थी बोलतात, पुढे नकारार्थी वाक्य येणार असेल तरीही. भाषा शिकताना ती किमान तसं बोलायला शिकली होती हेही नसे थोडके! दफनविधी नव्हता, पण आता तिनं हातांचे तळवे जुळवले, हनुवटीपाशी नेऊन नमस्काराची खूण केली – आपण जियांगसाठी आशीर्वाद घ्यायला जाऊ या.

त्यासाठी देवळात जायचं होतं. त्या बौद्ध मंदिरात जियांगच मला घेऊन गेला होता. शहरात आतंक माजला तर इथे लपायला जागा मिळायची. तो इथे उदबत्त्या लावायचा, जमिनीवर शंभरदा नाक घासायचा, अगदी भक्तिभावानं प्रार्थना करत राहायचा. मी बाहेर वाट पाहायचे, त्याच्या श्रद्धेकडे बघून खरंतर हेवाच वाटायचा.

मंदिराच्या बाहेर बदामाच्या झाडाखाली उभं राहून मी देवाला जणू आव्हान द्यायचे. 'देवा, माझ्याशी बोल!' बदामाच्या झाडाला बहर येऊन त्यातूनच देव प्रकट होईल आणि माझ्याशी बोलेल म्हणून वाट बघायचे. मी संत फ्रान्सिस नव्हते तरीही वाट बघणं सोडलं नव्हतं.

देवळाकडे तोंड करून मी कितीदा विचार करत असे, त्या गुंडांनी देवळाला हात लावला नाही, ते साहजिकच आहे म्हणा! प्रार्थना वगैरे करण्याचं हे साधारणसं ठिकाण फोडण्यात कोण, कशाला वेळ खर्च करेल? सात मजल्यांचं हे बांधकाम कागद कातरल्यासारखं दिसत होतं, कधीही गुंडाळी करता येईल असं. देऊळ खांबांवर उभं होतं. ते इतकं पडेल दिसत होतं की, म्हणूनच कोणी त्याला पाडण्याचा त्रास घेतला नसावा.

अजूनही ते मंदिर तसंच उभं होतं. अगदी घरगुती वातावरणाचं. वॉटिंगमध्ये सारंकाही उद्‌ध्वस्त असताना गावाबाहेरचं देऊळ मात्र तसंच दिसत होतं. लाकडी खांबांवर आयताकृती देऊळ बांधलं होतं. अजून तरी लाकडाला वाळवी लागली नव्हती की ते कुजलंही नव्हतं. भिंती आणि छतावर कोरलेल्या कौशल्यपूर्ण कलाकृती जांभळ्या, लाल, निळ्या आणि सोनेरी रंगांनी सजल्या होत्या.

मिन्झू आणि मी तिथे पोहोचलो. तिथे पोहोचलेल्या आम्हीच पहिल्या होतो बहुधा. पायऱ्यांवर चपला काढल्या आणि प्रशस्त दालनात शिरलो. समाधीपाशी अनेक उदबत्त्या लागलेल्या होत्या. पायऱ्यांच्या डाव्या बाजूला मुख्य समाधी होती. दोन लहान समाध्या दुसऱ्या बाजूला पण शेजारी-शेजारी होत्या. तिथेच लाकडी टेबल लावले होते. त्यावर फळं, फुलं, पाण्याची भांडी ठेवली होती. ती भक्तांनी दिली असावीत. आम्ही मोठ्या समाधीपाशी गेलो. दुपार सरत चालली होती, त्यामुळे समाधीवरच्या सूर्यप्रकाशानं दिशा बदलली होती आणि तो आता फरशीवरची धूळ चमकवत होता.

तेवढ्यात तिथे एक ठेंगणी, बेढब बाई उगवली. तिनं जीर्ण झालेलं सुती वस्त्र घातलं होतं. तिच्या कमरेचा आवाका कवेत घेत त्या सुती कपड्याचा अंत होत चाललेला स्पष्ट दिसत होता. छातीजवळच्या खिशात किल्ल्यांचा जुडगा लटकवला होता. गलेलठ्ठ मानेभोवती फुलांची माळ ठाण मांडून बसली होती. बहुतेक ती देवळाची देखभाल करत सेवा देत असावी. तिचे केस पांढरेधोप होते, पुढचे दोन दात गायब होते, डोळ्यांवर उजेड पडला तर पांढरी होत चाललेली बुबुळं दिसत होती. तिचं हसणं मात्र लहान मुलीसारखं होतं. त्रास असा की तिचं बोलणं – म्हणजे ओरडणं – तिचे शब्द मलाच काय पण मिन्झूलाही कळायला अवघड होते. आम्ही प्रवासी आहोत, असं समजून ती आम्हाला बरंच काही दाखवण्याचा प्रयत्न करू लागली. नक्षीकाम केलेले वासे, विनोदी चेहऱ्याचे अऱ्हत, साधू.

मग तिनं आम्हाला लाकडी आसनांपाशी नेलं आणि आम्ही अर्पण करण्यासाठी काही आणलंय का असं विचारू लागली. मी तर रिकाम्या हातानं गेले होते पण मिन्झूनं खांद्यावरच्या पिशवीत हात घातला आणि संत्री बाहेर काढली. ही मुलगी मला आश्चर्याचे धक्के देणं काही सोडत नाही. पण त्या म्हातारीला आम्ही आणलेली भेट आवडली नाही, ती मोठ्यानं बडबडू लागली. संत्री! जरा इथे मांडलेल्या प्रसादाकडे बघा, इथे संत्र्यांची काही कमी नाही. तिनं मिन्झूच्या पिशवीत डोकावून त्यात अजून काही आहे का ते पाहिलं. तिनं आमच्या चेहऱ्यांकडे शोधकपणानं पाहिलं. यांच्याकडे इथे द्यायला अजून काहीच नाही? कोंबडीचं मांस वगैरे? तिनं आश्चर्यानं खांदे उडवले.

तिचा चेहरा बदलला. आमच्याकडे बोटं दाखवत ती आम्हाला झापू लागली.

जिन्यावरून येणाऱ्या आवाजांनी आम्हाला वाचवलं. तिघे जण होते ते! दोन वृद्ध आणि एक मध्यमवयीन माणूस! लहानखुरा, बारीकसा, बारीक काड्यांचा चश्मा लावलेला माणूस आमच्याशी बोलला. त्यानं माझ्याकडे, मग मिन्झूकडे, मग परत माझ्याकडे पाहिलं. मग माझ्याशी बोलावं असं ठरवून म्हणाला, "पोरी," बर्मीमध्ये ज्या बाईचं नाव माहीत नाही तिला बेधडक पोरी, असं म्हणून टाकावं. "तू बर्मी आहेस, बरोबर?" मग त्यानं स्वतःचं नाव सांगितलं. तो जे काही बोलला त्यातलं मला फक्त 'थकीन' – स्वातंत्र्यलढ्यातला नेता एवढंच लक्षात आलं.

म्हणजे हे यान डिंग म्हणाला होता, तसे पूर्वाश्रमीचे बंडखोर होते तर! बर्मी साम्यवादी पक्षाचे वयस्कर नेते. तो आणखी काय म्हणाला होता, ते आठवायचा मी प्रयत्न केला. 'त्यांच्या कपाळावर किमती लावलेल्या असतात,' इतकंच काय ते मला आठवलं. हो आणि तो म्हणाला होता की, ते सारं आयुष्य जंगलात काढतात, त्यांच्या डोक्यावर किंमत लिहिलेली असते आणि बर्मात जेव्हा साम्यवादी पक्ष कोसळला तेव्हा चिनी सरकारनं त्यांना हद्दपार केलं म्हणे.

ही मंडळी जियांगच्या अंतिम कार्यासाठी इथे आली होती. या लोकांनी त्याला प्रशिक्षण दिलं होतं. तो शान राज्यातला त्यांचा तरुण शिलेदार होता.

आता मला आठवलं – स्पष्ट नाही; पण डोक्यात आठवणींची गर्दी झाली. रंगूनचे दिवस डोळ्यांसमोर आले. तहाच्या वाटाघाटी, कत्तली, त्यानंतर घडलेलं सारंकाही सावल्यांची सरमिसळ व्हावी तसं भासत होतं. रंगून सरकारनं तहाच्या वाटाघाटी सुरू केल्या होत्या. साम्यवादी पक्षाच्या नेत्यांना बोलावणं धाडलं होतं. त्यांना माफ केल्याचं जाहीर केलं होतं. ही माफी म्हणजे रेडिओवरचं 'त्यांना उजेडात आणलं' हे वाक्य!

बंडखोर आले. तहाच्या वाटाघाटी फिसकटल्या. जेव्हा त्यांनी माफीनामा नाकारला, तेव्हा बऱ्याच नेत्यांची कत्तल झाली.

मला त्या तहाच्या वाटाघाटी एका विशिष्ट कारणामुळे ठळक आठवत होत्या – मॉर आणि फॉरनी मला कबूल केल्याप्रमाणे सोबत न नेता देश सोडल्यानंतर लगेचच या वाटाघाटी सुरू झाल्या होत्या. वाटाघाटी फसल्यानंतर त्या प्रांतात लगेचच लढाया सुरू झाल्या होत्या. रंगून शहरात शेकडो लोकांना कारणही न सांगता पकडून तुरुंगात टाकलं गेलं. त्याच वातावरणामुळे माझ्या अमेरिकन कुटुंबाला मला सोडून जावं लागलं होतं. त्या काळात 'आतंकाचा हैदोस' या शब्दांशिवाय काही कानावर पडायचं नाही.

तेव्हा मी आतंकाचा हैदोस ऐवजी आतंकाचा पाऊस असं ऐकलं होतं चुकीनं! इतकं की मला हातावर पावसाचे थेंब जाणवले.

"हो," मी जाड्या काड्यांचा चश्मा घातलेल्या बारीक माणसाला उत्तर दिलं. "मी बर्मामध्ये जन्मले आहे." त्यापुढे माझ्या तोंडून शब्द फुटेना. या वृद्ध बंडखोरांना काय संबोधावं मला कळेना. जनरल? काका? थकीन?

"बर्मी भगिनी भेटल्यानं आनंद वाटला." मी पुढे केलेल्या हाताकडे दुर्लक्ष करत तो रेकला. "आम्ही ऐकलं तू इथे असल्याचं, यान डिंगच्या माणसानं निरोप पोहोचवला." तो हे सारं बोलत होता पण जास्त लक्ष छतावरच्या नक्षीकडेच होतं.

"फारच वाईट झालं!" च्ऽऽच्ऽऽ करत तो म्हणाला. हे म्हणतानाही मान वळवून-वळवून अऱ्हत अन् दानवांच्या कोरीव मूर्तींकडे बघत होता. "आपल्यासाठी तर फारच वाईट आहे, ही बातमी. त्याचं कारण असं की आपण सारे बांधव आहोत. सारे एक आहोत. एकाच भूमीची लेकरं!" तो बोलताना मी अंदाज बांधला की, हा जुनं कुठलंतरी भाषण ठोकतो आहे. त्यालाही स्वत:च्या बोलण्याचा कंटाळा आला असावा. त्याचं लक्ष इतके तिकडे जास्त होतं. मग तो त्याच्या बरोबरच्या मंडळींकडे वळला, त्यांच्याकडे प्रतिसादाच्या अपेक्षेनं बघू लागला. तेव्हा त्याच्या लक्षात आलं की त्याचा एक साथी जवळच्याच बाकड्यावर टेकला होता, त्याला श्वास घ्यायला त्रास होत होता.

"आता काय झालं?" त्यानं विचारलं. त्याचा धट्टाकट्टा मित्र आता बोलण्याच्याही परिस्थितीत नव्हता. त्यानं कसाबसा बाकावरून उठण्याचा प्रयत्न केला. उठू नकोस म्हणत तो बारकुडा त्याच्या जवळ गेला आणि धट्टाकट्टा जमिनीवर कोसळला. कलंडला आणि निपचित पडला.

बारकुडा गुढघ्यावर बसला, रोजचंच असल्यासारखी मित्राची नाडी पाहिली, हातातल्या वर्तमानपत्राची घडी करून त्याला वारा घालू लागला. थोड्याच वेळात कपाळावर आठ्यांचं जाळं पसरवत उठला, "आता ठीक आहे तो." आठ्यांमुळे

चश्मा घसरून नाकाच्या टोकावर आला होता. मग तो वळून त्या जमिनीवरच्या बिचाऱ्याला म्हणाला, "तरी तुला सांगत होतो, येऊ नकोस. फार अशक्त आहेस तू. पण ऐकशील तर ना!"

आत्तापर्यंत अस्तित्वही जाणवलं नव्हतं अशी एक कुरळ्या केसांची बाई मध्येच बर्मीमध्ये बोलायला लागली, तिच्या बोलण्यात चिनी भाषेचा हेल होता. आता तीही गुडघ्यांवर बसली.

"हा बायकोचंही ऐकत नाही." बारकुडा आता सुती लुंगीच्या टोकानं चश्मा पुसण्यात मग्न होता. चिनी बायकोनं नवऱ्याच्या गालावर थपडा मारून त्याला जागं करण्याचा प्रयत्न केला.

"ठीक आहेस का? जागा झालास? मग उठून बसतोस का? माझे गुडघे दुखतायत."

आम्ही साऱ्यांनी त्या जाडगेल्याला आधार देऊन उठवत बाकावर बसवलं. बायकोनं निश्वास सोडला, हातातल्या पिशवीत काहीतरी शोधलं. टायगर बामची बाटली काढली. ढब्बं बोट त्यात घुसवलं. "तो ठीक होईल." ती नवऱ्याच्या जवळ जात म्हणाली. तिनं त्याच्या कपाळावर बोटातल्या बामचा लेप लावला. त्यानं मान वळवायचा प्रयत्न केला. ती वरवंटा चालवावा तसं बोट चालवत होती. त्याच्या मान वळवण्याकडे तिनं लक्ष दिलं नाही. बाम चोळतच राहिली. मला कळतंय काय करायचं ते असा सारा आविर्भाव होता.

"बास आता, आपण आता रुग्णालयात जातोय." बारकुड्यानं जाहीर केलं. "त्याला इंजेक्शनची गरज आहे." हे वाक्य म्हणताना त्यानं माझ्याकडे काहीशा रागानं पाहिलं. जसं काही त्याच्या या परिस्थितीला मीच जबाबदार होते. "आपण यायलाच नको होतं, पण आम्हाला त्या देशभक्तासाठी यायचं होतं. आम्ही आमच्या देशापासून इतके लांब आहोत की आठवण येणं तर साहजिकच आहे ना! आता आहे हे असंच आहे. आता शेवटचा निरोप घेण्याची वेळ आली आहे. हां, मुलींनो? रशियन म्हणतात तसं म्हणू का? दसविदानिया! मी रशियन बोलतो हे माहीत होतं का तुम्हाला? माझं रशियन टोपणनाव आहे – साशा. मी एके काळी मॉस्कोमध्ये राहिलो आहे. तेव्हा मी आइस स्केटिंग करायला गेलो होतो. हो! हो! आठवतंय ना मला. स्केटिंग – बर्फावर! पण माझा हा मित्र उत्तम चिनी बोलू शकतो."

त्याचा चिनी प्रवक्ता कुरळ्या केसांच्या बायकोच्या हाताचा आधार घेत पायऱ्या उतरू लागला होता. त्याच्या चेहरा आता हिरवट दिसत होता. ते टॅक्सीमध्ये बसून निघून जाताना दिसले. बरं झालं त्यांनी ही टॅक्सी आले तेव्हापासून सोडलीच नव्हती.

"कोण होते ते लोक?" मिन्झूला उत्सुकता स्वस्थ बसू देईना. मी तिला काही उत्तर देणार तेवढ्यात देवळाची देखभाल करणाऱ्या बाईचं काहीतरी निराळंच सुरू झालं. ती जोरजोरात फिसऽऽ फिसऽऽ करून आम्हाला काहीतरी खुणावू लागली. बहुधा वृद्ध साधू येत होते. पण मला चिनी बौद्धांबद्दल जास्त काही माहीत नव्हतं – मागच्या दारानं कोण आलं होतं, आणि आता ते मुख्य समाधीपाशी जाऊन मोठ्यानं प्रार्थना करत होते. जा, जा. ती आम्हाला खुणावत होती. त्याचसाठी आला आहात ना इथे!

"आता हे काय नवीन? आता आपण काय करणं अपेक्षित आहे?" मी कुजबुजले.

"माहीत नाही." ओठांवर बोट ठेवत मला गप्प बसण्याची खूण करत मिन्झू चोरपावलांनी पुढे गेली. आम्ही साधूच्या मागे उभ्या राहिलो. त्यानं टोकदार पांढरी टोपी घातली होती. पांढरा सुती लेंगा, विणलेलं लाल जाकीट -घोड्याचं खूर असावं तसं दिसत होतं ते जाकीट. ते मंत्र म्हणत असताना त्यांनी समाधीकडे थेट तोंड केलं नव्हतं. उजवीकडच्या उघड्या खिडकीकडे केलं होतं. समाधीपासून ते तिरके उभे होते. हे काही आशीर्वाद वगैरे असतील तर ते समाधीच्या दिशेनं नाही पण थेट दाराबाहेर चालले होते. वेदीवरच्या फळं, फुलं आणि उदबत्त्यांपासून दूर.

आम्ही मग साधूनं जी दिशा घेतली होती त्याप्रमाणे स्वत:ची दिशा बदलली.

मी डोळे मिटले आणि साधूचे मंत्र ऐकण्याचा, मनातले सारे विचार दूर सारण्याचा प्रयत्न करू लागले : वृद्ध साम्यवाद्यांबरोबर झालेलं बोलणं, त्यांचं अचानक येणं आणि तितकच अचानक निघून जाणं, देवळाची देखभाल करणारी ती हावरट बाई. खरंतर मला कोणतेच प्रश्न विचारायचे नव्हते. मुळात आम्ही इथे का आलोत? जियांगला हे आशीर्वाद देण्यामागे कोण आहे? मिन्झू इथे काय करतेय आणि मी काय करतेय?

सगळं विसरून जाणंच योग्य आहे. श्वास घेणं आणि श्वास सोडणं. या आत्ताच्या क्षणी बाकी काही महत्त्वाचं नाही. फक्त जियांगचा विचार मनात आणावा. त्याला शेवटचा निरोप द्यावा. बिचारा. डोक्यात बिघाड होता त्याच्या, शंकाच नाही. पहिल्यांदा त्याला पाहिलं तेव्हाच मला हे लक्षात आलं होतं. हरवलेला आत्मा होता तो! शेवटच्या क्षणापर्यंत कर्तव्यतत्पर होता. मला त्याच्या बडबडीचा इतका त्रास झाला नसता तर. त्याला खरंतर त्याच्याबद्दल अजून विचारायला हवं होतं. माझ्याबद्दल अजून सांगायला हवं होतं. त्यानं काही फरक पडला असता का? त्याचं मन बदलू शकले असते का मी? – त्याला वाचवू शकले असते का? तो खराखुरा कसा होता हे आता मला कधीच कळणार नाही. तो अपरिचितच होता तसा. अवघ्या आठवड्याभराची ओळख आमची. मी माझ्या अन् तो त्याच्या दु:खात चूर होऊन राहिलो होतो. तो सारा वेळ आम्ही एकमेकांजवळ होतो, दोघेही आपापला शेवट आखत होतो. काय

म्हणावं या योगायोगाला?

आत्ताच्या क्षणात मग्न राहणं ही अवघड गोष्ट आहे.

माझ्या मनात आम्ही एकत्र होतो त्या शेवटच्या दिवसाचे विचार आले. तो म्हणाला होता की, तो येताना वर्तमानपत्र आणेल संध्याकाळी, आत्ता पाय मोकळे करायला यायचं आहे का असं विचारलं होतं त्यानं. इतका उकाडा होता, माझं डोकं दुखत होतं, खोलीत काहीच न करता पडून राहावं असं वाटत होतं पण त्याच्याबरोबर जाऊ या असा विचार केला.

आम्ही रस्त्याला लागलो – मासिक दुमडून जियांग वारा घेत होता – काळा फेटा घातलेला एक माणूस जिवंत कोंबड्या जाळीत घेऊन सायकलवरून मागून आला. जियांगनं त्याला काहीतरी विचारलं, मला वाटतं जुनी पडवी कुठे आहे वगैरे विचारत होता असा मी अंदाज बांधला.

तो माणूस सायकलवरून उतरला. त्यानं त्या पडवीकडे बोट दाखवलं आणि त्यामागच्या कशाकडेतरी. जाळीतल्या कोंबड्या काही क्षण किचकिचाट करायच्या थांबल्या.

जियांगनं माझ्याकडे वळून तो काय बोलला ते सांगितलं – ती पडवी म्हणजे एक तुरुंग होता. फाशीच्या कैद्यांची आपल्या शेवटाची वाट पाहण्याची जागा. त्याभोवती अंगण आणि एक बदामाचं झाड होतं. मला एकदम बाजारपेठेतल्या त्या माहिती फलकाची आठवण झाली. माझाही तिथेच शेवट होणार याबद्दल मला जणू खात्रीच होती. त्याच भीतीची चाहूल लागल्यानं अस्वस्थ वाटू लागलं.

मला घरी जायचं होतं. आत्ताच्या आत्ता घरी जायचं होतं. मला कधीही न लागणाऱ्या कागदपत्रांची चळत गोळा करण्यासाठी थांबायचं. या वाट बघण्याचाच मुळात कंटाळा आला होता. मला काहीतरी ठोस हवं होतं. खिडकीबाहेर उडी टाकण्याचा तर प्रश्नच नव्हता. बऱ्याच जणांनी ते करून झालं होतं. खिडकीच्या उंचीचा अंदाज न आल्यानं धड न मरता हात-पाय मोडून घेण्यापलीकडे त्यांच्या हाती काही लागलं नव्हतं. मेंदू निकामी झाला तरी, ही मंडळी जिवंत सदरातच मोडत होती. नाही, मी या तिसऱ्या मजल्यावर राहते आहे, पण फारकाही उंचावर नाही. खिडकीचे गज काढणं शक्य झालं होतं. पण उडी टाकण्यात शहाणपणा नव्हताच.

जेव्हा शक्य होतं तेव्हा उडी न टाकल्याबद्दल मी स्वतःलाच दोष देत होते. बर्मा रस्त्यावर सल्विन नदीवरून जाताना बस थांबायची. लाकडानं भरलेले ट्रकना प्रथम वाट करून द्यायची. तेव्हा बस किंवा ट्रकखाली झोकून देण्याची संधी होती. पण वाँटिंगच्या रस्त्यावर वाहनाखाली जीव देता येईल इतक्या वेगानं कोणतंच वाहन पळायचं नाही. अगदी मुख्य रस्त्यावरसुद्धा कोणतंही वाहन क्षणार्धात थांबू

शकेल अशा बेतानं जायचं. रस्त्यामध्ये येणारे लोक मरू नयेत यासाठी चालक परिणामकारकतेनं ब्रेकचा वापर करायचे. मग मी स्वत:ला कुठे ढकलून द्यायला हवं होतं?

नदी! ती तर अनादी काळापासून वाहत होती. सीमेपार मी तिला दूरवर जाताना पाहायचे. लुंगलिंगमध्ये जपानी फौजांशी लढाई केलेल्या सैनिकांच्या स्मारकाजवळून नदी वळणं घेत जात असे. शांत, दूरवर वाहणारी नदी! पण नाका-तोंडात पाणी जाऊन मरावं इतकी ती खोल नव्हती.

अर्थात, सारे मार्ग बंद झाले नव्हते. अजून एक मार्ग शिल्लक होता. बंदूक किंवा धारदार वस्तू लागणार नाही असा मार्ग!

मिन्झू माझं मनगट दाबून तिच्या हातातल्या घड्याळाकडे माझं लक्ष वेधत होती. जवळजवळ दीड वाजला होता. आम्ही तिथे तासभर उभ्या होतो. साधूच्या मंत्रघोषांनी आम्ही जणू स्तब्ध झालो होतो. मिन्झू पोटावर हात फिरवत कानात कुजबुजली, "मला खूप भूक लागलीय, तुला?"

साधू शांत होण्याचं काही लक्षण दिसेना. आतातर तो अजून मोठ्यानं मंत्र म्हणू लागला होता. आमच्या असण्याचं त्याला भानही नव्हतं. एकमेकींना मानेनं खूण करून आम्ही वळलो आणि हलक्या पावलांनी बाहेर आलो.

नेमकी जिन्याच्या पायथ्याची देवळाची देखभाल करणारी ती जाडी बाई जणू आमची वाट पाहत उभी होती. ती झाडाला पाणी घालत होती, ते सोडून आमच्यासमोर उभी ठाकली. तिनं हातातली झारी जादूगारासारखी फिरवत तोंडात पाणी भरलं, गुळणी केल्यासारखा आवाज केला आणि ते पाणी आमच्या तोंडावर उडवलं. एकदाची धन्य झाली असावी.

म्हातारी चेटकीण भलतीच आनंदली. आम्ही तिला आज फारच आनंद दिला होता. ती नक्कीच चेटकीण असणार. नाहीतर तिला शामाम असिता करते, तसा विधी करायचं कुठून कळणार? शामामदेखील तोंडात पाणी भरून मेलेल्या व्यक्तीवर टाकायचे. त्यानं म्हणे मेलेली व्यक्ती जिवंत लोकांच्या आयुष्यात येत नाही आणि त्यांना त्रास देत नाही.

किती छोटीशी गोष्ट, पण आम्ही तिथून निघालो तरी माझ्या मनातनं हा विचार जाईना.

घरापासून इतक्या दूर, एक माणूस स्वत:चं आयुष्य संपवतो, त्याचं क्रियाकर्म करायला एक कोणीतरी पुजारी साधू उगवतो, देवळाची देखभाल करणारी हावरी बाई आणि टुकार हॉटेलमधली स्वागतिका, दोन वृद्ध बर्मी नेते आणि मी! आम्ही सारे त्याच्याच देशाचे, त्याच्यासाठी फारकाही करू शकत नाही. वृद्ध नेते फारच वृद्ध

आणि क्रियाशीलता हरवून बसलेले. मला मंत्रपठण पुरं व्हायचाही संयम नाही. आमच्या नशिबाची दानं उलटी झाली असती तर मला खात्री आहे की, जियांग माझ्या शेवटच्या विधीपर्यंत थांबला असता. माझ्या अंदाजानं मिन्झूपण....

ती माझ्याकडे बघते, आता जेवायला मिळणार म्हणून टाळ्या वाजवते आहे. मी जीव दिला असता, तर या आनंदी मुलीला अजून एका प्रेताकडे बघावं लागलं असतं हा विचार मनातून जात नाही.

सत्तावीस

मोलच्या घरातला हा नववा दिवस! नऊही रात्री झोपेविना सरल्या होत्या. सतत अस्वस्थ वाटत होतं. अजून एक दिवस ढकलला की, ही दहा दिवसांची शिक्षा संपणार होती.

त्या संध्याकाळी मोलनं त्याच्या बालपणीची छायाचित्र काढण्याचा मुहूर्त साधला. इंग्लंडमधलं त्याचं लहानपण, आई, वडील, बहीण, काका, दाया, बुटांचे जोड, चर्च आणि दोन घोड्यांचं चित्रं – त्याच्या आठवणीतलं जग – त्या वेळी त्याचं जग साधं, निवांत होतं. त्याची माणसं जवळ होती. मोठेपणातली चतुराई येण्याआधी आणि हृदय तुटण्याअगोदरचं होतं ते जग!

एकेक पान उलटत, प्रत्येक चित्र दाखवत मोलनं मला त्याच्या बालपणातून फिरवून आणलं. हळूहळू सारं बदलत गेलं होतं. त्याच्या जवळचे सगळे एकमेकांपासून दूर होत गेले होते.

"काळ पुढे जातो तशी परिस्थिती न सुधारता अजूनच विस्कटत जाते, मी जेव्हा-जेव्हा घरी जातो, तेव्हा मला दर वेळी हेच वाटतं की, कसे आम्ही सगळे असे आंबट चेहऱ्याचे! प्रेम दाखवायचं म्हटलं की चेहरा वाकडा. मी त्यांना मिठी मारायचा जरी प्रयत्न केला तरी सगळे लाजाळूची झाडं होणार. तुम्ही गालावर चुंबन घ्यायचा प्रयत्न केलात तरी त्यांना ताण येणार आणि ते तुमच्यापासून पळ काढणार. बोलणंही अगदी छापील, तेच ते! काही विचारलं तर नेहमी टाळाटाळ, उडवाउडवीची उत्तरं! काही बोलताच येत नाही मनातलं."

अचानक माझ्या छातीत दुखू लागलं. मी उठत म्हटलं, "माफ कर, पण मला जरा बरं नाही वाटत."

मोलनं वर पाहिलं, "ओह, माफ कर." त्याच्या चेहऱ्यावरची काळजी पाहून आत्तापर्यंत लक्षात न आलेली एक गोष्ट मला जाणवली. ते सारे फोटो, लहानपणच्या गोष्टी, अखंड बडबड, हे सारं त्याच्या नव्हे तर माझ्यासाठी होतं. माझा ताण कमी व्हावा, विचार करायला मोकळा वेळ राहू नये म्हणून तो प्रयत्न करत होता.

मोल फार गुंतागुंतीचं बोलायचा. एखाद्या प्रश्नाला सरळ 'नाही.' असं उत्तर पुरेसं असलं तरी 'मी तसं करण्याचा विचार करायला नको होतं.' किंवा एखाद्या गोष्टीचा विचार केला होता सांगताना, माझ्याकडून तसा विचार केला गेला खरा, असं म्हणून लंबेलांब बोलत राहायचा. एकदा विलनं त्याला समजावण्याचा प्रयत्न केला होता. असं बोलणं अनेक शंका, शक्यता व्यक्त करणारं आणि गुंतागुंतीचं होतं असं तो म्हणाला होता, त्यावर 'ब्रिटिश लोकांना असं बोलायला आवडतं.' असं त्यानं सांगितलं होतं. पण आत्ता मात्र या ब्रिटिशाला खरीच काळजी वाटलेली दिसत होती. आवाजात मात्र जरब होती, "जा तुझ्या खोलीत, जरा झोप घे!"

मी खोलीकडे वळले. माझी पिशवी आणि पैसे घेतले. जाताना त्याला चुकवून गेले, त्यानं मला थांबवलं असतं तर! मी वेगानं रस्त्याला लागले. मुख्य रस्त्यावर पोहोचले आणि पावसाची सर अंगावर आली. मागे वळून छत्री घ्यावी, पावसाचं जाकीट घ्यावं, तर आता उशीर झाला होता. पाऊस झेलण्यापलीकडे पर्याय नव्हता. रस्त्याला लागून जरा चालले नाही तोवर धुवाधार पाऊस सुरू झाला. एक टुकटुक थांबली तोवर मी नखशिखांत भिजून थरथरत होते.

'सुखुमवित.' मी टुकटुक चालकाला म्हणाले. रस्त्याचा क्रमांकही सांगून टाकला. तो मला भाडं सांगणार, मग मी घासाघीस करणार. हे सारं व्हायच्या अगोदरच त्यानं नकारार्थी मान हलवायला सुरुवात केली होती. मला वाटलं तो मला न्यायलाच नाही म्हणतो आहे, पण मग तो म्हणाला, "बस." प्लॅस्टिकचं आच्छादन असलेल्या रिक्षात बसले आणि रिक्षा रस्त्यावरून धावू लागली. रिक्षाच्या एका बाजूला प्लॅस्टिकचा पडदा लावला होता. पण त्यानं बाहेरचा पाऊस आत यायचा थांबत नव्हता. सरी कोसळतच होत्या. गाड्या होडींसारख्या पाण्यामध्ये उभ्या होत्या. गच्च भिजलेली माणसं गुडघ्याएवढ्या पाण्यात, पुढे मांडीएवढ्या पाण्यात मार्ग काढत जात होती. घरांच्या दारांना वाळूनं भरलेल्या गोण्यांचा बांध घातला होता. बस-थांबे आणि टॅक्सीथांब्यांसाठी प्लॅस्टिकच्या छपराखाली भल्यामोठ्या रांगा लागल्या होत्या.

मी चालत जाऊ शकले असते, या जोराच्या प्रवाहात वाहत किंवा पोहतही गेले असते, पाण्याबरोबर जो काही कचरा वाहत होता, त्यात आपणही ढकलत ढकलत पुढे जाऊ म्हणून वाट पाहू शकले असते, पण मला लवकरात लवकर घरी जायचं होतं.

टुकटुकनं मला घरापाशी सोडलं. कुंपणापाशी उभं राहून, पानांच्या आडोशाआड उभं राहून मी कानोसा घेतला. चोरासारखं घरात शिरायला ही वेळ योग्य होती की नाही बघणं गरजेचं होतं. माझं घर! संततधार पावसात हे माझं घर भरभक्कम घर उभं होतं. पण जसं काही ते बुडतंय अशा नजरेनं मी त्याकडे बघत राहिले.

निरव शांतता – गडद अन् एकांडी. नोकरांच्या खोल्यातही दिवे लागले नव्हते. व्हरांड्यातही अंधार, दिवाणखान्यातही उजेड नाही. एका खोलीत अंधूकसा उजेड दिसत होता. माझी खोली! एखाद्या चोरासारखी मी पावलांचा आवाज न करता भिंतीला चिकटले आणि मागच्या दारापाशी गेले. तिथे कुलपाला अडखळले पण ते उघडणं फारसं अवघड नव्हतं, मी हळूच आत शिरले. माझ्या खोलीत शिरले आणि पहिलं काम म्हणजे दिवा लावला.

कोनाड्यात ठेवलेल्या, कोरीव काम केलेल्या लाकडी देव्हाऱ्याकडे लक्ष गेलं. आम्ही पहिल्यांदा आठवडी बाजारात गेलो होतो तेव्हा विलनं खास माझ्यासाठी हा देव्हारा विकत घेतला होता. बँकॉकमध्ये आल्यानंतर लगेचच आम्ही आठवडी बाजारात गेल्याचं मला आठवलं. हा देव्हारा माझ्यासाठी सुदैवी ठरला होता. मी तो कधी मोकळा ठेवत नसे. फुलं, मेणबत्त्या किंवा काहीतरी का होईना त्यात ठेवायचे. आता बघते, तर तो मोकळा होता. पूर्वी बोगनवेलीच्या आणि जास्वंदाच्या फुलांनी हा देव्हारा रंगीबेरंगी दिसायचा, आता तिथे उदबत्त्यांची घरंही दिसत नव्हती, ना मेणबत्त्या!

माझं इथले दिवसही या मोकळ्या देव्हाऱ्यासारखेच भासत होते. देव्हाऱ्यात फुलांचा आणि घरात माझ्या अस्तित्वाच्या खुणाही नव्हत्या. मी विलच्या खोलीत गेले आणि दिवा लावला. पलंग आवरलेला होता. त्याच्या खिशातल्या वस्तू मात्र अस्ताव्यस्त पसरलेल्या बघून मला कसंतरीच झालं. काही दिवसांपूर्वीच तो खिशातल्या सगळ्या वस्तू माझ्याकडे नीट ठेवायला म्हणून देत असे – बिझनेस कार्ड, कागदी रुमाल, त्याचा कंगवा, सुटे पैसे. मी त्या साऱ्या वस्तू माझ्या पर्समधल्या आतल्या कप्प्यात ठेवत असे. हा कप्पा मी फक्त त्याच्या वस्तू ठेवायला राखून ठेवला होता. घरी परतलो की काळजीपूर्वक त्या साऱ्या वस्तू टेबलावर काढून ठेवत असे. त्या सगळ्याला आता कितीक काळ लोटला असं वाटतं – इतकी साधी गोष्ट – पण त्या आठवणीनं कळ उठली.

जमिनीवर कसलासा डाग पडला होता, तो वाकून काळजीपूर्वक पाहिला. रेशमासारखं मऊ, पतंगाच्या पंखांसारखं तलम... मी ते चेहऱ्याजवळ आणलं. मोलच्या संध्याकाळच्या कपड्यांना असा वास यायचा. सिगारेट, गार्डेनिया आणि हलकासा घामाचा गंध.

मी पावसानं भिजलेले कपडे काढले अन् पायापाशी टाकले. समोर पूर्ण उंचीचा आरसा होता. त्यात डावी-उजवीकडून स्वत:कडे निरखत बसले. इतका वेळ बघत राहिले की डोकं भिरभिरू लागलं आणि मी तोल जाऊन पलंगावर पडले. विलचा पलंग! न झोपता या पलंगावर पडून राहणं हा माझ्या कर्तव्याचा, आनंदाचा, सवयीचा भाग झाला होता. पण इथे आता अजून कोणीतरी होतं. मी अंगावर

चढवलेल्या कपड्यातच नाही तर पलंगपोसांनाही निराळा गंध येत होता. मी क्षणभर डोळे मिटले, पण सारी दमणूक दूर सारत परत डोळे सताड उघडे ठेवण्याचा प्रयत्न केला. न जाणो मला झोप लागली असती, जागच आली नसती तर.

शेवटी मी उठलेच, हेलनचे कपडे चढवले होते, ते काढून आधीसारखे जमिनीवर ठेवले. माझे ओले कपडे उचलले, बाथरूममध्ये जाऊन पिळले आणि अंगावर चढवले. अजून किती ओले होते ते!

बाहेर हवा दमट झाली होती. वादळ शमलं होतं. पावसाचा जोरही कमी झाला होता. पण पाऊस थांबायचं मात्र काही लक्षण नव्हतं. मी अजून भिंतीचा आधार घेतच पुढे जात होते. न जाणो कोणी मला बघितलं तर! टुकटुक पकडून म्हणाले, 'पॅटपाँग' आणि निघाले.

शहरात काहीतरी मोठा कार्यक्रम होता. फटाके, विद्युतरोशणाईनं सारं शहर उजळलं होतं. सगळीकडून गाड्यांचे भोंपू वाजत होते. शहरात कधी नव्हे इतके दिवे झगमगत होते. रस्त्यावर साचलेल्या पाण्यात त्यांची प्रतिबिंब पडल्यानं जणू दुप्पट झाले होते.

मी पॅटपाँग-२च्या दिशेनं निघाले. तिथे टॅक्सी आणि टुकटुक, मोपेड, हातगाडीवाले थांबले होते. रस्ता बंदच झाला होता. सिगरेट, वृत्तपत्र अन् व्हिडीओ स्टॉलचे चकचकाट ओलांडत मी वेगानं पुढे निघाले. रस्त्यावर अलोट गर्दी होती.

एखाद्या लग्नाची तयारी असावी तशी कनात उभी केली होती. त्याखाली जमून सारे दलाल एकच हल्ला करत होते. वेगवेगळ्या भाषेत मला विचारू लागले, कुठे जाणार? कुठे जाणार? काय हवंय? ते आपले सवयीनं त्यांचं काम करत होते, पण त्यांनाही माहीत होतं की या गरिबडीकडून काही म्हणता काही मिळायचं नाही. मान खाली घालून चाललेल्या, भिजून चिंब झालेल्या या आकृतीचा आपल्याला पैशाचा फायदा नाही हे त्यांनी ओळखलं होतं.

मला अगदी तिरस्कार वाटला त्या जागेचा. विलनं मला पहिल्यांदा तिथे नेलं होतं तेव्हापासूनच अजिबात आवडली नव्हती मला ही जागा! आता तर मला कुठेच जायचं नव्हतं, दिशाहीन भटकत असताना अजूनच नको झालं इथे असणं! मनातून मी विल आणि हेलनला शोधत होते. एखाद्या शहाण्या माणसानं विचार करून हे काम करावं तसं नाही तर एखाद्या वेड्यानं भावनेच्या भरात केलेली कृती होती ती! मला अधिक काहीतरी जाणून घ्यायचं होतं. प्रश्नच नाही- त्यांना शोधण्यापलीकडे मला काहीतरी शोधायचं होतं.

मनाच्या अगदी तळातून आलेला विचार सांगायचा तर मला त्यांना पार हलवून, हादरून सोडायचं होतं. त्यांच्या नात्याचा पदर फाडून टाकायचा होता. तिला पळवून लावायचं होतं. त्याला माझ्याकडे खेचायचं होतं. हे सारं नाही जमलं तरी आयुष्यात

एकदातरी तमाशा केला असता. त्याला जरा शरमल्यासारखं झालं असतं. मी कोणी वस्तू नाही तर व्यक्ती आहे हे तेव्हातरी त्याला कळलं असतं. कोणी नोकर नव्हते मी त्याची, त्यानं हवं तेव्हा जवळ करावं नाही केव्हा दूर लोटावं!

जगभरात लोक एकदुसऱ्यांवर मालकी दाखवतात. हे सारं जगच असं गुलामांचं आहे पण गुलामसुद्धा जीव जाण्याआधी मुठी वळवल्याशिवाय थोडीच राहतात!

मी तिथे अचानक उद्‌भवण्यानं, त्यांच्यासमोर उभं ठाकण्यानं बरंचसं काम होणार होतं. मला शब्दांचा वापर करण्याचीही गरज भासणार नव्हती. मी तिथे उभं राहणंच बोलकं होतं – बघ, त्यानं माझं काय केलं आहे ते! आणि आता सोडून दिलंय मला!

अजूनच छान कल्पना – मी लहान बाळ घेऊन तिथे पोहोचणं. विलला मूल हवंच होतं, त्याचा वंश वाढवायला कोणीतरी हवं असा सारखा धोशा लावत असे, मग मी दाखवून देईन की त्याच्या वंशाचा दिवा माझ्याकडे आहे.

मागे विलनंच मला एक गल्ली दाखवली होती, तिथे दुसऱ्या मजल्यावर बोट करत, लहान बाळं भाड्यानं मिळतात असं म्हणाला होता.

''बाळं भाड्यानं मिळतात? कशाला?''

''भीक मागायला, छायाचित्र काढायला की मजा करायला, कोण जाणे!'' तो खांदे उडवत म्हणाला होता.

त्यानं मला बोट दाखवून हे सारं सांगितलं होतं, मी तिथे पोहोचले. तिथे एका बाईनं मला नेमका पत्ता सांगितला. कोपऱ्यावर एका कपड्यांच्या दुकानात पोहोचले.

एक बाळ कामासाठी मिळण्यायोग्य होतं. एका वेताच्या टोकरीत झोके घेत होतं. शेजारीच शिवणयंत्र ठेवलेलं होतं. यंत्रावर कपडे शिवणारी बाई दर दोन मिनिटांनी शिवणकाम थांबवून टोकरीला झोके देत होती. तोंडाचा चंबू करून, मन लावून ती कापडाला टीप घालत होती. तिनं हातातलं काम होईपर्यंत मला थांबायला लावलं. पक्ष्यानं घरट्यातल्या अंड्यांकडे नजर ठेवावी तसं ती एका डोळ्यानं बाळाकडे लक्ष ठेवत होती. ते पोर तिचं नव्हतं हे मी क्षणार्धात ओळखलं. शक्यच नव्हतं ते बाळ तिचं असणं. शक्यच नव्हतं.

ते नवजात अर्भकही नव्हतं. बाळ फार लहान नाही हे बघून माझ्या जीवात जीव आला. फार लहान बाळं मला फार अस्वस्थ करायची. इतकी लहान मुलं माणसांची जातीतली वाटतच नाहीत. हे मूल मोठं होतं. त्याचे अवयव जागच्या जागी उगवले होते. माणसाचं बाळ म्हणावं इतपत मोठं होतं. खूप वेळ झोपून त्यानं शांतपणे डोळे उघडून माझ्याकडे नजर टाकली, आणि फारसा आरडाओरडा न करता पुन्हा डोळे मिटून घेतले.

किमान दोन तासांचे पैसे द्यावे लागतील असं शिंपीण म्हणाली. संध्याकाळच्या

नृत्याच्या कपड्यांसाठी जितके पैसे लागतील त्याहीपेक्षा स्वस्तात पोर भाड्यानं मिळतं हे मला नव्यानंच कळलं. तिनं मला कापडाचं बनवलेलं झोळणं दिलं. ते कसं लावायचं सांगितलं. पाठीवरची पिशवी असते तसं वापर म्हणाली.

तिनं बाळाला पिशवीत भरलं तोवर मी पिशवीचं तोंड मोकळं ठेवलं होतं. मग तिनं मला झोळणा पाठीवर बांधायला मदत केली. माझ्याकडे पावसासाठी छत्री-जाकीट नव्हतं, हे बघून शिंपिणीनं बाजूलाच पडलेल्या काळ्या प्लॅस्टिकचा मोठा तुकडा फर्रकन तोडला. तो तिनं माझ्या डोक्यावर गुंडाळून खांद्याभोवती बांधला. पुन्हा एकदा मी पावसात शिरले.

रस्त्यावर कुठेतरी मला त्या दोघांची गाठ पडेल याची मला जणू खात्री होती. तो नेहमी प्यायला जायचा तिथे असेल का? क्लिओपात्रा, विनर्स बार, पुसी अलाइव्ह, क्विन्स कासल. बऱ्याच दिवसांनी बघत असल्यानं मला ही सारी नावं पुसट ओळखीची वाटत होती. पण त्या सगळ्यांच्या लाडक्या नृत्यांगना कुठे असतात हे मला काही केल्या आठवेना. तो दुमजली बार कोणता... अं...

आपण आत कसं जायचं या प्रश्नावरही माझ्याकडे काही उत्तर नव्हतं. बाउन्सर्स, भडव्यांना ओलांडून पलीकडे जाणं म्हणजे दिव्य. मला फक्त काही क्षणांसाठी आत जायचंय, त्यासाठी मी जिवाचं रान करते आहे हे त्यांना कसं पटवायचं. मी जमलेल्या लोकांवरून पटकन नजर फिरवली. तो दिसला तर बरंच होतं. सगळीकडे पाहिलं मी त्याला. गर्दीत कुठे दिसतो का ते तपासलं. जोडप्यांमध्ये पाहिलं, फ्लोरोसंट दिव्यांमध्ये पांढऱ्या दिसणाऱ्या आकृत्यांमध्ये बघितलं – पांढरे शर्ट, पांढरे दात – बाकी साऱ्या जगाला कोणताच रंग नव्हता. पांढऱ्या गोष्टी मात्र चकमकत होत्या. तरीही मी त्याला ओळखलं असतं.

निरनिराळ्या बारमध्ये डोकावत, रस्ते ओलांडत, एखाद्या उंदरासारखी मी इथे-तिथे गेले. आत-बाहेर, वर-खाली जात राहिले. लोकांच्या गर्दीत, नृत्यांगनांच्या गराड्यात, दिव्यांच्या चकचकाटात फिरत राहिले. किंग्ज कॅस्टल, नेपोलियन, गोल्डफिंगर, न्यू रेड डोअर, मिझू, मँगो ब्रुटुस, मॅजिक ग्रील.

फिरता फिरता वाटलं की ते दोघं आता नाही भेटणार मला. मग एकदम एक नाव चमकलं. गार्डन ऑफ इटीन. तिथे मी अजून पाहिलं नव्हतं.

त्याला पाठमोरं पाहिलं आणि मुख्य दार अन् स्वयंपाकघराच्या भिंतीआड लपले. खोल श्वास घेऊन जीव गोळा केल्यावर पुन्हा एकदा त्याच्याकडे बघितलं.

झाडाखाली सफरचंदाचे दिवे लकाकत होते. तिथे गोल टेबलाभोवती बरेच जण बसले होते. त्याच्या भोवतीच्या मित्रमंडळींची माझ्याकडे पाठ होती. त्याच्या समोर बसलेल्या एका बाईचा चेहरा मला सामोरा होता.

मला वाटलं होतं की हेलन तरुण मुलगी असेल – फिक्या डोळ्यांची, सोनेरी केसांची. शहरभर दुधाच्या जाहिराती लागल्या आहेत, त्यातल्या मुलीसारखी एखादी. पण ही तर बाई होती. निस्तेज चेहरा, बऱ्यापैकी वय आणि तिचे केस कसेतरी विस्कटलेले होते. तिच्या कपाळावरची खोल आठी आणि खाली वळलेले ओठ पाहून या बाईला दुःखाची जवळून ओळख असणार हे स्पष्ट होतं.

तिला बहुधा माझ्या चेहऱ्यावरून माझ्या नशिबाच्या धिंडवड्यांबद्दल काहीतरी कळलंच असावं. मी सगळ्यांसमोर येण्याआधी काही क्षण तिनं माझ्याकडे थेट पाहिलं. मी दाराजवळ वातानुकूलित यंत्रातून येणारा थंडगार झोत झेलत उभी होते. पण आता इथून मागे फिरण्याचा पर्याय नव्हता. तिनं मान वळवून, डोळे आकसून पाहिलं, आणि मग तिने एकदम डोळे विस्फारले. विल अन् त्याचे मित्र हास्यविनोदात दंग असताना, ती मात्र मी हळूहळू त्यांच्याकडे येत आहे हे अगदी जाणतेपणानं बघत होती.

विलच्या टेबलापासून एका फुटावर उभी राहिले. हृदय इतक्या जोरात धडधडत होतं. विलनं मला पाहिलं, आश्चर्य, मग राग, आणि नंतर चिरून टाकेल इतका थंडपणा – आम्ही इतक्या दिवसांनी भेटत होतो पण त्यानं उठून मला जवळ घेतलं नाही, त्याला तशी गरज वाटली नसावी. किंवा तसं करावंसं वाटलं नाही. टेबलाजवळ जमलेली मंडळी अचानक शांत झाली. ही शांतता आता आजूबाजूच्या टेबलावरदेखील पसरू लागली. काटा-चमच्यांचे आवाज आणि घसा खाकरण्याचा आवाज काय तो येत होता. मोठ्या गर्दीसमोर बोलायला सुरुवात करण्याआधी पोटात जशी फुलपाखरं उडतात तसं काहीसं आत्ता मला जाणवत होतं. बाकी काही दिसत नव्हतं. विलच्या चेहऱ्यावरचे भाव मन चिरत होते. त्यामुळे भीतीनं कचरत होते.

एखादा चित्रपट मध्येच बंद व्हावा आणि पुन्हा नव्यानं सुरू व्हावा तसं माझ्या समोर घडणारं सर्व चित्रमय झालं. त्यातून विल उठला. नाटकी सभ्यतेनं म्हणाला, "ही तर आपल्या सर्वांची लाडकी ना गा तर नाही? केवढं मोठं आश्चर्य! ये, ये, बस."

त्यानं पुढे केलेला हात झिडकारला. तो मुठीवर हात फिरवू लागला आणि मी खांद्यापासची प्लॅस्टिकची गाठ सोडवण्याच्या प्रयत्नाला लागले. शिंपिणीनं गाठ इतकी आवळून बांधली होती की मला ती सोडवताच येईना. मी मग पाठीला लावलेला झोळणा सरकवून पोटापाशी आणला. मूल बाहेर काढायचा प्रयत्न करू लागले.

"हे काय आता?"

त्याच्या आवाजात बर्फाचा थंडपणा होता. मी झोळण्याच्या गाठी सोडवत मूल बाहेर काढलं. विलनं माझ्यासाठी ओढलेल्या खुर्चीवर ठेवलं. झोळणा उघडायचा

प्रयत्न करू लागले, "बाळ," मी थंडपणे म्हणाले. मी चक् चक् , ओहे, अरे बाप रे, असे आवाज ऐकले. ओह, बाळ.

"तुला मूल हवं होतं ना." आता मला आवाजात थंडपणा ठेवणं अशक्य झालं होतं. माझा आवाज कर्कश झाला. "मी तुझ्यासाठी बाळ आणलंय."

मी घाईनं झोळण्यातून बाळ बाहेर काढायला लागले – मला ते विलकडे थोपवायचं होतं, त्याच्या हातात द्यायचं होतं – पण झोळण्याची चेन अडकत होती, धड निघायला तयार नव्हती. ते बाळ गाढ झोपलं होतं. झोप आहे की चेष्टा. कितीक वेळ नुसतं झोपाच काढतंय हे बाळ!

देवा! हे बाळ तर हलतच नव्हतं – अजिबात हलत नव्हतं. मी त्याचा खांदा हलवला. पाय हलवला, पण ते अजिबात हललं नाही. मी त्याच्या छातीवर कान टेकवला. ते श्वासही घेत नव्हतं. ते बाळ मेलं होतं! जीव नव्हता त्यात. मी त्याला कसंबसं झोळण्यातून बाहेर काढलं शेवटचं गदगदा हलवलं. त्याला हातावर उचलत वर धरलं, खाली ठेवलं, पुन्हा पुन्हा हलवून पाहिलं.

बाळ मेलं होतं. मी त्याला प्लॅस्टिकमध्येच ठेवून, गुदमरवून मारलं होतं.

मी विलकडे वळले आणि त्याच्या हातात ते बाळ ठेवत म्हटलं, "मी मारलं त्याला."

मी विलच्या हातात बाळाला सोपवलं असं मला वाटलं, पण खरंतर मी हेलनच्या हातात ठेवलं बाळाला! तिनं बाळाला जवळ घेतलं, खांद्यावर हलकेच थोपटायला सुरुवात केली. ती डुलत डुलत बाळाला सारखी थोपटत होती. बाळ उठलं, त्यानं आजूबाजूला पाहिलं, एक जोराची किंकाळी तोंडून फुटण्याआधी सगळ्या खोलीत नजर भिरभिरून घेतली.

बाळ उठलं तसं हेलनच्या चेहऱ्यावर हसू पसरलं. त्याला एकीकडे थोपटतच तिनं खांद्यावर पुढे-मागे केलं. ते पोर आता चांगलंच जागं झालं होतं. सगळी गर्दी डोक्यावर घेईल इतकं केकटत होतं. हेलनच्या हातातून दूर जाण्यासाठी हातपाय झाडत होतं. मी त्याला घ्यायला पुढे झाले तशी हेलननं माझ्याकडे पाठ केली. ते बाळ माझ्या चेहऱ्यासमोर आलं. मला बघणं त्या बाळाला अशक्य झालं असावं. ते हेलनच्या खांद्यावरच ओकलं. मी पुन्हा एकदा बाळ घ्यायला पुढे झाले, "दे माझ्याकडे." बाळाच्या रडण्याच्या गोंधळात तिला ऐकू जावं म्हणून ओरडून म्हणाले.

माझ्या खांद्यावर वजन जाणवलं. विलचा हात माझ्या खांद्याचा भुगा करत होता. "बस ना गा, तू माझ्याबरोबर चल मुकाट्यानं!"

त्यानं मला हाताला धरून हॉटेलबाहेर काढलं. नीद गाडीत पेंगा खात होता, तिथपर्यंत नेलं. माझ्या खांद्यांवर बांधलेलं प्लॅस्टिक अजूनही लाळेऱ्यासारखं लटकत

होतं. मी मुकाट्यानं बाहेर आले. जराही विरोध केला नाही. हातात बेड्या पडलेल्या कैद्यासारखी त्याच्यामागे गेले.

"हिला मोलच्या घरी नेऊन सोड." विलनं नीदला सांगितलं. नीदनं गाडी सुरू केली होती. इंजीन फरफरत होतं. नीद चाललेली झोप क्षणात घालवून टक्क जागा होऊ शकत असे.

"ते बाळ." मी एवढंच म्हणू शकले.

"त्याची काळजी करू नकोस. आम्ही बघू त्याचं काय करायचं ते."

माझं डोकं इतकं कुठून चाललं माहीत नाही, पण मी त्याच्या हातात त्या शिंपिणीनं दिलेली पावती ठेवली. त्यानं माझ्या तोंडावर गाडीचं दार जोरात लावलं.

नीद विस्फारलेल्या डोळ्यांनी माझ्याकडे नजर टाकत होता. पण त्यानं स्वत:ला अलिप्त ठेवायला शिकवलं होतं. तो फक्त स्वत:च्या कामाकडे लक्ष द्यायचा. त्यानं काहीच उत्सुकता दाखवली नाही बहुधा म्हणूनच त्याच्याशी बोलले, "मी एका बाळाला जवळजवळ मारलंच आज." मी त्याला म्हणाले.

"लेई?" तो थाई भाषेत म्हणाला, म्हणजे हो का?

हरामखोर, कुंटणखाना चालवणारे बाळं भाड्यानं देणारे थाई साले!

माझ्यासाठी आता काही दारं केवळ बंदच झाली नव्हती, तर अगदी कड्या-कुलपं लावून कायमचीच, पक्की बंद झाली होती.

पुन्हा एकदा या जंगली लू'नं सिद्ध केलं होतं की, ती सहचरी म्हणून नालायक होती, लहान मुलाला सांभाळायला नालायक होती, इतकंच काय, गुलाम म्हणूनच नालायकच ठरली होती.

अठ्ठावीस

"**सा**रंकाही आहे यात," एका प्लॅस्टिकच्या पिशवीवर हात ठेवत जियांग एक दिवस म्हणाला, "तुझी सगळी कागदपत्रं. सगळीच्या सगळी."

आम्ही आजूबाजूला बसायला कुठे जागा मिळतेय का पाहत होतो, पण त्याच वेळी एक चिनी टुरिस्ट गाइड प्रवाशांची फौज घेऊन आला होता. त्यामुळे सगळे बाक अचानक भरून गेले. आम्हाला बसायला जागाच उरली नाही.

"आपण तिकडे जाऊ या!" जियांगनं काचेच्या तावदानापलीकडे बोट दाखवलं. तिथे आंतरराष्ट्रीय फोनसाठी सोय होती. एक छोटं टेबल आणि दोन लाकडी खुर्च्या मांडल्या होत्या. फोनशेजारी एक दिनदर्शिका होती. एका बाजूला महिना दिसत होता आणि त्याच्याच दुसऱ्या बाजूला नाताळचं चित्र काढलेलं दिसत होतं.

मी काचेच्या दाराकडे तोंड करून बसले, जियांग माझ्या समोरच्या खुर्चीवर बसला. त्याच्यासमोर एक भलंमोठं पेंटिंग लावलं होतं. त्यावर पाच अधिकारी सैनिकी पोशाखात, एका भव्य धरणासमोर दिमाखात उभे होते. पेंटिंगवर लिहिलं होतं – वॉटिंग – आपली सुंदर जन्मभूमी उभारू या!

जियांगनं प्लॅस्टिकच्या पिशवीतली कागदपत्रांची चळत बाहेर काढली. समोर टेबलवर ठेवली. प्रत्येक कागदपत्राबद्दल तो मला सांगू लागला. सीमापार जाण्यासाठी चिनी परवाना, बर्मी प्रवेश परवाना, विशेष विभाग 'ए' व 'बी'मध्ये प्रवेश करण्यासाठी अधिकृत परवानगी, स्टॅम्प असलेली, सह्या केलेली पत्रं, काही टाईप केलेली, काही हातानं लिहिलेली, इंग्रजी, बर्मी, चिनी भाषेतली पत्रं – माझ्यासाठी त्याला हे सारं जमा करावं लागलं होतं, एवढा त्रास घ्यावा लागला होता, एवढं करून या साऱ्या कागदपत्रांचा मला काही उपयोग नव्हता असं किमान मला तरी वाटत होतं. तर त्याला इतकं सारं करावं लागलं होतं, या कल्पनेनंच मला शरमल्यासारखं झालं.

"हो, झालं, तुला लागेल ते सर्व आहे यात." तो उभा राहत म्हणाला.

त्यानं प्रत्येक कागद मला कुठे, कसा घेऊन जाईल ते सांगण्याचा त्रास घेतला होता. प्रत्येक पायरीवर कोण भेटू शकतं, काय होऊ शकतं, हे सारं सांगितलं होतं.

मी आता काही शंका, प्रश्न विचारेन म्हणून तो वाट बघत होता. मला काही सुचेना, मी विचारलं, ''मग, कधी निघायचं आहे मी?''

''तुला हवं तेव्हा निघू शकतेस आता तू,'' त्यानं टेबलावरची दिनदर्शिका माझ्याकडे वळवली. ''परवा? आता तुझ्याकडे सगळं आहे. जायला काही अडचण नाही.''

मी दिनदर्शिका उचलली. परवा म्हणजे पंचवीस तारीख. नाताळचा दिवस.

''त्या दिवशी नको.'' माझ्याही नकळत तोंडून शब्द निघून गेले.

''का?''

''का असं काही नाही, अशीच माझी अंधश्रद्धा!''

''अंधश्रद्धा – हो – चीनमध्ये हा शब्द फार चांगला मानत नाहीत हा, असं काही म्हणूदेखील नकोस.'' तो पुन्हा एकदा हाँगकाँगचा चिनी असल्यासारखं म्हणाला आणि बोलता-बोलता दारापर्यंत जाऊन पोहोचला. त्याला कधी एकदा इथून निघतोय असं झालं असावं.

''पुन्हा भेटू का आपण?'' हे विचारल्यानंतर मला माझ्याच शब्दांचा पश्चात्ताप झाला. मला त्याचे नीट आभार मानायचे होते पण कसे तेच सुचत नव्हतं. त्याच्या तोंडावर खोटं-खोटं बोलणंच होत होतं.

टेबलावरचा फोन अचानक वाजू लागला. आम्ही दोघे त्याकडे बघू लागलो. ''मी जाऊन सांगतो त्यांना की कोणाचा तरी फोन येतोय.'' बाहेर जात दार लावत तो म्हणाला. काचेच्या तावदानापलीकडे स्वागतिकेशी बोलताना मी त्याला बघत होते. एकीकडे सगळी कागदपत्रं जुळवून पुन्हा प्लॅस्टिकच्या पिशवीत ठेवली. मला हाताला काहीतरी काम हवं होतं. कागदपत्रं पिशवीत ठेवून वर पाहिलं तर लॉबी रिकामी होती. निरोपाचे शब्दही न बोलता जियांग निघून गेला होता.

तो दुसऱ्या दिवशी शहर सोडणार आहे, हे मला माहीत होतं. झिशुआंगबानाच्या दक्षिण भागात त्याचं पुढचं काम आहे हे त्यानं सांगितलं होतं.

झिशुआंगबाना! किती छान! मी उत्स्फूर्त प्रतिक्रिया दिली. माझ्या खोलीतल्या प्रवासी माहिती पुस्तिकांमध्ये झिशुआंगबानाबद्दल वाचलेलं आठवलं – युनानच्या दक्षिण टोकाकडचं सुंदर शहर – रंगीबेरंगी, पारंपरिक जग अन् नजरेचं पारणं फेडणाऱ्या उत्सवांनी नटलेलं जादुई नंदनवन!

''कामासाठी चालला आहेस की मजेसाठी?''

त्यानं माझ्याकडे त्याच्या खास नजरेनं पाहिलं. त्याच्या चेहऱ्यावर हास्य होतं पण नजरेत कारुण्य! म्हणाला, ''दोन्ही!''

पण जियांग असा काहीच न बोलता, नीट निरोप न घेता जाणाऱ्यातला माणूस नव्हता. तो काहीतरी महत्त्वाचं काम निघालं म्हणून घाईनं गेला असणार. काम झालं

की येईल परत, निरोपाचे शब्द बोलेल. दुसऱ्या दिवशी सकाळी मी पुन्हा लॉबीपाशी त्याची वाट बघत बसले. न्यू प्रॉस्पॅरिटी ब्रिज हॉटेलमध्ये जाऊन आम्ही जेवण घेत एकमेकांचा निरोप घेऊ अशी माझी अपेक्षा होती.

स्वागतकक्षातून एक तुसडा माणूस आला. माझ्याकडे बघत, टिंगलीच्या स्वरात म्हणाला, "कोणीतरी तुला ताटकळत ठेवलंय वाटतं!"

मनातून जियांगचा इतका राग आला! माझ्या हातात कागद कोंबून स्वत: मात्र पसार झाला. मला सीमेपर्यंत सोडायला काय अगदी त्रास होणार होता याला! पण मनाच्या कोपऱ्यात कुठेतरी तो गेल्याचा आनंद आणि सुटकेचा निश्वासही होताच. मी आता मुक्त होते – कोणी मला काही सांगावं आणि मी ते करावं, यापासून पुरती सुटले होते, माझं नशीब ठरवायला मोकळी होते.

जियांग आता काही येत नाही हे स्पष्ट झाल्यावर मी माझ्या खोलीत आले आणि पलंगावर बसले. काल सोफ्यावर ठेवलेली कागदपत्रांची पिशवी अजून तिथेच होती. ही एवढी सारी कागदपत्रं जमवण्याच्या कष्टांना काहीतरी अर्थ असायला हवा ना. त्यानं सांगितल्याप्रमाणे जाण्याचा विचार कधी करू लागले मलाही कळलं नाही. अपेक्षेप्रमाणे सीमेवर जायची तयारी करू लागले.

तिथे जाण्याआधीच तिथे काय सामोरं येणार आहे याची मला कल्पना होती. प्रत्येक घटना, प्रत्येक गोष्ट, प्रत्येक पायरी कशी होणार हे मी चांगलं जाणून होते, माझ्यासारख्या बायकांचं काय होतं हे मला कोणी नव्यानं सांगायला नको होतं.

पुलाच्या अलीकडच्या बाजूला चेकनाक्यावर ते मला थांबवतील. माझ्याजवळची कागदपत्रं तपासतील. त्यांच्या चेहऱ्याकडे बघून मला कळेल की काहीतरी चुकलं आहे. ते मला बाजूला यायला सांगतील, आत बसवतील, वाट बघायला लावतील. माझ्या ओळखपत्रावर खल करण्यासाठी अनेक रक्षक तिथे जमा होतील. आतल्या खोलीतून एक-दोन फोन केले जातील. बाहेर बसून, कानात प्राण आणून ते माझ्याबद्दल काय बोलताहेत हे जाणण्याचा मी प्रयत्न करेन.

हे अगदी असंच घडणार होतं. माझ्याकडच्या कागदपत्रात ते काहीतरी खोट काढणारच, माझ्यावर कोणतातरी आरोप लावणारच. शेवटी मला हातकड्या घालून नेतील. यापलीकडे काहीही होणार नाही याची मला खात्री होती. ते मला मंदिरापलीकडे फाशी द्यायला जागा बांधली होती तिथे नेतील. मी काहीही केलं, न केलं तरी ते मला धरतीलच. संपवतीलच.

अगदी उदाहरणादाखल धरून चालू या की त्यांनी मला पुलापासच्या चेकनाक्यापासनं सोडलं. असंही समजा की मी बर्मी सीमेपासच्या चेकनाक्यातूनही सहीसलामत पुढे निघाले. सगळ्या गोंधळातून, चकव्यांतून, तपासण्यांमधून सुटले. पण पुढे काय? लोकांनी मला अनेकदा सांगितलंच होतं की माझं घर आता जागेवर नाही.

शेवटी मी खोलीतून निघाले आणि दिवसभर वॉंटिंगच्या रस्त्यावर पाय दुखेपर्यंत निरुद्देश भटकले.

जगात कुठे, कसा नाताळ साजरा करतात – अगदी इथेही – चिनी सीमेवर... बाजारपेठेतल्या खांबांवर रंगीबेरंगी दिव्यांच्या माळा सोडल्या होत्या. कॅरिओकीचे स्टॉल्स 'जिंगल बेल' आणि 'रुडॉल्फ द रेड नोझ्ड रेन्डिअर'नं दुमदुमत होते. युनान विकास बँकेच्या उंचच उंच मनोऱ्यावर हवा भरलेला सॅन्टाचा फुगा डोलत होता.

मला माझ्या पहिल्या नाताळाची आठवण झाली. मॉर, फॉर आणि पियाबरोबरच्या नाताळाची! त्यांच्या बागेत लाल, निळ्या आणि पांढऱ्या दिव्यांच्या माळा चमचमत होत्या. लू अन् दरू डोंगरांमधल्या थंडगार हवेपेक्षा इथली जडशीळ, उष्ण हवा मला निराळीच भासत होती. संत्र्यांचा वास हवेत साठला होता.

दुपार कलत गेली तसे चालून-चालून पाय खूप दुखायला लागले. तरी खोलीकडे वळण्याचं नाव घेत नव्हते. उगाचच भटकत राहिले. पाय नेतील तिकडे जात राहिले. रस्त्याच्या कडेला 'टिंगल टँगल सलून' अशी पाटी झगमगत होती. काही विचार न करता आत घुसले.

बांबू आणि मण्यांचा पडदा बाजूला सारून आत गेले. गुलाबी प्रकाश पडला होता. हा प्रकाश माझ्या चांगलाच ओळखीचा होता. हा झिरझिरीत पडदा, देहाचा उत्सव, मागचा अंधारा जिना माझ्या चांगलाच परिचयाचा होता. मी याआधी इथे कधीही पाऊल टाकलं नव्हतं, पण इथला हा वास माझ्या अगदी ओळखीचा होता. खोलीच्या एका कोपऱ्यात उदबत्ती लावली होती. मेजावर मेणबत्त्या, फुलं अन् काचेचा क्वान यिनची मूर्ती ठेवली होती. भिंतीवर कागदी गुलाबाची फुलं डकवली होती. हेअर ड्रायर लटकत होते. जमिनीवर कापलेल्या केसांचा ढीग पडला होता.

प्लॅस्टिकच्या गादीवर तीन मुली पहुडल्या होत्या. काहीसं नाखुशीनंच त्यांनी माझं स्वागत केलं. उठून उभ्या राहिल्या. त्यातल्या दोन तरुण मुली शाळकरी मुलींच्या वेशात होत्या. निळा पिनाफोर आणि पांढरे शर्ट. जरा मोठ्या मुलीचे कपडे लाल रंगाचे होते. अंगाला अगदी घट्टही होते.

त्यांनी माझ्याकडे पाहिलं, माझ्या कपड्यांकडे नजर टाकली, त्यावरून माझी किंमत केली. मी किती उपयोगाची याचा अंदाज बांधला. चेहरा खोटं बोलू शकतो, हास्य चकवू शकतं, पण कपडे मात्र तुम्हाला हवं त्यापेक्षा जास्त काही समोरच्याला सांगत असतात. माझा साधा टी शर्ट आणि जीन्स त्यांना मोहात पाडू शकली नाही. त्यांना लगेचच कळलं. मी त्यांच्यातलीच एक होते.

मोठ्या मुलीनं मला हाताला धरून भिंतीजवळच्या मोठ्या आरशापाशी नेलं. ती माझ्या केसांशी खेळत होती. मग तिनं मला पलंगाकडे जाण्याची खूण केली. तिथे त्या दोन मुली तयारीत होत्या. माझी वाटच पाहत होत्या. एकीनं माझ्या पायातल्या

चपला काढून घेतल्या. एकीनं माझे पाय वर करत मला पलंगावर झोपायला लावलं. डोकं पलंगावर येऊन खाली लटकत ठेवलं. मागे उभ्या असलेल्या मुलीनं माझ्या डोक्यावर पाणी ओतलं. तिला मदत करणाऱ्या मुलीनं डोक्याखाली बेसिन धरलं. तिनं केसांना शांपू लावला, फेस केला आणि केस काळजीपूर्वक धुतले. मग पुन्हा केसांना साबणासारखं पाणी लावलं, चोळले आणि पुन्हा त्याच गळमटलेल्या बेसिनमध्ये केस धुतले.

खोलीत कुठेतरी संगीताची धून वाजत होती. ती मी आधी ऐकली होती. इतकंच काय पण मला तिचं नावही आठवत होतं – 'साकुरा' – पिया आणि मी जी म्युझिक बॉक्स वापरायचो, त्यात होती ही धून. सोनेरी चेरीची फुलं असलेली लाखेची लाल पेटी, ती धून वाजवून-वाजवून मी ती पेटी मोडून टाकली होती.

पण ते हीच धून का वाजवत होते? हे एकच गाणं का? हीच धून तिथे पुन्हा पुन्हा चालू होती. ही धून पुन:पुन्हा ऐकणं फार त्रासदायक होत होतं. ते माझ्यासाठी म्हणून हे सारं करत होते का? केस पुन:पुन्हा धुणं, तीच-तीच धून वाजवणं, या साऱ्यात मी कधीकाळी फार अडकले होते. जगण्याच्या त्या चक्रात पुन्हा अडकत होते का?

मी केस धुणाऱ्या त्या मुलींकडे चमकून पाहिलं. अचानक मध्येच उठून बसले. मग माझे केस तसेच पाण्यात ठिबकत असताना उठून चालू लागले.

फ्रेंडशीप हॉटेलमध्ये तो चेहऱ्यावर मुरुमं असलेला तो रासवट माणूस तसाच उभा होता. त्यानं माझ्या केसांकडे नजर टाकली. पाऊस? त्यानं डोक्यावर पेटी वाजवत असल्यासारखी बोटं नाचवत विचारलं. त्याला पक्कं माहीत होतं की, या मोसमात अनपेक्षित बर्फ पडतं तसाच पाऊसही! मी त्याच्यासारखंच खाणाखुणा करत कोसळतोय असं उत्तर दिलं.

त्यानं आव्हान दिल्यासारखी काउंटरवर किल्ली टाकली. त्याच्या नजरेला नजर न देता मी ती उचलली.

पण त्याचं बोलणं संपलं नव्हतं. मी पायऱ्या चढताना त्यानं विचारलंच, "घाबरली आहेस का?"

मी घाबरले होते. प्रश्नच नाही. खूपच घाबरले होते.

मग मी गळफास लावून घ्यायला वर गेले.

एकोणतीस

मिन्झू दुपारी उगवली. एका हातात रबरमॅट आणि दुसऱ्या हातात लहान उशी. ती कराटेच्या ढगळ, फिकट तपकिरी वेशात होती. "मा, मा, तुम्ही वायटूके कसा साजरा करणार?" ती नेहमीसारखीच बडबड करत होती. एकीकडे खोलीत आली, निळं मॅट उलगडून झटकू लागली.

वायटूके! मी गेल्या अनेक वर्षांत याबद्दल काही विचारही केला नव्हता – नाइल नदीच्या तीरावर नव्या शतकाची सुरुवात वगैरे ते जे स्वप्न पडलं होतं त्यानंतर तर नाहीच. तेव्हाच मला उमजलं होतं की माझे दिवस आता भरत आले आहेत. पण मी शेवटचे प्रयत्न करत राहिले, विलला माझ्यात रस वाटेल म्हणून लटकत राहिले. त्याच्यासोबत नवी सुरुवात करावी म्हणून क्लृप्त्या लढवत राहिले. विल मात्र तेव्हा माझ्याबरोबरच्या शेवटाची तयारी करण्यात गुंग होता.

मिन्झूनं मॅट नीटस अंथरलं. मला वाटलं ही आता त्यावर सूर मारणार. पण नाही. मी त्यावर बसावं अशी तिची अपेक्षा होती. मी नको म्हणू लागले तसं तिनं मला हात धरून जोरात खेचलं, बसायलाच लावलं.

अगदी गालिच्यावरच नाही बसायला लावलं हे एक बरं केलं. गालिचा इतका गलिच्छ झाला होता की तो चांगला साबणानं धुण्याची गरज होती. शक्य होईतोवर मी सपाता न घालता त्यावरून चालायचे नाही. सुदैवानं माझ्या खोलीत सपाता होत्या. अगदी साध्या सपाता होत्या. दोन सॅनिटरी नॅपकीन एकमेकांना जोडल्यावर दिसतील तितक्या साध्या (एक तळाला आणि एक त्यावर.).

मी उठायचा प्रयत्न करत होते, आणि आता माझ्या लक्षात आलं की ही मुलगी मला मसाज देण्याचा प्रयत्न करत होती.

नो! नो मसाज! मी जोरात डोकं हलवलं. अजिबात नको.

नो! नो मसाज! तिनं मला सांगितलं. असं म्हणाली जसं काही मसाज वगैरे देण्याचा विचारही तिच्या डोक्यात येणं शक्य नाही. फक्त – फक्त बस इथे. तिनं विनंती केली. तिला माझ्या पायाबद्दल काहीतरी सांगायचं-दाखवायचं होतं.

“हे पाय,” तिनं माझे पाय हाताच्या पकडीत धरले. कितीही प्रयत्न केला असता तरी ती पकड सोडवणं मला शक्य झालं नसतं. मी भिंतीला पाठ टेकवून बसले होते. पाय ताणलेले आणि तिच्या हाताच्या पकडीत सापडलेले. तिनं पाय सोडले आणि माझ्या कपाळाला हात लावला. म्हणाली, “कपाळासाठी पाय फार फार महत्त्वाचे असतात.” गुडघ्यावर बसत तिनं माझे पाय पुन्हा ओढले.

“नको, नको.” मी तिला थांबवू लागले, पण ती च् च् म्हणत मला थांबवू लागली. “पाय आणि डोकं.” ती पुटपुटू लागली. “फार महत्त्वाचे. एकमेकांशी जोडलेलेच जसे काही.” मग ती माझे तळवे दाबू लागली. कणिक मळावी तसे तिचे हात चालू लागले. तिला थांबवायचंही होतं, पण चांगलंही वाटत होतं.

मनात विलचा विचार आला. मी त्याच्याशी रत झाले होते ते आठवलं.

मी त्याची पाठ चोळून देत होते. विल विव्हळत होता. मी इतकी बारीकशी दिसते पण मसाज करताना कुठून इतकी शक्ती येते, असं म्हणत होता. तुझ्या नादी लागणार नाही कधी असं म्हणाला होता.

मी त्याला मॉरला मसाज किती आवडायचा ते सांगितलं. हाताच्या तळव्यांनी कसा दाब द्यायचा, वर-खाली दाब देत मसाज करायचं तंत्रही तिनंच शिकवलं होतं. ती पोटावर झोपायची, मग चवड्यानं दाब देत तिच्या पाठीला मसाज... हे सारं करताना तिचे उसासे सुरूच असायचे.

“पण तुम्ही बायका एकमेकांना मसाज करत असाल ना?” विलनं कुंटणखान्याबद्दल विचारलं. “काम नसताना, आराम पडावा म्हणून?” तो ‘तुम्ही बायका’ असा जो उल्लेख करायचा त्याचा मला फार राग यायचा.

“थोडा वेळ मिळाला तर काही बायका करायच्या.” मी म्हटलं होतं. दिवसात जेव्हा थोडा वेळ मिळायचा तेव्हा मुली एकमेकांचे केस बांधायच्या, नखं रंगवायच्या. शेवटी तर नाच करत जीव रमवायच्या. काही जणी डुलक्या काढायच्या. एकेका पलंगावर तीन-चार जणी.”

“आणि तू?”

“मला मसाज अजिबात आवडत नाही.” मी म्हणाले.

“मूर्खपणा आहे,” तो उशीत तोंड खुपसून म्हणाला. तो काय म्हणतोय ते ऐकण्यासाठी मी वाकले. तो अचानक खांदे उचलून उठून बसला. “तुला कधी चांगला मसाज मिळाला नाही म्हणून म्हणतेयस असं.”

“आडवी हो, मी तुला मस्त मसाज देतो,” त्याचे हात मला गादीवर पाडण्यासाठी झटू लागले.

“विल नको, मला श्वास नाही घेता येत.”

“नको घेऊ मग श्वास, तसंही तू छाती भरून श्वास घेतच नाहीस. आता डोळे

मिट आणि निवांत पड बरं... मी सांगतोय तर मिट डोळे. सारखी आपली सताड बघत असतेस.''

डोळ्यांच्या कोपऱ्यातून मी त्याची उघडी छाती बघत होते. त्याचे पाय माझ्या पायांवर घासत होते. त्याचे हात माझ्या पाठीवर फिरत होते. शहारा आला, पोटात कसंसं झालं.

त्यानं माझा शर्ट काढला आणि मसाज करू लागला. पाठभर त्याचा हात फिरत होता. जोर लावून तो माझ्या बरगड्या, खांदे दाबत होता. मी श्वास घेण्याचा प्रयत्न करत होते. मग अचानक, त्यानं बोटांनी माझ्या मानेचे हलके चिमटे घ्यायला सुरुवात केली. मणक्यावर त्याची नखं, बोटं जाणवत होती. ते सारं कसं काय झालं मला माहीत नाही, एका क्षणी मी श्वास घेण्यासाठी तडफडत होते, आणि दुसऱ्या क्षणी माझा श्वास जड झाला होता.

''कसं वाटतंय, इतका काही वाईट मसाज नाही हां केला मी.'' तो म्हणाला.

वाईटच होता. इतकं नादावून टाकणं वाईटच.

''माफ कर, माफ कर मला!'' मिन्झू म्हणत होती.

तिनं माझ्या पायाच्या अंगठ्यावर इतक्या जोरात पाय दिला की मी वेदनेनं किंचाळले.

''मला वाटतं, तुझ्या डोक्यात काहीबाही विचार आहेत. पाय आणि डोक्याचा जवळचा संबंध आहे हे सांगितलं होतं ना मी तुला? बघ आता तूच.''

मला आता अगदी बास झालं होतं. ''मसाज नको आता.'' मी उभं राहत म्हटलं.

शेवटी तिनं तिच्या मनासारखं केलंच. सहा-सातव्यांदा तिनं घरी जेवायला यायचं, भात तरी खायला ये असं आमंत्रण दिल्यावर मी दुसऱ्या दिवशी संध्याकाळी तिच्याकडे जाण्याचं कबूल केलं.

तीस

मिन्झूची कामाची वेळ संपण्याची वाट बघत मी लॉबीमध्ये बसले होते. तेवढ्यात तिथे तो डॅनिश अभियंता आणि चिनी विद्यार्थी आले. तेच ते – कुनमिंगहून येताना माझ्या बसमध्ये होते तेच! त्यांनी मला ओळखलं की नाही माहीत नाही, ओळख दाखवली तरी नाही. ते आतापर्यंत एकमेकांचे मित्र झालेले दिसत होते. गप्पाटप्पा करत होते. परत एकदा मी त्यांच्या गप्पांत सहभागी नसलेली तरीही गप्पा ऐकणारी झाले.

आइस बिअर का चांगली नाही, ते अभियंता तळमळून सांगत होता. तो म्हणत होता की, कोपनहॅगनपासून जवळ एक बेट आहे. तो नुकताच तिथे सुटीसाठी जाऊन आला होता. एकोणनव्वद अक्षांशावर होता म्हणे हा प्रदेश!

''एकोणनव्वद अंश!'' विद्यार्थ्यावर भलतीच छाप पडलेली दिसत होती.

प्रकरण इथेच थांबलं नाही. अभियंत्याच्या पोतडीतून नकाशा निघाला. ''तिथे तुम्हाला भाड्यानं बंदूक घ्यावीच लागते.'' सांगताना एकीकडे त्यानं नकाशाची काळजीपूर्वक घडी घातली. ''भाडं देऊन बंदूक घ्यावीच लागते, कारण आइस बिअर्स फारच धोकादायक असतात.''

''आइस बिअर्स?''

''तुम्ही त्यांना 'पोलर बिअर्स' म्हणता ना? बर्फातून चालत असताना बंदूक लागते, कारण ते थेट हल्ला करण्याची शक्यता असते. अजूनही बरेच 'अनामल्स' असतात तिथे, शिवाय सीग्वाल... जर्मनांनी दुसऱ्या महायुद्धाच्या वेळी हे बेट सर करण्याचा प्रयत्न केला होता. पण रशियनांनी दगडाच्या खाणींवर बॉम्ब टाकले. त्यामुळे तसाही या बेटाचा काही उपयोग नव्हता. आता तिथे रशियन संशोधन केंद्र आहे. जगातलं उत्तरेच्या टोकावरचं चर्चही आहे इथे! स्पॅनिश तापाच्या साथीत बळी गेलेले जीव चर्चच्या बाहेर पुरले आहेत. फार थंड पण फार सुंदर बेट आहे ते!''

त्या विद्यार्थ्याचा 'आ' वासला होता, ''तू तिथे सुटीसाठी गेला होतास?''

कुठूनतरी मला माझाच आवाज ऐकू आला, ''तू मरायला वॉटिंगला आलास?''

''माझं घर फार लांब आहे.'' संध्याकाळी घरी परतणाऱ्या शेतकरी आणि व्यापाऱ्यांनी ठचाठच भरलेल्या छोट्या बसमध्ये बसलेलो असताना मिन्झू म्हणाली. एका चौकात उतरलो आणि पपई, केळींची झाडं ओलांडून पुढे पदपथावरून चालू लागलो. रस्ता पुढे अगदी ओसाड झाला होता. खूप दाट झाडी होती. मिन्झूनं नेहमीप्रमाणे केप्री घातली होती. तिच्या उघड्या पोटऱ्या माझ्यापुढे चालताना दिसत होत्या. ती काटेकुटे, वेलींची भेंडोळी, झुडपांच्या फांद्या चुकवत चालली होती.

मिन्झूसारखी सुंदर, निरोगी, तरुण मुलगी – अजून तरी तिची तोडमोड झाली नव्हती. पण होईल. कधी ना कधी तिला तोडून-मोडून – आज नाही उद्या, फक्त वेळेचाच काय तो प्रश्न.

खंदकापलीकडे बरेच सैनिक उभे होते, तिकडे माझं लक्ष गेलं. मिन्झूचं नशीब काय हे मला कोणी निराळं सांगण्याची गरज नव्हती. ते तिथेच होते, जंगल संपत आलं होतं तिथे, चिनी सैनिक की पिआरसी – विल त्यांना 'पिआरसी' म्हणायचा. त्यांच्या खांद्यावर लाल पट्टे होते. मशिनगन, कमरेला हत्यारं, बिनतारी यंत्र. त्यांना हवं ते सारंकाही होतं त्यांच्याकडे. सीमा पार करून जाणाऱ्या एका (खरंतर दोन) बायांना नागवायला त्यांच्याकडे पुरेसं सामान आणि कारण होतं.

मिन्झू पुढे निघाली. ती माणसं आमच्याकडे वळली. त्यांच्या डोळ्यांवर सूर्याचा प्रकाश येत होता. कपाळावर आडवा हात धरत, उन्हं अडवत ती माणसं आमच्याकडे वळली.

पायांचे शिस्तबद्ध चालण्याचे – यंत्रांचे आवाज, खोचक, कुचकट बोलण्याचे, टोमणे दिल्यासारखे आवाज कानावर पडू लागले. आम्ही वरवर अगदी शूर असल्याचं दाखवत होतो. मनातून मरणाला घाबरलो होतो. अजून खोलात सांगायचं तर मी... मी पराकोटीची घाबरले होते. मिन्झू तितकी घाबरलेली वाटत नव्हती. तिनं त्यांच्या खोचक बोलण्याला प्रत्युत्तर दिलं, काहीसं उद्धटपणानंच. (ते टोमणे मारत होते की, काय माहीत नाही. खरंतर ते काय बोलत होते, हे मला कळलंच नव्हतं. त्यांची भाषा येत असती, तर समजलं असतं ना!)

सैनिकांनी प्रश्न विचारले, मिन्झूनं शांतपणे उत्तरं दिली. मला एक-दोन शब्द कळले त्यातले. 'वाँटिंग! कुनमिंग!' मला वाटतं ते तिला मी कोण आहे, असं विचारत असावेत. कारण तिनं चिनी भाषेत – 'मिएन' असं उत्तर दिलं – म्हणजे बर्मा – तिनं एकीकडे माझा हात हातात घेऊन दाबला. मी भीतीनं गारठले आहे, हे बहुधा तिच्या लक्षात आलं असावं. पण मी फक्त स्वत:साठी घाबरत नव्हते. या तरुण पोरीची मला काळजी वाटत होती. तिचा हात धरून त्या माणसांना ओलांडून जाताना मला पियाबरोबरच्या दिवसांची प्रकर्षानं आठवण झाली. त्या दिवसांनंतर

आत्ता पहिल्यांदाच मी भीतीनं स्वत:लाही विसरले होते.

आम्ही झपाझप चालत होतो. त्या सैनिकांचे आवाज मागे पडत चालले होते. आम्ही बहुधा धोका पार केला होता. मी मिन्झूचा हात सोडला. तिचं लहान मुलासारखं माझा हात धरणं, तिच्या हाताचा मऊ स्पर्श सारंच नकोसं वाटत होतं. तिनं खरंतर माझ्यावर विश्वास ठेवायला नको, पण ज्या आंधळेपणानं ती माझ्यावर विश्वास टाकायची त्याचा तर मला तिरस्कार वाटायचा. तिनं अनोळखी लोकांपासून सावध राहायला हवं – सगळ्या आणि प्रत्येक अनोळखी माणसापासून. ती आता जगाला ओळखण्याइतकी मोठी होती. मला फूस लावली, तेव्हा मी ज्या वयाची होते, त्याच वयाची होती ती! विल म्हणायचा असं की मला फूस लावली, फसवलं. तिला काही सांगावं, दोन शहाणपणाच्या गोष्टी सांगाव्या म्हणून तोंड उघडावं तर माझं हृदय अचानक बंद पडतंय, कोणीतरी ते गच्च आवळतंय असं वाटू लागलं. मी तिच्यासाठी किंवा कोणासाठीच जबाबदार राहू शकत नाही. मी तिचा हात झटकून टाकला. मी काहीतरी खाली पाडल्यासारखं तिनं खाली पाहिलं. पण काहीच म्हणाली नाही.

आम्ही मिन्झूच्या घराजवळ पोहोचलो तेव्हा तिनं मला अजून एक धक्का दिला. मी तिच्या पालकांना भेटणार होते ते तिचे खरे आई-वडील नव्हते, एका काकू-काकांनी तिला लहानाचं मोठं केलं होतं.

"मग तुझे आई-वडील कुठे आहेत?" मी विचारलं.

"ते वारले." तिनं कोरडेपणानं सांगितलं. तिचे वडील जियांगचे मित्र होते. मला माहीत होतं की ते दोघे मित्र होते. माहीत होतं ना मला? की नव्हतं माहीत? तिचे वडील युद्धात मारले गेले होते. ती तेव्हा लहानशी होती. ती तीन वर्षांची असताना तिची आई मलेरियानं गेली – मला वाटतं मिन्झूला मलेरियाच म्हणायचं होतं. तिनं सांगितलं की डास चावून मेली.

"तिनं माझ्या आयुष्याला शाप दिला." मिन्झू हृदयावर हात ठेवत, हसत म्हणाली. पुन्हा एकदा मी तिच्या शब्दांनी, शब्दांच्या हेलानं फाफलले. तिला म्हणायचं होतं, तिनं माझं आयुष्य वाचवलं. पण ती असं काही बोलली की मला शाप ऐकू आलं.

"आह! तिनं तुझं आयुष्य वाचवलं." मी तिला दुरुस्त केलं.

"हो, 'कसं' केलं तिनं!" ती पुन्हा म्हणाली. या पोरीला काही म्हणता काही कळत नाही. मी फार लक्ष न देणंच बरं आहे.

"कसं काय वाचवलं तुझ्या आईनं तुझं जगणं?" मी विचारलं.

"तिनं मला देऊन टाकलं." मिन्झूनं अभिमानानं सांगितलं, "फार गरीब होती, फार गरीब. खायला पैसा नाही, मला जगायला मिळावं म्हणून तिनं देऊन टाकलं.

अंधारात तिचे दात चमकले. त्यानंतर ती वारली.''

पालकाच्या शेतातून बांबूची वाट बनवली होती, तिथून चालत आम्ही टोकाकडे असलेल्या झोपडीपाशी गेलो.

आत गच्च अंधार होता. बहुधा एकही खिडकी उघडी नसावी. मिन्झू काडेपेटी शोधत भिंतीलगत पुढे गेली. तिवईवर वाकून कंदील लावण्यासाठी झटापट करू लागली. कंदिलावरचा काचेचा डोम काढला, वात लावण्याचा प्रयत्न करू लागली.

खोलीच्या एका भागात प्रकाश पडला – एक लाकडी बाक, गुंडाळलेली गादी, एक टेबल, त्यावर उदबत्तीचं घर... आता तिनं कंदिलावर काचेचा डोम लावला. कंदील हातात धरला आणि मागे वळली. आता आम्ही स्वयंपाकघरात होतो. तिथे बांबूच्या पट्ट्या नव्हत्या, मातीची जमीन होती.

तिनं शेगडीपाशी ओट्यावर कंदील ठेवला. आता मला सारा तामझाम दिसला. चार जणांसाठी काचेच्या थाळ्या लावल्या होत्या. सूपसाठी चमचे आणि चॉपस्टिक्स मांडल्या होत्या.

टेबलाच्या मध्यभागी भांडी आणि कढया होत्या. मिन्झूनं एकामागे एक भांड्यावरची झाकणं उचलली. भांड्यांतून निघणारी वाफ मिन्झूच्या चेहऱ्यावर चालली होती. तिनं मला थर्मासमधून गरम पाणी ओतून दिलं आणि शर्टाच्या बाह्या सारत ती बेसिनपाशी काम करू लागली. कोथिंबीर आणि मोहरीची पानं धुताना तिनं मला सांगितलं की, ती काकूला आई म्हणते. हे सारे पदार्थ तिनंच करून ठेवले आहेत. आता फक्त शेवटचा हात फिरवणं बाकी आहे. ते दोघे आता वाटेतच असतील असं म्हणाली.

तेवढ्यात पुढचं दार उघडण्याचा आवाज आला. ''आले ते, चला आता जेवायला बसू!''

काका-काकू लहानखुरे आणि नीटनेटके होते. काकू दिसायला मिन्झूसारखीच होती. तिच्यापेक्षा थोडी जाड होती इतकाच काय तो फरक. नाही म्हणायला मिन्झूचा चेहरा बारकुडा आणि निमुळता होता. काकादेखील काकूंपेक्षा फारकाही उंच नव्हते. त्यांचे खांदे चांगले रुंदसर होते. हाता-पायावर गोंदलं होतं.

''आई आणि बाबा!'' मिन्झू ओळख करून देत सहजतेनं म्हणाली. वळून त्यांच्याशी बोलत होती, तेव्हा जियांगचा उल्लेख झाला असावा. त्यांनी खेदानं मान हलवली आणि किंचित स्मित केलं. काकू आल्यापासून कामाला जुंपली होती. तिच्या हातात ताडाच्या पानात गुंडाळलेलं काहीतरी होतं. तिनं ते टेबलावर ठेवलं आणि पाकिटाभोवतीच्या दोरीची गाठ सोडली. दोन तारांवर वाफावलेले राइस बर्ड लावले होते – मऊशार आणि रवाळ.

राइस बर्ड – कितीक दिवस झाले, राइस बर्ड चाखला नव्हता.

मिन्झूनं आमच्या सगळ्यांच्या पानांत गरमागरम भात वाढला. मग कोंबडीचा

रस्सा, पालकाची भजी, भाजलेलं डुकराचं मांस. मग तिनं चॉप्सस्टीक्सनं तारेवरचे राइस बर्ड पानावर काढून ठेवले. एकमेकांशेजारी पडलेले राइस बर्ड, फिकी त्वचा चमकत होती, डोकं अगदी हवं तितकंच शिजलं होतं.

मिन्झूच्या वडिलांनी पहिला हात चालवला. त्यांनी पक्ष्याची चोच दातानं काढून टाकली, तो साफ केला आणि बाजूला ठेवला. मिन्झू आणि तिच्या आईनं ताटातले पदार्थ खायला सुरुवात केली. राइस बर्ड शेवटासाठी राखून ठेवले.

मी एक पक्षी हातात घेतला आणि हातानं त्याची मान तोडली. चविष्ट रस तोंडात पसरला. कोळंबीसारखी चव होती. त्यापेक्षा गोडसर. अजून जीभ चाखायची बाकी होती. आह! जिभेवर टचटचीत तांदळाचे दाणे होते. चविष्ट पक्षी चविष्ट भाताबरोबर.

आम्ही काही न बोलता जेवत होतो. बाहेरही शांत होतं. लांब कुठूनतरी जनरेटरचा आवाज येत होता. आतमध्ये आम्हा चौघांचा खाण्याचा आवाज होता. चावण्याचा, ओरपण्याचा, थाळीवर काटे-चमचे लागल्याचा, घसा खाकरण्याचा, नाक साफ करण्याचा. माझ्या समोरचे चेहरे कंदिलाच्या प्रकाशात जणू नृत्य करत होते. छोटे-मोठे, उजळ-अंधारे होत होते. हे कुटुंब – आई-वडील-मुलगी किंवा काका-काकू-पुतणी – काय फरक पडतो? एक कुटुंब आणि आत्तातरी मी त्यांच्यासोबत आहे.

"ती थोडं बर्मी बोलते." मिन्झूनं तोंडात घास भरून काकूकडे मान वळवत म्हटलं.

"नाही, नाही बोलत का?" काकूनं बर्मीमध्ये विचारलं.

"आम्ही दई जमातीचे आहोत – तुला माहीतेय का दई?" मिन्झूनं विचारलं.

"हो, मला बई माहीतेय." मी म्हणाले.

"बई नाही, दई, दई... दई..." काकू म्हणाली.

"चीनमधले दई लोक हे बर्मामधल्या शान जमातीशी संबंधित आहेत." मिन्झूनं सांगितलं.

आतापर्यंत फारसं काहीच न बोललेले मिन्झूचे काका अचानक उठले आणि दई-बईमुळे आपण कसे एकमेकांशी बांधलेले आहोत, असं म्हणाले. त्यांनी टेबलाभोवती बसलेल्या प्रत्येकाकडे बोट दाखवलं, टाळ्या पिटल्या आणि हृदयावर हात ठेवला – मिन्झूनं मी आल्याच्या पहिल्या दिवशी असंच केलं होतं. ती जियांगची मैत्रीण आहे, हे सांगायला. मग ते भेगा पडलेल्या दातांनी माझ्याकडे बघून हसले.

मी यांच्याबरोबर राहिले तर चालेल बहुधा. ते काही हरकत घेणार नाहीत, असं वाटतंय. मी विचार करू लागले. माझे विचार ओळखल्यासारखी मिन्झू म्हणाली, "आमच्याकडे झोपशील का आज रात्री? एक खोली आहे, पलंगपण आहे तुझ्यासाठी!"

"खरंच का?" मनातून तिला शतश: धन्यवाद देत मी विचारलं. मला आता पाय ओढत खोलीकडे जाण्याची अजिबात इच्छा नव्हती. मिन्झू म्हणाली होती की, तिचा शेजारी त्याच्या गाडीतून हॉटेलपर्यंत सोडेल म्हणून. झोप यायला लागली होती. उभं राहिल्यावर आपला झोक जातोय असं वाटू लागलं होतं. आता मला काय होणार याची कल्पना होती. अगदी टोकाची झोप आली की ती उडणार. मला माझी जागा दाखवण्याची संधी मेंदू सोडणार नाही. मी या कुशीवरून त्या कुशीवर वळत राहीन, पुन्हा-पुन्हा झोपण्याचा प्रयत्न करेन, पण झोपेचा कडेलोट होणं आणि झोपता न येणं, हे मी खूप काळ अनुभवलं आहे. पण आजची रात्र मला झोप हवी होती. त्यासाठी वाटेल ती मदत घ्यायला मी तयार होते. कित्येक वर्षांनी आज मी घरात झोपत होते, इतर माणसांबरोबर. अर्थात, तेही फारसं सोपं जाईल, मला झोप लागेल याची काही खात्री नव्हती. मिन्झूनं मला चहा हवा का विचारलं, म्हणाली, झोप यायला चांगला असतो. नेहमी मला उकळलेला काढा देते, तसंच तर नाही काही, असा विचार करत मी मानेनं होकार दिला.

मिन्झूनं कंदील घेतला आणि आम्ही मुख्य खोलीपाशी आलो. तिथे देव्हारा ठेवला होता. गुंडाळलेली गादी होती. तिनं भिंतीलगत आई-वडिलांची गादी घातली. तिची गादी दुसऱ्या भिंतीपाशी घातली. माझी गादी लगतच्या भिंतीजवळ घातली. मला चहा संपवण्याचा आग्रह केला. तोवर ती पलंगपोसाच्या चुण्या घालत राहिली. एखाद्या लहान मुलानं घर घर खेळावं त्या उत्साहात काम करत होती.

कंदिलाच्या उजेडात आकृत्यांचा खेळ बघण्यासाठी मी मान वळवली. चहाचा परिणाम जाणवू लागला होता. मस्त गुंगी यायला लागली होती. त्वचेखाली इवले-इवले मासे पळताहेत असं वाटू लागलं. मग ते शरीरात शिरून रक्तात, हाडात शिरले.

मिन्झू उजेडात निराळीच दिसत होती. डास मारणारं वेटोळं आणायला ती गेली तेव्हा तर तिची आकृती अगदी छोटी झाली होती. मी थांबले, ती मला काही सांगेल म्हणून थांबले. मग झोपेत चालावं, तशी माझ्या गादीकडे गेले.

एकतीस

दोनदा – तेही अगदी थोड्याच वेळासाठी – रात्री जाग आली. कोपऱ्यातून मिन्झूच्या काका-काकूंच्या घोरण्याची फुरफुर ऐकू आली! पहाटेच्या सुमारास, स्वप्नामध्ये कावळा आणि चिमणीचा संकर असल्यासारखा.

एका पक्ष्याचा पाठलाग करत होते तेव्हा... कपाटाच्या चिमटीत लपलेल्या त्या पक्ष्यापर्यंत माझे हात पोहोचेनात. नंतर त्याच ठिकाणी पुन्हा गेले तेव्हा मनात विचार आला की, हा विचित्र पक्षी कपाटाच्या चिमटीत काय करतोय? तो दिसताक्षणी त्याचं डोकं धरण्याचा प्रयत्न केला, तो फसला. स्वप्नातच स्वत:ला विचारलं, असं का? एखादी विचित्र गोष्ट पाहिली की तिला मारण्याची भावना का येते मनामध्ये?

जागी झाले. माझे प्रश्न अनुत्तरितच राहिल्यानं अस्वस्थ होते. मग पुन्हा झोपेनं घेरलं. मध्ये जाग आलीच नसल्यासारखं ते स्वप्न पुन्हा सुरू झालं. जिथे सोडलं होतं अगदी तिथूनच. मला पडलेला प्रश्न तसाच लटकत होता. बहुधा माझं मलाच उत्तर मिळणार होतं.

कुठूनतरी नेफिरतिती उगवली. तीच ती. विलची टॅरोट कार्ड पाहून भविष्य सांगणारी मैत्रीण. ती स्वप्नातही माझी खरडपट्टी काढत होती.

चल गं! कामाला लाग ना गा! झोपेची का इतकी भीती वाटते, हे चांगलंच ठाऊक आहे तुला – ती म्हणत होती.

मी तिच्याशी वाद घालण्याचा प्रयत्न केला. मला झोपेचा काही प्रश्न नाही वगैरे सांगत बसले. कानापर्यंत केस कापलेली ही बाई नाखूश झालेली दिसली. केवळ मला त्रास द्यायला आली होती की काय?

काहीतरी फालतू कारणं देऊ नकोस मला – तिनं दरडावलं.

सत्य गोष्ट अशी की खरं काय ते सांगितलं तर मोडून पडेन, अशी भीती वाटते मलाच!

पहाटेच्या वेळी वडिलांनी कडेवर घेऊन घराबाहेर आणलं होतं, तेव्हाही मी

झोपेत होते. सात वर्षांचं वय. जागी झाले तेव्हा निराळ्याच हातात होते. वडिलांच्या हातातून कोणा परक्याच्याच हातात. त्या कोणीतरी मला दुलईत गुंडाळलं आणि लहानखुऱ्या घोड्यावर बसवलं. मला दोन माणसांच्या मध्ये बसवलं होतं. एक आमच्या गावचा मांत्रिक आणि एक दरू गावचा मुखिया.

मला हा मुखिया ओळखू आला, कारण मी आणि आई नुकत्याच नव्या वर्षाच्या उत्सवावरून परतलो होतो. तिथे याला पाहिल्याचं मला आठवत होतं. बळी देण्यासाठी सजवलेल्या डुकराला आशीर्वाद देताना अन् ढणाढणा तास वाजवताना त्याला पाहिलं होतं. त्याचा उभा चेहरा, पाणीदार तपकिरी डोळे आणि लांब दाढी माझ्या चांगलीच लक्षात राहिली होती.

वाटलं की, ते मला दुसऱ्या उत्सवासाठी नेत आहेत. माझी झोप पूर्ण उडाली नव्हती. अजून पेंगत होते. पण याबद्दल मला आधी कोणीच कसं काही सांगितलं नाही? वडील आता असे पाठ फिरवून का जातायत? आणि आई – ती कुठे आहे?

तिथे होती ती – पहाटेच्या धुक्यात तांदूळ कांडत होती. मागे काय चाललंय तिला ऐकू येत नव्हतं. ते मला कुठे नेतायत हे तिला कळत नव्हतं. तिला कशाचा पत्ताच नव्हता.

मुखियाची घट्ट पकड मला घाबरवून गेली – माझ्या विरोधाला प्रत्युत्तर द्यायला तयार असणारी पकड – त्यानं मला पक्कं धरून ठेवलं होतं. मी आईला हाका मारण्याचा प्रयत्न केला. पण ती बहिरीच नाहीतर आंधळीही झाल्यासारखी वागत होती. तांदळाच्या हारीवर अशी तुटून पडली होती, जसं काही त्यातला जीव ठेचून काढते आहे. मांत्रिकानं मला खेचरावर ढकललं. मुखियानं नोटा मोजल्या आणि त्याच्या हातात कोंबल्या.

काय घडतं आहे, याची मला एका क्षणात कल्पना आली. काल रात्री मोठ्यांच्या गप्पा – त्या वर्षीचं पिकातलं नुकसान, वाढलेला कर्जाचा बोजा – काय पिकवायचं, काय विकायचं – सारा हिशेबच चुकलेला – त्या साऱ्या बोलण्याचा आत्ता अचानक अर्थ लागला. पैशांचा अर्थच निराळा झाला होता. काहीतरी विकायचं आणि काहीतरी विकत घ्यायचं. काहीतरी विकलं गेलं होतं.

मुखियानं रडणं थांबवायला माझ्या तोंडात काहीतरी खुपसलं. डोळे वाहत होते. तोंडात कडवट, गोडसर चव लागली. मुखियानं खेचर उताराला लावलं, तेव्हा त्या चवीनं माझं लक्ष काहीकाळ भरकटवलं. एकीकडे रडत मी तोंडातली गोळी हातात घेतली. रडण्याचा भोंगा हळूहळू कमी होत होता. गोळी पुन्हा तोंडात टाकली. थोड्याच वेळात ती विरघळली.

मुखियानं आता घोड्याचा लगाम हाती घेतला. माझ्याभोवतीचे त्याचे हातही लगामासारखेच आवळलेले होते. आम्ही कितीतरी चढ-उतार पार केले. मग आम्ही

मैदानी भागावरून जाऊ लागलो. आता मुखियाची पकड सैल झाली होती. माझ्या मनात निराळ्याच भीतीनं ठाण मांडलं होतं.

मला जागं राहणं भाग होतं. जाताना जे काही दिसत आहे ते बघून लक्षात ठेवणं गरजेचं होतं. सतर्क राहण्याला पर्याय नव्हता. इथे एक झाड होतं, त्याची फांदी फुगीर होती. पुरुषाचा कंठ तटतटून दिसावा, तशी ही फांदी दिसत होती. इथे पाइन झाडाच्या वासानं हवा भरली होती. झुडपं पांढऱ्या फुलांनी गच्च झालेली दिसत होती. ऑर्किड फुलले होते. हे सारं आठवणीत ठेवणं इतकंच माझ्या हातात उरलं होतं. परत जाण्याचा तोच एकमेव मार्ग होता.

आम्ही डोंगर पार करत होतो, तसं मी लक्षात ठेवलेल्या गोष्टी पुन्हा-पुन्हा दिसू लागल्या. एकदा, दोनदा, तीनदा – तशीच झाडं, पाइनची पानं, सुईसारखे शंकूंचा जागोजागी सडा पडला होता. खसखशीची, पॉपी फिल्ड्स शेतं बहरली होती – हे सारं तसंच्या तसं लक्षात ठेवणं अवघड होतं.

कितीही प्रयत्न केला तरी हे लक्षात ठेवणं जमत नव्हतं. पापण्या जड झाल्या होत्या. डोकं मुखियाच्या खांद्यावर डुलकत होतं. एखाद्यानं झोपेचं औषध घ्यावं, तशी मी झोपले होते. एखाद्या मेलेल्या माणसासारखी उठायचं नाव घेत नव्हते.

मिन्झूनं खांदा हलवत मला उठवलं. "उशीर झाला, मां! मां! मला कामाला निघालं पाहिजे."

दिवसाचा प्रकाश जोरात डोळ्यांवर पडला. तिचे पालक घरात नव्हते. त्यांच्या गाद्या आवरलेल्या होत्या. सूर्याचा प्रकाश चेहऱ्यावर आदळेपर्यंत मी झोपले होते.

"तुला चांगली झोप लागली." मिन्झू गालात हसत म्हणाली.

इतका वेळ झोपल्यानं मला कसंनुसं होत होतं. काहीबाही सांगू लागले. "मला फार स्वप्नं पडत होती." पण तिला स्वप्न म्हणजे काय तेच माहीत नव्हतं. म्हणजे हा शब्द माहीत नव्हता. मी तिला निराळ्या पद्धतीनं सांगायचा प्रयत्न केला. "मला झोपेत काहीतरी आठवत होतं." मी म्हणाले.

"काहीतरी चांगलं?" तिनं विचारलं.

"काहीतरी खरं!" मी उत्तर दिलं.

बत्तीस

परतलो तोवर टळटळीत दुपार झाली होती – संदर्भहीन, विचित्र वाटत होतं, मनात उगाचच काळजी दाटत होती. वायटूके'निमित्त मिन्झू सुटी घेणार होती, त्याआधी ती शेवटचे कामाचे तास भरत होती. आता मलाही इथून हलायला हवं होतं. पुढे काय करायचं याचा निर्णय न घेता असं नुसतंच इथे दिवस ढकलत राहण्यात तरी काय अर्थ होता!

खोलीमध्ये जाऊन जियांगनं दिलेली कागदपत्रं पिशवीतून काढली आणि पलंगावर मांडून ठेवली. त्यात काय-काय आहे, हे नीट बघणं गरजेचं होतं. चीनची सीमा पार करण्यासाठीचे परवानगीपत्र, बर्मामध्ये प्रवेश करण्यासाठी पत्र, ओळखपत्र, विविध पत्र. त्या गठ्ठ्यात आत्तापर्यंत माझ्या नजरेतनं सुटलेलं एक पाकीट होतं. जियांगनं ते या कागदपत्रांबरोबर ठेवलं असणार. त्यावर माझं नाव लिहिलं होतं. मन थरथरलं. शेवटी विलनं मला लिहिलं होतं तर!

त्यानं मला जियांगमार्फत पत्र पाठवलं असणार, लिहिलं असणार की सारंकाही ठीक होईल आणि तो मला न्यायला येतोय.

पत्रातले शब्द काय असतील, याचाही अंदाज केला होता मी! तो अगदी शेवटच्या क्षणी येईल, मी तो येण्याची आशा सोडून दिली असेल तेव्हा येईल, सीमेपाशी उभा ठाकेल – किंवा थेट बर्मी सीमेपाशी वाट बघत असेल. मला बघून हात हलवेल. माझ्या चेहऱ्यावरचं आश्चर्य बघून हसेल.

तपकिरी रंगाचं पाकीट उघडलं. त्याच्या तळाला काहीतरी होतं. अख्ख्या बदामासारखं कडक, गोफाला चिकटवलं होतं.

बीजनाम!

वेळेत पोहोचावं म्हणून विलनं माझ्यासाठी बीजनाम पाठवलं होतं!

मला ठाऊक होतं. तो मला कुठे पाठवणार नाही. नुसती परीक्षा बघत होता माझी. आमच्यातल्या नात्यामध्ये रंग भरत होता – दूर केलं होतं त्यानं मला पण तेही पुन्हा एकत्र येण्यासाठीच.

विल! विल... मी त्याच्या विचारात बुडून गेले. का तू माझी अशी परीक्षा बघितलीस? हाताला कंप सुटला होता. त्यावरचं बीजनामही थरथरत होतं. ते बीजनाम हातात अलगद मिटून घेतलं. अगदी हळुवार – तुटलं असतं म्हणजे! बीजनाम धरलेली मूठ मी छातीशी धरली. एखादा पतंग वाऱ्यानं झटक्यात उडावा तसं झालं.

थरथरत्या हातांनी मी पत्र उघडलं. कागद इतका पातळ होता की घाईनं पत्र उघडताना तो फाटायचीच भीती वाटत होती.

मन गच्चं झालं. पत्र बर्मीमध्ये होतं. म्हणजे विलचं नव्हतं तर!

प्रिय बहीण ना गा, हे शब्द वाचले, पत्र उलट-पालट करून पाहिलं – पाठपोट लिहिलं होतं – सहीकडे नजर टाकली – जियांगकडून.

जियांगकडून!

काय मूर्ख होते मी. बिनडोकासारखा विचार करत होते. एका क्षणात आकाशात विहरत होते, दुसऱ्या क्षणी जमिनीवर आपटले. छा! या जियांगनं काय पत्र लिहिलं आहे मला आणि हे बीजनाम का दिलंय. पत्रातल्या पहिल्या काही ओळींवर पुनःपुन्हा नजर फिरू लागली. डोक्यातल्या विचारांची संगती लागू लागली आणि सारं पत्र वाचून काढलं.

प्रिय बहीण ना गा,

माझं हस्ताक्षर चांगलं नाही, त्याबद्दल माफ कर. खूप घाईत लिहीत आहे. माझ्यासाठी एक काम करशील का? तू नाही म्हणणार नाहीस अशी आशा करतो.

तू जेव्हा घरी जाशील, तेव्हा झोन बीमध्ये जाशील का? आता ते त्या भागाला 'झोन बी' म्हणतात, तिथे जाताना ही छोटीशी गोष्ट सोबत नेशील? ही वस्तू अजिबात जड नाही, तशी किमतीही नाही. तुला तर माहीतच आहे हे काय आहे ते! प्रत्येक लू बीजनामाचा अर्थ जाणतोच.

पण पहिल्यांदा मला काही गोष्टी स्पष्ट करायला हव्यात.

मी तुला सांगितलं होतं की, मी शान राज्यातला आहे. ते खोटं नाही. मी आयुष्यातला बराच काळ तिथेच काढला आहे, पण मला तुला निराळंच काही सांगायचं आहे.

मी तुला एकदा म्हटलं होतं की, माणसं त्यांच्या वारसांमुळे ओळखली जातात. आपण आयुष्यात काहीही करू, कुठेही पोहोचू, आपण जो वंश पुढे नेतो त्यानंच ओळखले जातो. तुझ्यामध्ये मला त्या खुणा दिसतात. तुलाही माझ्यामध्ये तशाच खुणा दिसल्या का गं? हो, तुझ्या-माझ्यात काही सारखं दिसलं का तुला असंच विचारतो आहे मी, कारण मीदेखील

तुझ्यासारखाच – लू आहे ना गा. जंगली लू.

कदाचित मनोमनी तू मला भाऊ मानलं असशील. तू तुझ्या गावाचं नाव कधी सांगितलं नाहीस, पण कुणी सांगावं आपण एकेकाळचे शेजारी असू. अर्थात, मी अगदी लहान असताना घर सोडलं. आणि तू तर माझ्यापेक्षा कितीतरी लहान आहेस.

मी चळवळीत सामील झालो. तेव्हा आमच्या गावात खायला अन्न नव्हतं. पोटात घालायला अन्नाचा कण नाही म्हणून स्वत:च्या पोटच्या गोळ्यांना विकणारे आई-बाप पाहिले आहेत मी! तू कदाचित मुखियाची मुलगी असावीस. तुला भूक म्हणजे काय माहीत नसेल. पण तो भुकेचा डोंब मी अनुभवला आहे.

दक्षिणेकडच्या शान राज्यातल्या गटात सामील झालो होतो. (त्यानंतर काही वर्षांनी आम्ही साम्यवादी पक्षात सामील झालो. त्यामुळेच तर शेवटी युनानला येऊन पोहोचलो.) तळावर असताना सुरुवातीला जंगली लू'बद्दल विनोद ऐकावे लागले. मूर्खपणा आणि रानटीपणाबद्दल विनोद ऐकत मूग गिळून बसावं लागलं. नव्या भागात गेल्यावर शस्त्र हातात घेतलं. एका परीनं माझ्या जमातीचा आणि माझा संबंध पुसून टाकण्याचाच प्रयत्न केला म्हण ना! मी त्या मूर्खांपैकी नाही हे ठसवण्यासाठी जिवाचं रान केलं. हळूहळू मी कोण होतो तेच विसरून गेलो. साऱ्या जाणिवा बधिर झाल्या. सगळंच मीच माझ्यासाठी अनोळखी झालो.

तुला वॉंटिंगमध्ये पाहिलं, यान डिंगनं तुझ्या प्रवासाची सारी जबाबदारी माझ्यावर टाकली, तेव्हा तू कुठली आहेस, कुठून आली आहेस, हे मला काहीच माहीत नव्हतं. तू बर्माची आहेस आणि खूप वर्षांनी मूळ गावी चालली आहेस इतकंच ठाऊक होतं मला! तूदेखील लू आहेस हे कळलं तेव्हा माझा विश्वासच बसला नव्हता. कसं शक्य होतं ते? माझ्या मूर्खांच्या जमातीतली एक मुलगी, देशविदेशात जाईल, हिंडेल, इतकी ज्ञानी असेल आणि तरी तिला मूळ गावी जायचं असेल, हे कसं शक्य होतं? या मुलीचं घर आता जागेवर नाही, त्या जागी जाऊन काय साध्य होणार हे मला समजत नव्हतं. इतके प्रश्न होते मनात! पण तुला प्रश्न विचारण्याचं बळ नव्हतं माझ्यात. कारण त्या प्रश्नांच्या उत्तरांनंतर मलाही उत्तरं द्यावी लागली असती बरीच!

आता तू समोर नाहीस तर दोन शब्द सांगू शकतो मी! सत्य हे आहे की माझे हात रक्तानं रंगले आहेत. हो गं! मी माझ्याच लोकांना मारलं आहे. अंगात कसला त्वेष संचारला होता कोणास ठाऊक, पण मी या

माझ्या हातांनी जंगली लू राहायचे, त्या प्रदेशावर बॉम्ब टाकून सारा गाव बेचिराख केला आहे.

मी हे सारं तुला प्रत्यक्ष सांगायला हवं होतं. पण मी फार घाबरलो होतो. तुझी क्षमा मागायला हवी होती, पण मला लाज वाटत होती.

आता माफी मागायची वेळही उलटून गेली आहे. मनातली शरम संपत नाही. क्षमा करणाऱ्यानं ती करूनही मनाची काहिली शमणार नाही. माझ्यासाठी एक गोष्ट करशील का? हे बीजनाम सोबत नेशील का? तुझ्यासोबत ते माझ्या जन्मभूमीपर्यंत पोहोचेल. जिथून ते माझ्याकडे पोहोचलं, तिथल्याच मातीच्या तुकड्याला ते अर्पण कर. इतकं केलंस माझ्यासाठी तरी भरून पावेन मी. मला घरी परत गेल्याचं समाधान मिळेल. मी तुझ्यासारखा धीराचा नाही. मी माझ्या जन्मभूमीकडे परत जाऊ शकणार नाही, पण परतायची ओढ संपत नाही.

तुझ्यासारख्या महान कर्तृत्वाच्या व्यक्तीला माझ्यासारख्या किरकोळ माणसानं हे काम सांगणं योग्य नाही. पण तू बौद्ध आहेस, सदाचारी आहेस. तुला माझ्याविषयी अनुकंपा वाटेल, यावर माझा विश्वास आहे. तू देऊळ बांधायला गावी निघाली आहेस, गेलीस की माझ्यासाठी इतकं तरी कर.

तुझा प्रवास सुरक्षित आणि चांगला होवो! सुखी राहा! आयुष्यमान हो!!!

तुझा,
जियांग.

अजून एक – माझं खरं नाव आहे ऐ शा... आता तुला माहीतेय माझं बीजनाम काय आहे ते!

मी त्याचा चेहरा डोळ्यांसमोर आणण्याचा प्रयत्न करू लागले – त्याचे डोळे, नाक, दात. नजरेसमोर कोणताच चेहरा येईना. लक्षात राहावं असं काहीच आठवेना. केस पांढरे होते. चेहरा रापलेला होता. जबडा रुंद होता की नव्हता, चौकोनी होता का? लू जमातीच्या लोकांचा आठवतोय तसा होता का? त्यांच्यासारखे याचे डोळे खाली वळलेले होते का? हसल्यावर त्यांच्यासारख्याच हिरड्याही दिसायच्या का जियांगच्या? त्याच्या चेहरीपट्टीमध्ये जंगली लू शोधणं कसं राहिलं माझ्याकडून? अगदी डोळ्यांवर पट्टी बांधली होती का मी?

खूप हट्टीपणा करायला लागले की, डो डो सेंग बर्मीमध्ये काहीतरी एक विशिष्ट शब्द वापरायची. 'नाउनगडा' असं म्हणायची. केलेल्या कृत्याचा पश्चात्ताप

की असा काहीतरी अर्थ होता या शब्दाचा. एक दिवस ती म्हणाली, मला माझ्या वागण्याची शिक्षा मिळेल – आणि ती चांगली कडक असेल.

हे तरी मान्य केलंच पाहिजे की तिचं बरोबर होतं. लुंगीचं पांघरूण आणि तिचाच दोर करताना, रात्री डोळे मिटले की रडताना, माझ्या वागण्याचं फळ माझ्यासमोर दत्त म्हणून उभं होतं, याची जाणीव व्हायची.

दारापाशी मिन्झू आहे वाटतं. इतकी घाई आहे या मुलीत की ती आली आहे हे लगेचच कळायचं. मी गप्प राहिले तर ही निघून जाईल असं वाटलं, तर ते नाही. ती थेट आतच आली.

"मा, मा! काय झालं मा?" तिच्या आवाजातली काळजी मला कळत होती. पण मला उठता येत नव्हतं. तिच्याकडे बघताही येत नव्हतं. माझा सुजलेला चेहरा तिनं बघावा असं तर अजिबात वाटत नव्हतं. पलंगावरनं उठले आहे तेव्हापासून या घाणेरड्या गालिच्यावर बसून होते.

मिन्झू गुढग्यावर बसली. माझ्याजवळ आली. ती माझ्या हातातलं पत्र बघत होती. तिला काही वाचता येत नव्हतं. पानं उलटल्याचा आवाज येत होता. मी उदास का आहे, ते मिन्झू त्या पत्रात शोधण्याचा प्रयत्न करत होती. तिचे थंड हात माझ्या हातावर होते. माझ्या चेहऱ्यावरचे हात दूर करत नव्हती ती, तर नुसता आधार देत होती. "काय झालं, सांग, सांग मला, काही वाईट झालंय का? कोणी गेलं का?"

"जियांग." मी म्हणाले. माझा आवाज खोल गेला होता. घशात काहीतरी अडकलेल्यासारखा आवाज आला माझाच मला.

"जियांग..." मी घसा खाकरला.

"हो. बिचारा जियांग." तिला काय बोलावं सुचेना.

"जियांग... तो लू होता." मी आवंढा गिळत म्हणाले.

"लू... हं..." मिन्झू म्हणाली.

"नाही, नाही. लू होता तो." तिला कळावं म्हणून मी मोठ्यानं बोलू लागले. जवळजवळ किंचाळू लागले. म्हणजे साधासुधा माणूस असं नाही, जंगली लू.

"लू. जंगली लू." अजूनही मिन्झू त्याला बर्मीमध्ये 'माणूस' म्हणूनच संबोधत होती. पण आता माझ्या लक्षात यायला लागलं होतं की, ती जरी शब्द तेच वापरत असली तरी मला काय म्हणायचं आहे, ते तिला समजत होतं.

"मी, मीदेखील...!" मी छातीवर हात ठेवत तिला खुणेनं सांगायचा प्रयत्न करू लागले. "मीदेखील लू आहे. जंगली लू... हा समोरचा माणूसही जंगली लू आहे, हे मला कळलंही नाही."

"चूऽऽ तू लू आहेस? आणि तुला तुझ्याच भाऊबंदाची ओळख पटली

नाही?'' ती हलकेच मला थोपटू लागली. चेहरा झाकून घेतलेले माझे हात हलकेच दूर करू लागली. ''आता तुला पश्चात्ताप होतोय ना,'' ती उगाचच बोलत होती. ''पण रडू नकोस, मा... मा, रडू नकोस,'' ती माझे गुडघे हलवत म्हणाली आणि स्वत:च रडू लागली.

बऱ्याच वेळानंतर डोळ्यांतले अश्रू संपले. रडून-रडून डोळे इतके सुजले होते की तिच्याकडे बघताना डोळ्यांवर ताण पडत होता. ती नाक शिंकरत होती. पाठ ताणत ती उभी राहिली. खांदे हलवले, मान मोडली आणि मला उठवलं.

''चल, माझं काम संपलं आहे. आपण नदीवर जाऊन मस्त हात-पाय धुऊ या. ती लुंगी घे बरोबर. पाण्यात डुबता येईल आपल्याला.'' मी पलंगावर ठेवलेली नव्या लुंगीची घडी तिनं उचलली अन् माझ्या हातात ठेवली.

सूर्य चांगला वर आला होता. नदीवर पडलेल्या सूर्यकिरणांमुळे पाण्याचे तुकडे झाल्यासारखे दिसत होते. एका झाडाआड आम्ही लुंगी बदलली. उन्हाचे कवडसे अंगावर पडत होते. पाण्यात पाऊल टाकलं आणि मला कळलं की, आम्ही भलतीच चूक केली आहे. तळपाय आणि घोट्याला थंड पाण्यानं घेरलं. हळूहळू तो थंड स्पर्श ओळखीचा झाला. छातीपासची लुंगी गळून गुडघ्याशी आली. आम्ही छातीपर्यंत पाण्यात गेलो तशी मिन्झू एका दगडावर रेलली.

''पोहायला फारच थंड आहे पाणी.'' तोंडावर पाणी मारत, थरथरत म्हणाली. मग कसल्याशा असोशीनं पाण्यात सूर मारला, ''अय्यो, गार-गार गारेगार आहे पाणी.''

मी दगडांपासून दूर पोहू लागले. पाणी संथ होतं. आधी थंडगार, कापणारं वाटलं, पण नंतर पोहायला मजा यायला लागली. पाठीवर पडून मी पाण्यात तरंगायला लागले. डोळ्यांवर ढगांची गर्दी झाली होती. झाडांची टोकं डुलत होती. माझ्याच पायांचे अंगठे खुणावत होते. मग मी दगडांपाशी आले. इथे पाण्याचा जोर होता. मला दगडांचा आधार मिळाला.

जरा श्वास गोळा करू लागले आणि पाण्याच्या मिठीनं आश्चर्यचकित झाले. विरुद्ध दिशांनी येणारा पाण्याचा ओढा माझ्या शरीराला वेढा घालत होता. माझ्या अस्तित्वाची जखम भरून काढत होता जणू. ही जखम आता माझ्या जगण्याचाच भाग झालीय, अवघं जगणंच तिनं व्यापून टाकलंय, पण हळूहळू मी पाण्याच्या प्रेमळ मिठीला शरण गेले.

ही जखम, कितीका खोलवर असेना, सारा मनाचा खेळ होता. आणि मन....

...मनाचं वळण बदलतं. ते काहीतरी निराळंच बनतं. मोठं, भव्य... या छोट्या, थंडगार पाणी साठवलेल्या एखाद्या ओढ्यासारखं. या ओढ्याला इथे 'नाम लाँग'

म्हणतात, असं मी ऐकलं होतं. दक्षिणेकडे काही मैलांवर, बर्मामध्ये या ओढ्याची भव्य नदी होते. बर्मीमध्ये श्वेली, चिनीमध्ये रुइली – वाहत-वाहत नदी इर्रावड्डी महानदीला मिळते.

मनाच्या नदीचा प्रवाह बदलतो अगदी तशीच... या नदीच्या सीमारेषा धूसर असतात.

मिन्झू मनसोक्त डुंबत होती नदीत, गळ्यापर्यंत पाण्यात होती. तिचा फिकट चेहरा आणि चेहऱ्यामागे काळ्याभोर केसांची महिरप दिसत होती. ''मी तुला ती जागा दाखवते, तिथे काय-काय ऐकू येतं.'' ती हातवारे करत योग्य शब्द शोधण्यासाठी धडपडू लागली. ''ते गाताना ऐकू येतं.''

''पक्षी?''

''नाही, पक्षी नाही.'' तिनं दोन्ही हातांचे अंगठे जोडून पंजे फडफडवून दाखवले.

''फुलपाखरं?''

''फुलपाखरं! हो! तिथे फुलपाखरं गाताना ऐकू येतं. तुझा विश्वास नाही बसत माझ्यावर...'' माझा चेहरा बघून रुसत ती म्हणाली, ''तुला खरं नाही वाटत फुलपाखरं गातात ते!''

''मला वाटतं तुला पक्षी म्हणायचंय.''

''ये माझ्याबरोबर, दाखवते तुला.'' ती माझ्या पुढे पोहत म्हणाली. आम्ही पुढे जात एकमेकींशेजारी आलो. एकमेकींकडे बोट दाखवून हसू लागलो. आमच्या अंगाभोवती लुंगीचा भलाथोरला फुगा झाला होता.

मी म्हणाले नव्हते, लुंगी हा कपड्याचा छान प्रकार आहे म्हणून. कमरेभोवती स्कर्टसारखी गुंडाळता येते, अंघोळीनंतर छातीभोवती पंचासारखी गुंडाळता येते, लुंगी अंगाभोवती गुंडाळून अंघोळही करता येते, पोहता येतं, तरंगता येतं. लुंगी तुम्हाला वाचवू शकते. तुमचं जगणं वाचवू शकते. मरण वाचवू शकते.

तेहेतीस

शेवटी एकदाची तयार झाले. वाट पाहणं संपलं होतं. आज मी निघणार होते.

खूप वर्षांच्या सवयीनं अंधारात हाताची नाडी चाचपली. नाडी हाताला लागली. स्पष्ट लागली. वाट बघत असल्यासारखा सकाळचा घंटानाद झाला.

ही अर्थातच जुन्या देवळाची घंटा नव्हती – मी वॉंटिंगमध्ये होते. रंगूनमध्ये नव्हते. ही साधी घंटा होती. कोणीतरी शेवया विकणारा रस्त्यावरून गाडी ओढत चालला होता, त्याच्या गाडीवरची घंटा वाजत होती. मला मात्र तो आवाज माझ्यासाठीचा वटहुकूम वाटला. घंटा वाजत होती, मला पुढे ढकलत होती जणू.

खिडक्यांच्या काचांवर ऊन यायला लागलं होतं. या खिडक्या फार उंच होत्या. पण आता मिन्झूनं दिलेल्या स्टुलामुळं मी चढले, तर सहजी हात पोहोचला असता. खिडकीतून एकदा बाहेरचं जग बघायचं होतं; शेवटचं!!!

आकाशात प्रकाश भरत होता. सूर्य वर येत होता, पण अजून चंद्रानं आपली जागा सोडली नव्हती. गोलाकार आणि अगदी सूर्याएवढा प्रकाशमय दिसत होता. थोड्या अंतरावर सीमा होती. तिथे काजव्यांची ही भली गर्दी दिसत होती. अंधूकसे दिवे आणि काजवे चमकत होते. अंधार अजून पूर्ण गेला नव्हता. त्यात इटुकल्या दिव्यांचा, काजव्यांचा प्रकाश बुडून जात होता. त्या अंधाऱ्या दिशेला, बर्मामध्ये माझं जुनं घर होतं.

इथून तिथपर्यंत, खिडकीतून उघड्यावर पाहिलं तर तसं अंतर फार नव्हतं. दहा मैल असेल फार तर... कमीच खरंतर! हे अंतर काही प्रचंड असं नाही म्हणता येणार – पण तिथे जाण्याचा रस्ता किती वळणा-वळणांचा होता. दरू दऱ्या-खोऱ्यांत, लू खेड्यातल्या माझ्या जन्मगावापासून रंगूनच्या राजधानीच्या शहरापर्यंतचा प्रवास!

पुन्हा एकदा शान राज्याच्या उत्तरेकडच्या डोंगरांवर होते. त्यामागे थाई सीमा आणि त्यापलीकडे उत्तर थायलंडचा मार्ग. त्यापुढे पुन्हा एकदा बँकॉकचा रस्ता. उत्तरेकडे नवी दिशा – चीन... बर्मा रस्त्यावरून कुनमिंग आणि मग वॉंटिंग.

हा नागमोडी रस्ता 'आ' वासून समोर पसरला होता. शेवटाची सुरुवात करायलाच हवी होती.

झाडांच्या तुऱ्यांवरून चंद्र ढगाआड चालला होता. झाडं निराळीच दिसत होती. थोड्याच वेळापूर्वी उन्हानं काळवंडली होती, आता हिरवीगार भासत होती. पूर्वी जिथं पांढरीशुभ्र बौद्ध मंदिरं असायची, तिथे आता बावटे फडकत होते.

फडकणारे बावटे बघून श्वास अडकतो. हे बावटे कधी देशाचे झेंडे होतात, त्यावरचे चंद्र-तारे, सूर्य सैनिकांच्या मनात प्रेरणा निर्माण करतात. या झेंड्यांसमोर मान तुकवली जाते. डोळ्यांत अश्रू उभे राहतात. समोरचे हे बावटे मंदिरातला मेळा होता म्हणून लावले होते. गर्दी, संगीत, चरचरीत लसूण आणि मांस.

त्यानंतर अजून एक मंदिर दृष्टिपथात आलं, चिनी मंदिर. ते मी पहिल्यांदाच बघत होते. (ही मंदिरं कावळ्याच्या छत्रीसारखी उगवतायत सगळीकडे – मंदिरं, पॅगोडा, मठ... साऱ्या विध्वंसापासून वाचतात.) हे तर नवंकोरं दिसतंय, कदाचित पहाटेच्या उजेडामुळे असेल. विटांची भिंतच किती उंचच्या उंच... झालरी असलेलं लाल अन् सोनेरी छत, त्याच्या टोकावर तीन सॅटलाइट डिश. आकाशाकडे बघत ताशा वाजवत असल्यासारख्या.

खिडकीजवळ सरकले अन् बाहेरची झुडपं दिसली. फळझाडांचे तुरे दिसले. त्या झुडपांमुळे मंदिराची अंगणं रेखली गेली होती. मला एक केस काढलेलं डोकंही दिसलं. मठात नवा असावा तो. मी अंदाज बांधला.

नाही, पुरुष नव्हता तो, बाई होती. वयस्क साध्वी होती. तिचं वय सांगणं कठीण होतं. पण बरीच म्हातारी असावी. प्रत्येक पाऊल अगदी जपून टाकत होती.

इतक्या पहाटे ती काय करत होती कोण जाणे. तिचे अशक्त हात झुडपांच्या दिशेनं पुढे झाले का? ती बहुधा अंध असावी की, काय करावं ते न कळून नुसतीच गोंधळली होती. नाही, ती नुसतीच निवांत फिरत होती. इकडे-तिकडे बघत होती. दवबिंदू टिपत होती. मध्येच खोकत होती. पानांना हात लावत होती. एखादी वाळलेली पाकळी, पान काढून टाकत होती. जमिनीकडे नजर टाकत होती. बहुधा मोकळ्या जागेवर कोणती झाडं लावावी, याचा विचार करत असावी.

मी हाक मारून तिचं लक्ष वेधण्याचा विचार केला. ती कशी दिसते बघायचं होतं मला. माझ्या मनातले विचार वाचत असल्यासारखी तिनं मान हलवली आणि माझ्या दिशेनं बघू लागली.

माझी आई! देवा, ही... ही इथे समोर दिसते आहे, ती माझी आई होती. दगड मारला तर लागेल एवढ्याच अंतरावर. पण ती एवढी म्हातारी दिसत होती. इतकी कशी म्हातारी होईल? ही बागेत हरवल्यासारखी फिरणारी म्हातारी बाई माझी आई होती.

ती इथून जाण्यापूर्वी मी तिला हाक मारली तर, आई!

जर तिनंही माझ्या हाकेला ओ दिली तर... जर तिनं ओ दिली, खिडकीकडे बघत विचारलं, कोण ते म्हणून... तर?

मी तुझी मुलगी आहे, मला विकलं होतं, पैशासाठी हे तिला सांगितलं तर... तिची मुलगी वेश्या होती, हजारोंनी तिला लुटलं होतं, हे तिला सांगितलं असतं तर!

इतके विचार मनात आल्यावर मी तिला अर्थातच हाक मारली नाही. म्हातारी तशीही बहिरी असणार!

'हँ? काय म्हणालीस?' दात नसलेलं तोंडाचं बोळकं पसरवत तिनं कदाचित मला विचारलंही असतं.

नाही, आई नाही ती माझी. शक्यच नाही.

मला आठवते ती माझी आई तरुण मुलगी होती. मी आत्ता आहे त्याहून कितीतरी लहान होती. तिला मी झाले तेव्हा तीदेखील लहानच असावी. ते वय मी कधीच मागे टाकलं होतं. त्या लहान मुलीपासून मी कधीच दूर गेले होते.

पण ती लहान मुलगी, माझी आई, ती तरी कोण होती? तिचं नाव काय होतं? माझे वडील कोण होते? त्यांचं नाव काय होतं? या सगळ्या प्रश्नांची उत्तरं का शोधत नव्हते मी? काय झालं होतं मला?

कदाचित जंगली लू असल्यानं माझं डोकं तिरपांगडं असेल. आमच्या जमातीतल्यांना कमीच कळतं. आम्ही भोळसट, मूर्खच असतो. जगात काय चाललं आहे त्याचं भान नाही, आमच्याच इतिहासाबद्दल गंध नाही, इतकंच काय पण आम्हाला आमची नावंही माहीत नसतात. अगदी बाकीच्या जमातीतही – अखा, मियाओ, वा, लिसू, दरू – सगळ्यांमध्ये आम्हीच हट्टी आणि बावळट म्हणून प्रसिद्ध होतो. गोष्टी जशा असतात तशाच बघायचो आम्ही, पांढरं-काळं सोडून इतर काही कळायचं नाही आम्हाला. खोटेपणा ओळखता यायचा नाही.

देऊळ बांधायला माझ्या गावी चालले आहे, असं सांगितलं होतं मी जियांगला, काही कारण नसताना खोटं बोलले होते त्याच्याशी. त्यानं माझ्या शब्दावर अगदी सहज विश्वास ठेवला. काय म्हणाला होता तो माझ्याबद्दल? हां... गौरवास्पद आणि ज्ञानी होते मी... चांगली वागणारी, उत्तम चारित्र्याची वगैरे. मोठा विनोदच म्हणायचा हा – आणि आता तर तो कायमची विश्रांती घेतोय.

पण आजकाल लू खरंच कसे असतात, ते समजायचा काय मार्ग होता? जियांगलाही ते कितीसं माहीत असणार होतं? यान डिंग म्हणतो तसं आमचे लोक आता खूप बदललेही असतील. कदाचित घड्याळाच्या काट्यावर चालणारे आणि कॅल्क्युलेटरवर आकडेमोड करणारे झाले असतील. कुऱ्हाडी अन् धनुष्य टाकून दिलं असेल या लोकांनी. माझ्या अन् जियांगच्या नजरेसमोर लू जमातीनं शेकडो वर्षांचं

बांधलेपण, त्यांचं विश्व, संस्कृती सारं ओलांडलं असेल. निराळ्या जगात प्रवेश केला असेल.

बिचारा, म्हातारा असिता! अचानक आठवलं. नजरेसमोर तो दिसू लागला. गाय आणि बंदूक असं काहीतरी होतं. बळी देताना फसला होता. हाताला झालेल्या जखमा साफ करत होता. त्याच्या हाताला गनपावडरमुळे जखम झाली होती. शमाम असिता जखमांनी कळवळत सैरभैर झाल्यावर सारे हसू लागले, त्यात माझ्याही हसण्याचा आवाज मिसळला होता. तो एका हातानं जखमेवर कसलासा लेप लावत होता.

तो रात्री आरडाओरडा करायचा ते आठवलं. 'असिता थकलाय आता!' तो ओरडायचा. 'ऐकताय ना, थकलोय मी. पाऊस पडत नाही, असिता आहेत मदतीला, तांदूळ उगवत नाही, हाकारा असिताला, मुलं आजारी आहेत, मरतायेत, आहेच असिता. मी चमत्कार दाखवला तर देता काय, केळ्याचा घड, कोंबडी. असिता स्वत: काढू शकतो केळी, पकडू शकतो कोंबडी. तुमच्या अडचणींचा वैताग आलाय मला.'

दरू खेड्यातला तो मांत्रिक आठवला एकदम. आमच्या सगळ्या प्रश्नांची उत्तरं त्याच्याकडे असल्यासारखा वागायचा. कोंबड्या कापणं, डुकरांचे बळी देणं, गंडेदोरे बांधणं, काढणं – मेलेल्याला जगात आणणं नाहीतरी जाणाऱ्याला पुरतं पोहोचवणं.

कदाचित आता आम्हाला मांत्रिकांची गरज भासत नसेल. सारे मांत्रिक गावातून गायब झाले असतील.

या खिडकीत काहीतरी विशष होतं बहुधा, काचेतच काहीतरी नसेल ना! या खिडकीच्या काचेतून मी एक-एक गोष्टी सांगायला लागले, तर कितीतरी वेळ गेला असता. मला इथून साऱ्या गोष्टी बघता येत होत्या. लालसर-सोनेरी आभाळाशी बोलता येत होतं. डोंगरांच्या माळेला हाकारता येत होतं.

हो, धुक्याच्या आडून आता डोंगर दिसू लागले होते. चुनखडीचे बांध, माशाच्या काट्यांसारखे हेलखावे खाणारे पूल. मी तो रस्ता घ्यायलाच हवा होता. दरीतून वर-खाली जाणारा, हिरवीगार कुरणं आणि जळलेली शेतं पार करून जाणारा! काम करत असलेल्या शेतकऱ्यांचा निरोप घेत मला पुढे जाणं भाग होतं. ओझ्यानं वाकलेल्या, बाजारात जाणाऱ्या बायकांना ओलांडून जायचं होतं. किरमिजी रंगाच्या डोंगरांवर अफूची शेतं डुलत होती, तिथे काम करणाऱ्या मुलांना पार करून मला पलीकडे जायचं होतं.

मला ज्या भिंतीपलीकडे जायचं होतं, ती एकदाची समोर आली.

आता मला कुत्र्यांच्या भुंकण्याचे, लहान मुलांच्या रडण्याचे, एकमेकांशी गप्पा

मारण्यात गुंतलेले आवाज ऐकू येऊ लागले... भिंतीपलीकडून.

त्यांना मी माहीतच नसणार – तसंही माहीत असून-नसून त्यांना काय फरक पडणार होता.

समजा त्या अनोळखी बाईनं, माझ्या आईनं, कोरड्या नजरेनं माझ्याकडे पाहून थंडपणानं विचारलं असतं, 'कोण आहे तू? काय हवंय तुला माझ्याकडून?'

मी म्हणाले असते, 'मी... तुझी मुलगी आहे, मला परक्या हातात सोपवून माझा जीव वाचवलास आई तू. आता तरी मला नाव सांग गं माझं!'

आता ते आले होते. दार वाजवत होते. हलक्या आवाजात मला हाका मारत होते.

"आले!" मी ओरडले. सामानाची पेटी हातात घेतली आणि दार उघडलं. दोघांचे चेहरे दिसत नव्हते. पण दोघं नमस्कार करत होती. एकानं माझ्या हातातली पेटी घेतली. ही जियांगची माणसं आहेत. माझे नवे रक्षक. यान डिंगनं सोय केलीय त्यांची. यान डिंगला मी कधी निघायचंय ते सांगितल्यावर त्यानं या दोघांना मला मदत करायला नेमलं.

खाली उतरले. स्वागतकक्षापाशी खोलीची किल्ली परत केली. मिन्झू नव्हती तेव्हा कामावर. ती उशिरा काम सुरू करणार होती. त्या वेळात मला सोडायला येणार होती. स्वागतकक्षावरच्या त्या चिडक्या चेहऱ्याच्या माणसाला सांगितलं की, मी निघालेय आता.

"आर यू काउड?" त्यानं विचारलं.

"हो!" मी हसून उत्तर दिलं.

आता आम्ही खरंच निघालो होतो. माझे रक्षणकर्ते आणि मी. अर्थात, बाजारपेठेत नाश्त्याला थांबलो. तोंडाला पाणी सुटलं होतं. पोटात भुकेनं गुरगुरत होतं. गरमागरम चहा, ताजा पाव आणि शिजवलेले मटार मागवले.

चौकात कोणीतरी दिसलं तसं, माझ्या सोबत्यांना न सांगता-सवरता मी धाडकन उठले. तिला गाठायलाच हवं होतं. त्या भिकारणीला. ती AIDवाली. तिनं मला डोळ्यांच्या कोपऱ्यातून पाहिलं होतं. मी आता काय करेन याचा अंदाज न आल्यानं मला कलटी देण्याच्या विचारात होती बहुधा. पण मी तिला बरोबर धरलं. तिला माझ्याकडे बघणं भागच पडलं. काय भयानक दिसत होती ती. जखमा चिघळल्या होत्या. डोळ्यांच्या खाचा झाल्या होत्या. मी तिच्या हातात मिस्टर वईंनी दिलेलं पेन ठेवलं. मला जिवंत पोहोचवल्याबद्दल बसचालकाला देण्यासाठी त्यांनी दिलं होतं. चांगलंच महागाचं होतं. मी त्या बसचालकाला द्यायची विसरले होते.

मी तिच्या हातात इतक्या महागाची वस्तू ठेवली, याचा तिला विश्वासच वाटत नव्हता. अर्थात, त्या महागाच्या पेनचं तिनं काय करणं अपेक्षित होतं? अर्थात तो तिचा प्रश्न होता – तिला वाटलं तर विकू शकते नाहीतर फेकून देईल, मला काय फरक पडणार होता? तिच्यासमोर जियांगचं नाव घेण्याचा विचार केला मी. मला खरं जाणून घ्यायचं होतं. ती त्या दिवशी म्हणाली, जियांग म्हणाला घरी जा, तो माझा भास होता की ती खरंच म्हणाली होती? पेन देऊन मी काही तिला लाच वगैरे देत नव्हते, तिनं तसं म्हटलं असेल तर त्या उपकाराची परतफेड करत होते. कदाचित मला आता गोष्टींचे भास होऊ लागले होते, नाही ते ऐकू यायला लागलं होतं.

तिनं दोन्ही हाताचा नमस्कार करत पेन धरलं. आशीर्वाद दिल्यासारखे हात करत म्हणाली, 'सबास्त भवन्तु सुखिता।' सगळ्यांना सुख लाभो!

मी नाश्त्याच्या टेबलापाशी आले. गरमागरम, गोड चहाचा घोट घेतला. दूरवर बँड वाजत होता. बासरी, तंतुवाद्याचे आवाज लांबून आल्यासारखे भासत होते. तेवढ्यात राळ उठली. वळवाच्या पावसाआधी धूळ उडाल्यासारखं झालं. वेगवेगळे संगीतकार नव्या वर्षाच्या स्वागतासाठी तयार होत होते वाटतं. नव्या शतकाची सुरुवात, वाँटिंगमधला नवा उत्सव. मला आवडतो तो झांजेचा नाद. तांब्याची झांज. बूम-पाह-पाह... बूम-बाम-बूम.

माझ्याबरोबरचा एक सोबती संगीताच्या तालावर मान डोलवत होता. तो आकारानं भलामोठा होता. काळा, जाडगेला होता. चेहऱ्यावर देवीचे व्रण आणि कसनुसे भाव. त्याचे हात भरभक्कम होते. त्यानं एक-दोन माना तरी मोडल्या असणार आत्तापर्यंत. दुसरा सोबती चहा बशीत ओतून फुर्रऽऽ फुर्रऽऽ करत पीत होता. तो बारीकसा होता. चेहरा उभट, बसल्यावर अजूनच बेढभ दिसत होता. उभा राहिल्यावर त्याच्या उभ्या देहाचे बुटके पाय विचित्र दिसायचे.

"तुम्ही कुठले आहात?" मी त्यांना विचारलं.

"शान!" दोघांनी एकदम उत्तर दिलं.

"कोणती जमात?"

"शान!" बारीक माणसानं अभिमानानं सांगितलं.

"मिझो!" काळं अस्वल म्हणालं.

मिझो! आसाम! घरापासून किती लांब म्हणजे. मला एक मिझो मुलगी माहिती होती. केवळ तिच्याचमुळे मिझो आसामचे हेही माहीत झालं होतं मला.

"फार दूर!!!" त्यानं उत्तर दिलं आणि मग गालातल्या गालांत हसू लागला.

"आणि तू सयामा?" शानवाल्यानं विचारलं.

मला हसू आलं – सयामा, म्हणजे महिला शिक्षक. किती आदराचा शब्द! उच्च शिक्षण घेतलेल्या महिलेसंदर्भात वापरला जाणारा शब्द.

“जंगली लू!” मी उत्तरले.

मिझोनं शिट्टी मारली, शानचे डोळे विस्फारले.

“जंगली लू – फार कणखर!” मिझो इंग्रजीमध्ये म्हणाला.

“शूर लोक – फार शूर!” शान बर्मीमध्ये म्हणाला.

मी काहीच न सुचून मान हलवली.

अजून मिन्झूचा पत्ता नव्हता. जवळून घोड्यांचे तट्टू तांड्यानं दुडकत गेले. त्यांच्या खुरांचा टपटप आवाज येत होता. गळ्यातल्या घंटा ठेक्यात वाजत होत्या. ते सारे त्याच रस्त्याला लागले होते. बर्माचा प्रॉस्पॅरिटी पूल पार करत होते. थोड्याच वेळात आम्हीही त्याच रस्त्यावरून जाणार होतो. इथले घोडे किती निराळे दिसत होते. बुटके पण धष्टपुष्ट होते. त्यांच्या पाठीवरची ओझी फारशी जड नसावीत. दुलया, गुंडाळलेल्या गाद्या, पेट्या असं काहीतरी होतं. ही लोकं घोड्यांच्या पाठीवर लादून चोरीच्या वस्तू तर नेत नव्हते ना!

घोड्यांकडे बघून मला एक गोष्ट आठवली. एक माणूस आणि गाढवाची. आम्ही तसंही नुसतीच वाट बघत होतो. वेळ काढण्यासाठी मी माझ्या सोबत्यांना ती गोष्ट सांगितली. नाहीतरी दुसरं काहीच नव्हतं करायला.

एक माणूस आणि गाढव एका जकातनाक्यावरून खूपदा जात-येत असत. प्रत्येक वेळी सुरक्षारक्षक गाढवाच्या पाठीवरच्या सामानाची कसून तपासणी करायचे. त्यांना गवताच्या भाऱ्याशिवाय काही हाती लागायचं नाही. दर वेळी सुरक्षारक्षक त्या माणसाचीही पुरती तपासणी करायचे, पण काही मिळायचं नाही. थोड्याच काळात त्या माणसानं बराच पैसा गाठीला लावला. कोणालाच कळत नव्हतं, त्यानं इतके पैसे कुठून मिळवले. एक दिवस हा माणूस जुन्या मित्राबरोबर चहाच्या टपरीवर गप्पा मारत बसला होता.

“मग, मला तरी सांगणार आहेस की नाहीस?” मित्र म्हणाला.

“काय सांगायचं तुला?”

“इतका पैसा कुठून मिळवलास ते.”

“चोरीचा माल इकडचा तिकडे करून,” गाढवावरून गवत नेणारा माणूस म्हणाला.

“पण काय चोरून नेत होतास तू?”

“गाढवं.”

इतका सुमार विनोद सांगायची का इच्छा झाली मला कोणास ठाऊक. शानवाल्यानं मान हलवली आणि तोंडदेखलं हसला. मिझो मात्र जो सहज सुटला तो थांबेचना. “मला कळलाच नाही विनोद.” तो पुटपुटला.

“मग का हसतोयस तू?” शानवाल्यानं विचारलं.

''कारण... कारण... सयामा हसतेय म्हणून.''

शाननं घड्याळात बघितलं आणि उठला. ''चला, निघायला हवं आपल्याला. गाडी तयार असेल.''

बर्माजवळच्या मूस गावाहून आम्हाला घेऊन जाण्यासाठी यान डिंगनं छोट्या गाडीची व्यवस्था केली होती. ''गाडी येईपर्यंत मात्र आपल्याला चालायचं आहे.'' त्यानं मला कल्पना देऊन ठेवली.

''आपल्याला लगेच नाही निघता येणार. मला माझ्या मैत्रिणीसाठी थांबायला हवं. ती येईलच इतक्यात.'' असं म्हणते आहे तोवर ती येताना दिसली. आजही लाल केप्री घातली होती तिनं. माझ्याकडे बघून हात हलवत होती. खांद्याला निळी पर्स लटकवली होती. ही मुलगी नेहमी पर्स एखादं बक्षीस मिरवावं तसं मिरवते. मला काहीतरी सांगू लागली.

''कुठे होतीस तू? आम्हाला उशीर होतोय ना!'' तिचं ऐकण्याआधीच मी विचारलं. हे विचारताना मिन्झूची पर्स माझ्या हाताला धडकली.

तिचा चेहरा लाल झाला होता. गाल आणि ओठांवर घामाचे थेंब चमकत होते.

''मी येतेय तुझ्याबरोबर!'' ती माझ्या नजरेला नजर देत म्हणाली.

''हो, म्हणूनच तर थांबले होते मी.''

''मी तुझ्याबरोबर येतेय. बर्माला!'' ती स्पष्ट म्हणाली.

''काय?''

''माझ्याकडे माझ्या वस्तू आहेत.'' तिनं पिशवी पुढे केली. ''शिवाय त्या लोकांसाठी पत्रं लागेल, तेही दिलंय काकांनी. मला घेऊन जा असं लिहिलंय त्यात.''

''थांब! थांब! काय? तुला माझ्याबरोबर नेऊ? पण तुझ्या घरचे? तुझ्यासाठी परवानग्या, पत्रं?''

''घरचे म्हणाले जा म्हणून. सीमेवरच्या रक्षकांसाठी माझ्याकडे काकांचं अजून एक पत्र आहे. त्यांना माझे काका माहीत आहेत. ते जाऊ देतील मला.''

''मिन्झू, नाही.'' मी तिच्या पर्सचा पट्टा ओढत म्हटलं. ''तू अशीच... ते तुला असंच नाही येऊ देणार. हा वेडेपणा आहे.'' ही मुलगी वेडी आहे. मी तिला कसं नेऊ माझ्याबरोबर? त्या बाजूला जायचं म्हणजे समोर काय येईल, याची या पोरीला काही कल्पना नाही. तिलाच काय, पण मलाच माहीत नाही समोर काय वाढून ठेवलंय त्याची... मला माझीच काळजी पुरे झालीय.

ती मला ओढत पुढे निघाली. ''चल, काही बोलू नकोस. सगळं काही ठीक होईल.''

आम्ही अचानक पुलावर येऊन पोहोचलो होतो. ही गर्दी होती. गाड्या, टेम्पो,

टमटम, दुचाक्यांची इंजिनं फुरफुरत होती. लहान मुलं आणि कोंबड्यांनी सायकली भरून वाहत होत्या. घोड्यांच्या बग्ग्या, बैलगाड्या आणि तट्टू लावलेल्या गाड्या रांगेत चालल्या होत्या. सीमेवरचे रक्षक हिरव्या पोशाखात होते. येणाऱ्या, जाणाऱ्यांकडचे प्रवेशपत्र, सामान, खोकी तपासत होते. प्रवेशपत्रांवर शिक्के मारत होते.

पदपथांवरदेखील लोक वाट बघत होते. आमची रंगीह वेगानं पुढे सरकत होती. आता बर्माकडची सीमा दिसू लागली होती. परदेशी मित्रांना यापुढे येण्याची परवानगी नाही, असा फलक लटकत होता.

मिन्झूनं आत्तापर्यंत शान आणि मिझोवाल्याशी मैत्री केली होती. तिच्याकडचं पत्र ते काळजीपूर्वक बघत होते. अचानक समोर आलेल्या प्रसंगानं तेही भांबावून गेले होते. ते येमेनी भाषेत बोलत होते, बहुधा, नेमकं कोणत्या भाषेत बोलत होते, ते मला समजत नव्हतं. मिन्झू आधी समजुतीच्या आवाजात, मग आग्रही स्वरात आणि शेवटी तर धमकीच्या सुरात बोलत होती. मी मध्ये बोलण्याचा प्रयत्न केला, पण काही उपयोग झाला नाही. ते सारे रंगात येऊन वाद घालत होते.

या मुलीच्या डोक्यात काय भरलं होतं? का असं वागत होती ती?

मला नकोय ही माझ्यासोबत यायला. मला आणि कोणाची जबाबदारी घेणं शक्य नाही. आम्ही बर्माला पोहोचलो की ही काय करणार? माझ्यापेक्षा लहान कोणाची जबाबदारी घेणं, काळजी घेणं तर मला अजिबात नको होतं. मला ती जबाबदारी अंगाला लावूनच घ्यायची नव्हती. दुसरा विचार करता असं वाटत होतं, अजून एक देह आमच्याबरोबर प्रवासाला आल्यानं काय फरक पडणार होता? कदाचित ती असण्याचा उपयोगही होईल. तशी ती मदत करणारी होती.

“सयामा!” शानवाला म्हणाला. मला रांगेत पुढे जाण्यासाठी फर्मावण्यात आलं. आलादेखील माझा नंबर.

मी हातातले कागद समोर धरले. रक्षकानं जास्त उत्सुकता न दाखवता त्यावर नजर फिरवली. त्यानं मला काहीतरी प्रश्न विचारला. शानवाल्यानं त्याचं चिनी भाषेत उत्तर दिलं. रक्षकानं माझ्याकडे काहीशा कौतुकानं पाहिलं, पण त्याला संशय आल्यासारखा दिसला नाही. तो माझ्या सोबत्याला काहीतरी म्हणाला – हे दोघे एकमेकांना ओळखत असावेत, असं दिसलं. ते गप्पागोष्टी, देवघेव करत होते. हसत होते. त्यानं माझ्याकडच्या पत्रावर शिक्का मारला. ते माझ्या हातात ठेवलं आणि हात हलवला.

पुढे मिन्झू होती – माझे सोबती मागेच रेंगाळत राहिले. मिन्झू काहीतरी गोंधळ घालत होती, हे लगेचच दिसलं. रक्षकानं तिनं पुढे केलेल्या पत्राकडे पाहिलं. मान हलवत ते मिन्झूच्या हातात ठेवलं. चालणार नाही अशा अर्थाचे हातवारे केले.

मिन्झूनं काकाचं पत्र उघडलं आणि रक्षकासमोर धरलं. रक्षकानं त्याच्या सहकाऱ्यांना

बोलावलं. साऱ्यांनी पत्रं वाचलं आणि ते पुरेसं नाही असं ठरवलं. तरी मिन्झू ऐकेल तर शपथ. तिनं तिथेच ठेवलेल्या फोनकडे बोट दाखवलं. त्यांना फोन करण्यासाठी भरीला घालू लागली.

रक्षक हाताची घडी घालून, ओठ दाबून उभे राहिले. बहुधा राग आवरत असावेत. सोबती पुढे झाले आणि मिन्झूसाठी शब्द टाकू लागले.

थोड्याच वेळात रक्षकाचा संयम सुटला. मिन्झूकडे बोट करून तो आरडाओरडा करू लागला. तो हातकड्यांची खूण करू लागला. तिला अटक करण्याबाबत काहीतरी बोलू लागला.

मिन्झू माझ्याकडे वळली. "मा, मा!" कोणीतरी तिला ओढून घेऊन जात असल्यासारखी ओरडली. खरंतर अजून कोणी तिला हातही लावला नव्हता. माझ्या या संभ्रमित मैत्रिणीशी बोलण्यासाठी मी रक्षकांकडे सीमारेषा ओलांडण्याची परवानगी मागितली. कामाकडे वळत त्यांनी हातानं मला परवानगी दिली.

"मिन्झू, काय करतेयस तू? ही मजा करायची वेळ नाही गं!" इथे पावलापावलांवर सैनिक उभे होते. रांगेतले आमच्याकडे उत्सुकतेनं बघत होते.

"मी खेळ खेळत नाही मा, मला यायचंय तुमच्याबरोबर. कारण... कारण..." तिच्या तोंडून शब्द फुटेना.

"काय झालं मिन्झू?" मिझोवाला खाणाखुणा करू लागला होता. आता शानवालाही त्यात सहभागी झाला.

"कारण... तुम्हीपण जियांगसारख्या गेलात तर...."

"मिन्झू अगं," कशी समजूत घालू या मुलीची. खांद्यावर थोपटू का हिच्या? ती माझा हात हातात घ्यायची तसा मी घेऊ का हिचा हात हातात? तिच्या खांद्याभोवती हात टाकून मिठी मारली. "मी जियांगसारखी मरणार नाही."

"मला माहीत नाही, माहीत नाही. मला मनात वाईट-साईट विचार येताहेत. तुम्ही किती दुःखी होतात."

"होते खरी. पण आता मी नाहीये दुःखी." गालांवर ओघळणारे अश्रू पुसत मी म्हणाले. हे म्हणाले आणि आम्हा दोघींना हसू यायला लागलं.

"पण तुमची काळजी कोण घेणार?" आता ती कळीचे मुद्दे मांडायला लागली होती. मी मिझो आणि शानवाल्याकडे हात केला. "ते घेतील माझी काळजी."

"तसं नाही, बहिणीसारखी काळजी कोण घेईल?"

"तू घेशील!" मी म्हटलं, "पण त्यासाठी तुला आधी इंग्रजी शिकावं लागेल. किमान बर्मी तरी. म्हणजे आपल्याला एकमेकींना पत्र लिहिता येतील. तू नाही शिकलीस तर मला तरी चिनी शिकायला हवं. काय करू या सांग."

तिनं गंभीरपणे विचार केला, "आंग्विश."

"मिन्झू, आता मला गेलं पाहिजे. निघालंच पाहिजे."

"परत याल ना मा."

हिच्याशी खोटं बोलायला नको. पाळता येणार नाहीत, अशी वचनं द्यायलाच नकोत.

ती वळली. मी वळले, पुढे जाऊन तिच्याकडे बघेपर्यंत मी बरीच पुढे आले होते. तिनं दोन्ही हात हलवत निरोप दिला. नाही, नाही, ती अंगठे एकमेकांत गुंतवून काहीतरी खुणा करत होती. ओह, हातानं फुलपाखराची खूण करत होती.

मीदेखील हाताची फुलपाखरं करत तिचा निरोप घेतला.

मला अचानक इतकं कशाचं हसू येतंय तिला कळलं नाही. मी तिच्या मागे असलेल्या फलकांकडे तिचं लक्ष वेधण्याचा प्रयत्न केला. दोन वेगळ्या दिशांना जाणाऱ्या रस्त्यांवर फलक लावले होते. एकीकडे लिहिलं होतं 'वाँटिंग,' दुसरीकडे 'नॉट वाँटिंग!'

तिनं वळून पाहिलं, पण तिला काही समजलं नाही. 'काय?' तिनं हातानं खूण करत विचारलं.

जाऊ दे... मी तोंडानं म्हणत हातानं खुणा करत म्हणत राहिले, 'नंतर सांगते तुला,'

मग मी वळले आणि सीमा पार केली.

◆